पुणे विद्यापीठ टी.वाय.बी.ए.भूगोल (G -3), महाराष्ट्रातील सर्व विद्यापीठांतील पदवी व पदव्युत्तर वर्गांतील भूगोल या विषयासाठी, नेट –सेट भूगोल, राज्यसेवा व केंद्रीय लोकसेवा आयोग भूगोल मुख्य परीक्षेसाठी उपयुक्त पुस्तक

# उष्णप्रदेशीय कृषी भूगोल

### प्रा. डॉ. विजया साळुंके

डायमंड पब्लिकेशन्स

# उष्णप्रदेशीय कृषी भूगोल

प्रा. डॉ. विजया साळुंके

Geography of Tropical Agriculture
Prof. Dr. Vijaya Salunke

प्रथम आवृत्ती : जुलै २०१०
पुनर्मुद्रण : २०११

ISBN 978-81-8483-312-6

© डायमंड पब्लिकेशन्स, पुणे

मुखपृष्ठ
शाम भालेकर


प्रकाशक
डायमंड पब्लिकेशन्स
१२५५ सदाशिव पेठ
लेले संकुल, पहिला मजला
निंबाळकर तालमीसमोर
पुणे ४११ ०३०. ☎ ०२० – २४४५२३८७

diamondpublications@vsnl.net
www.diammondbookspune.com

प्रमुख वितरक
डायमंड बुक डेपो
६६१ नारायण पेठ, अप्पा बळवंत चौक
पुणे ४११ ०३०. ☎ ०२० – २४४८०६७७

# मनोगत

पुणे विद्यापीठ तृतीय वर्ष भूगोल (जनरल पेपर तीन) Geography of Tropical Agriculture अर्थात उष्णप्रदेशीय कृषी भूगोल या विषयाचे हे पाठ्यपुस्तक विद्यार्थी व प्राध्यापक यांना उपयुक्त ठरेल याची खात्री वाटते. या पूर्वीच्या कृषी भूगोल या विषयाच्या माझ्या पुस्तकाचे विद्यार्थी व प्राध्यापक वर्गाने चांगले स्वागत केले आहेच. त्यातूनच स्फूर्ती घेऊन हे पुढील पाठ्यपुस्तक आपल्या हाती देण्यात आनंद होत आहे. यामध्ये उष्णकटिबंधीय प्रदेशातील शेतीचे पारंपरिक व बदलते रूप मांडण्याचा प्रयत्न केला आहे.

पाठ्यपुस्तकाचे काम पूर्ण करण्यासाठी प्रा. सुभाष राजवळ, भूगोल अभ्यास मंडळ अध्यक्ष, के. टी. एच. एम. महाविद्यालयातील माझे सहकारी प्रा. शेवाळे, प्रा. गडाख, यांचे मोलाचे सहकार्य लाभले. डायमंड पब्लिकेशन्सचे दत्तात्रेय पाष्टे व कार्यालयीन सहकारी या सर्वांमुळे पुस्तक सुबकरीतीने पूर्ण होऊ शकले. या सर्वांची मी अत्यंत आभारी आहे.

प्रा. डॉ. विजया साळुंके

# अनुक्रम

## प्रकरण १

# कृषी भूगोल परिचय

---

(१) कृषी भूगोल स्वरूप, व्याप्ती व वैशिष्ट्ये
(२) कृषी भूगोल अभ्यासपद्धती

---

भूगोलाच्या, प्राकृतिक भूगोल आणि मानवी भूगोल या दोन मूलभूत शाखा आहेत. मानवी भूगोलात मानवाच्या निरनिराळ्या क्रिया, व्यवसाय, लोकसंख्या इत्यादींचा अभ्यास केला जातो. मासेमारी, खनिजोत्पादन, शेती, उद्योग, वाहतूक, व्यापार यांचा अभ्यास मानवी भूगोलाच्या 'आर्थिक भूगोल' या उपशाखेत केला जातो. 'शेती' हा महत्त्वाचा आर्थिक व्यवहार अंतर्भूत असलेला व्यवसाय आहे; म्हणूनच कृषी भूगोल ही आर्थिक भूगोलाची उपशाखा विकसित झाली. शेतीचा भौगोलिक दृष्टिकोनातून केलेला अभ्यास म्हणजे 'कृषी भूगोल' होय.

जगातील सर्वच देशांमध्ये शेती होत असली तरी त्याचे स्वरूप, उद्दिष्टे व पद्धती भिन्न भिन्न आहेत. उष्णकटिबंधीय प्रदेशात वर्षभर शेती करण्यास अनुकूल परिस्थिती आढळते. शेती या प्राथमिक व्यवसायाचा उगम व प्रसार प्रथमत: उष्णकटिबंधातच झाला; म्हणूनच उष्णकटिबंधीय शेतीचा अभ्यास हा कृषी भूगोलाच्या अभ्यासविषयातील एक महत्त्वाचा भाग आहे.

### तक्ता क्र. १.१
### भूगोलाच्या शाखा व उपशाखा

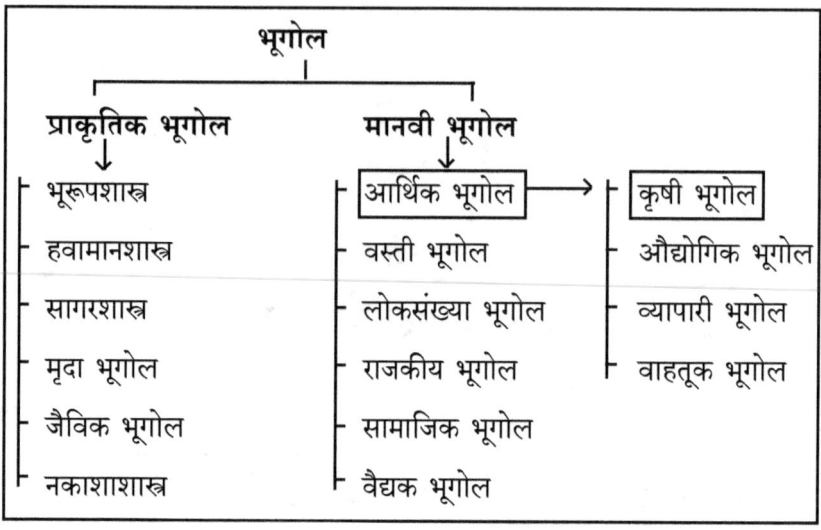

- **भूगोल**
  - **प्राकृतिक भूगोल**
    - भूरूपशास्त्र
    - हवामानशास्त्र
    - सागरशास्त्र
    - मृदा भूगोल
    - जैविक भूगोल
    - नकाशाशास्त्र
  - **मानवी भूगोल**
    - आर्थिक भूगोल →
      - कृषी भूगोल
      - औद्योगिक भूगोल
      - व्यापारी भूगोल
      - वाहतूक भूगोल
    - वस्ती भूगोल
    - लोकसंख्या भूगोल
    - राजकीय भूगोल
    - सामाजिक भूगोल
    - वैद्यक भूगोल

जमिनीतून विविध पिके घेण्याची कला व शास्त्र म्हणजे 'शेती' होय. नैसर्गिक पर्यावरण व मानवी गरजा यानुसार विविध पिकांचे उत्पादन शेतकरी घेत असतो. वैज्ञानिक संशोधन व तंत्रज्ञानाची जोड यामुळे शेतीत आमूलाग्र असे बदल झाले आहेत. भौगोलिक उद्दिष्टांच्या साहाय्याने शेतीचा शास्त्रशुद्ध व सर्वांगीण अभ्यास कृषी भूगोलात केला जातो. कृषी भूगोल आंतरविद्याशाखीय स्वरूपाच्या अभ्यासाचा विषय आहे.

कृषी भूगोलाची व्याख्या निरनिराळ्या अभ्यासकांनी भिन्न भिन्न प्रकारे मांडली आहे.

**(१) ऑट्रेम्बा (१९६४)** – कोणत्याही प्रदेशाचे आकलन हे त्या प्रदेशातील शेतीच्या सर्वंकष अभ्यासातून होत असते म्हणून प्रादेशिक आकलनात्मक दृष्टीने केलेला कृषिक्षेत्राचा अभ्यास म्हणजे 'कृषी भूगोल' होय.

**(२) सायमन्स एल्. जे. (१९६७)** – कृषी व्यवसाय आणि त्यातील व्यवहार यांचा स्थलकालसापेक्ष अभ्यास म्हणजे 'कृषी भूगोल' होय.

ऑट्रेम्बा, सायमन्स यांच्याव्यतिरिक्त हिलमन, बर्नहर्ड, रिड्झ यांनीसुद्धा कृषी भूगोलाची व्याख्या करण्याचा प्रयत्न केला. या सर्वांमध्ये एक समान सूत्र आढळते; ते म्हणजे शेतीमुळे विशिष्ट भूमिचित्र निर्माण होते व ते स्थलकालानुरूप बदलत असते.

कृषी भूगोलामध्ये अशा बदलत जाणाऱ्या भूमिचित्रांचे आकलन करून घेऊन सखोल अभ्यास केला जातो.

## कृषी भूगोलाचे स्वरूप

कृषी भूगोलाचे स्वरूप व्यापक, गतिशील व आंतरविद्याशाखीय असे आहे. कृषी भूगोलाचे प्राथमिक स्वरूप वर्णनात्मक व गुणात्मक होते; परंतु, भूगोलात संख्याशास्त्राचा वापर केला जाऊ लागला व त्यामुळे भूगोलाचे म्हणजेच पर्यायाने कृषी भूगोलाचे स्वरूप आमूलाग्र बदलले. शेती या प्राथमिक व्यवसायाचे स्वरूपही खूप बदलत गेले. प्रारंभी शेती करणे ही एक कला समजली जात असे; परंतु , काळाच्या ओघात तसेच वैज्ञानिक प्रगतीमुळे शेतीचे शास्त्र निर्माण झाले; यामुळे कृषी भूगोलाचे स्वरूप वैज्ञानिक झाले.

कृषी भूगोलाच्या अभ्यासात व्यापक प्रमाणावर संख्यात्मक सामग्री संकलित करणे शक्य झाले. ही संख्यात्मक सामग्री प्राथमिक तसेच द्वितीय प्रकारची असते. त्याचबरोबर अशी सामग्री स्थानिक, प्रादेशिक व जागतिक स्तरावर निरनिराळ्या काळासाठी उपलब्ध असते. या माहितीच्या आधारे कृषी भूगोलातील विषयमांडणी, विश्लेषण व संशोधन केले जाते. सांख्यिकी तंत्राचा वापर करून निष्कर्ष काढणे, तत्त्वे मांडणे, सिद्धान्त तयार करणे, प्रतिमान मांडणे अशांनी कृषी भूगोल युक्त झाला असल्याने त्याचे स्वरूप गतिशील झाले.

कृषी भूगोल अनेक विद्याशाखांशी निगडित आहे. भूरूपशास्त्र, हवामानशास्त्र, मृदाशास्त्र, वनस्पतिशास्त्र, प्राणिशास्त्र, सूक्ष्मजीवशास्त्र, रसायनशास्त्र, आहारशास्त्र, अर्थशास्त्र, समाजशास्त्र, विपणन व व्यवस्थापनशास्त्र अशा अनेक विद्याशाखांचा संदर्भ कृषी भूगोलाच्या अभ्यासकाला विचारात घ्यावा लागतो. त्यासाठी या विषयांची जाण असणे गरजेचे असते. आधुनिक कृषी भूगोलातील संशोधनासाठी संख्याशास्त्र व संगणकज्ञान असणे आवश्यक ठरते; यामुळे कृषी भूगोलाचे स्वरूप आंतरविद्याशाखीय आहे हे अधोरेखित होते.

## कृषी भूगोलाची व्याप्ती

कृषी भूगोलाची व्याप्ती खूप मोठी आहे. आधुनिक भूगोलाची एक स्वतंत्र ज्ञानशाखा म्हणून कृषी भूगोल विकसित होत आहे. या विषयात केवळ शेतीचा अभ्यास केला जातो असे नव्हे, तर शेतीशी निगडित सर्व काही अभ्यासले जाते, म्हणूनच त्याची व्याप्ती वाढते. शेतीनिगडित व्यवसाय, पूरक व्यवसाय, विपणन,

व्यवस्थापन, कृषी उद्योगधंदे, कृषी अर्थशास्त्र, वाहतूक इत्यादी विषयांचा आवश्यक तो अभ्यास कृषी भूगोलाच्या अभ्यासकाला करावा लागतो.

भारतातील कृषी भूगोलतज्ज्ञ डॉ. जसबीरसिंग यांनी आधुनिक कृषी भूगोलाची व्याप्ती स्पष्ट करण्यासाठी खालील तीन घटकांवर लक्ष केंद्रित करावे असे सुचविले आहे.

(१) नैसर्गिक पर्यावरण व शेतीतील कार्ये.

(२) लोकसंख्यावितरण, घनता, कौशल्ये यांचा शेतजमिनीशी व शेतीतील क्रियांशी-कामांशी असलेला संबंध.

(३) सामाजिक आणि आर्थिक पर्यावरण यांचा कृषिभूमी उपयोजन व उत्पादकता यांच्याशी असलेला सहसंबंध.

नैसर्गिक पर्यावरण व शेती करण्यासाठी केली जाणारी कार्ये यांच्यातील संबंधांचा अभ्यास हे कृषी भूगोलाचे प्राथमिक क्षेत्र आहे. पूर्वी शेतीवर नैसर्गिक पर्यावरणाचे फार मोठे नियंत्रण आहे अशी विचारधारा होती; परंतु, आधुनिक शेतीमध्ये हे नियंत्रण कमी झालेले दिसते. विज्ञान व तंत्रज्ञानातील संशोधनामुळे नैसर्गिक पर्यावरणावर काही प्रमाणात नियंत्रण मिळविणे शक्य झालेले दिसते; त्यामुळे पूर्वीच्या विचारधारेत बदल झालेला दिसतो म्हणून या प्राथमिक अभ्यासक्षेत्राची व्याप्ती वाढली आहे; तसेच त्यास व्यापक परिमाण लाभले आहेत.

एखाद्या प्रदेशातील एकूण लोकसंख्या, लोकसंख्येची घनता, लोकांच्या गरजा, आहार यांचा संबंध पिकांशी, त्यांच्या उत्पादकतेशी व मागणीशी असतो. शेती करण्यासाठी आवश्यक असणारी विविध कौशल्ये तेथील लोकांमधून उपलब्ध होतात किंवा नाही हेही महत्त्वाचे असते. वाढत्या लोकसंख्येच्या प्रमाणात अन्नधान्य व इतर कृषिउत्पादनात वाढ होत नाही. यामुळे कुपोषण, भूकबळी, अनारोग्य या समस्या निर्माण होतात. कृषी भूगोलाच्या व्याप्तीमध्ये अशा प्रकारच्या अभ्यासाचा समावेश होतो.

खुले आर्थिक धोरण व जागतिकीकरण याचा लक्षणीय असा प्रभाव आर्थिक पर्यावरणावर व सामाजिक पर्यावरणावर झालेला दिसून येत आहे. कृषी भूगोलाचे स्थान कृषिप्रधान देश व उद्योगप्रधान देश यांच्या संदर्भात आमूलाग्र बदलत आहे. हा बदल स्वीकारून कृषी भूगोलातील अध्ययन व संशोधन यातही बदल होत असल्याने कृषी भूगोलाची व्याप्ती, चौकट विस्तारत आहे.

आधुनिक कृषी भूगोलात अजून एक महत्त्वाचा मुद्दा सध्या विचारात घेतला जात आहे आणि तो म्हणजे शेती व्यवसायामुळे होणारा पर्यावरणाचा ऱ्हास हा होय. केवळ मृदा धूप-मृदेचा ऱ्हास या घटकांपुरता हा ऱ्हास मर्यादित नसून, नद्या, तळी,

सागरजल आणि वातावरणीय घटकांशीही निगडित आहे. कृषी भूगोलातील संशोधनातून, प्रयोगातून या संदर्भातील काही उपाययोजना समोर येऊ लागल्या आहेत. शाश्वत किंवा निरंतर शेती, सेंद्रिय शेती ही त्यांची उदाहरणे होत. या प्रकारच्या अभ्यासातून कृषी भूगोलाची समाजोपयोगी व्याप्ती पुढे येत आहे असे म्हटले जाते.

**कृषी भूगोलाचे विशेष महत्त्व** (Significance of Agricultural Geography)

आर्थिक भूगोलाची एक उपशाखा म्हणून कृषी भूगोलाचे स्थान महत्त्वपूर्ण आहेच; पण या विषयाच्या स्वरूपात, अभ्यासपद्धतीत, व्याप्तीत बदल होत गेल्याने त्यास स्वतंत्र विषयाचा दर्जा प्राप्त झाला आहे. शेती हा मानवाचा एक प्राथमिक व्यवसाय असल्याने कृषी भूगोलात मूलत: शेतीचा अभ्यास केला जातोच; पण त्यास इतर ज्ञानशाखांचे साहाय्य मिळाल्याने हा अभ्यास वैशिष्ट्यपूर्ण झाला आहे.

जगातील प्रत्येक देशासाठी शेती हा महत्त्वपूर्ण व्यवसाय आहे. देश विकसित असो वा विकसनशील असो त्याच्या अर्थव्यवस्थेत, शेती उत्पादनांना अनन्यसाधारण महत्त्वाचे स्थान असते. अन्न, वस्त्र, निवारा या मूलभूत गरजांव्यतिरिक्त इतर अनेक बाबतीत माणूस शेतीवर प्रत्यक्ष व अप्रत्यक्षपणे अवलंबून असतो; म्हणूनच नियोजनात, अर्थसंकल्पात कृषिक्षेत्रास महत्त्व असते. कृषी भूगोलतज्ज्ञ, कृषी प्रादेशिकीकरण पद्धती विकसित करणे, कृषी प्रदेश नकाशात आरेखित करणे अशा प्रदेशातील पिके, उत्पादन, भवितव्य स्पष्ट करणे इत्यादी संदर्भात साहाय्य करतात.

कृषी भूगोलाचे महत्त्वपूर्ण व विशेष स्थान पुढील बाबींवरून स्पष्ट होते. –

१. कृषी भूगोलाने उपलब्ध करून दिलेल्या माहितीच्या आधारे प्रादेशिक नियोजक वेगळी पिके व कृषिक्षेत्र धुंडाळण्याचे काम करू शकतात.

२. शेती साधने, जलसिंचनाची नवी साधने-तंत्रे, जैवतंत्रज्ञानाचा वापर यांचा विविध अंगांनी अभ्यास करून त्याचे यथायोग्य मूल्यमापन करण्याचे काम कृषी भूगोलतज्ज्ञ करू शकतात.

३. बहुतांश कृषिउत्पादने मोसमी व नाशवंत असल्याने, ग्राहकांपर्यंत सुस्थितीत पोहोचविण्यासाठी स्थानिक, प्रादेशिक, देशांतर्गत तसेच आंतरराष्ट्रीय पातळीवरील उत्पादक व मागणी क्षेत्रे यांचे स्थलकालसापेक्ष नकाशे तयार करून मार्गदर्शन करण्याचे काम कृषी भूगोलात केले जाते.

४. जागतिकीकरण व मुक्त अर्थव्यवस्थेमुळे भौगोलिक सीमांचा अडसर वाटेनासा झाला असला तरी प्रत्यक्षात वाहतूक, दळणवळण, व्यापार करताना भौगोलिक घटकांचे ज्ञान, भूगोल व पर्यायाने कृषी भूगोल करून देते.

५. लोकांच्या आहारविषयक सवयी, त्यातील बदल, उपलब्ध कृषी उत्पादने, त्यांचा पुरवठा इत्यादींचा अभ्यास करण्यासाठी व नियोजन करण्यासाठी मार्गदर्शन करणे, नकाशे अद्ययावत करणे हे कृषी भूगोलाचे आधुनिक वैशिष्ट्य झाले आहे.

६. बहुतांश देशांमध्ये माणसाचे कित्येक कामाचे तास शेतीशी निगडित कामकाजात व्यतीत होतात. शेतीत अकुशल मनुष्यबळाच्या बरोबरीने कुशल मनुष्यबळाची, तंत्रज्ञांची, शास्त्रज्ञांची नेहमी गरज असते. रोजगार निर्माणकारी अशा या शेती व्यवसायातूनच एखाद्या प्रदेशाचे–देशाचे सांस्कृतिक भूमिचित्र निर्माण होत असते. ते समजण्यासाठी, त्याचे आकलन होण्यासाठी, कृषी भूगोलाचे योगदान महत्त्वपूर्ण आहे.

७. हवामान बदल, मृदाधूप, प्रदूषण, वाढत्या व बदलत्या गरजा लक्षात घेऊन कृषी भूगोलातील अभ्यास विषय, संशोधन, सर्वेक्षण पद्धती लोकाभिमुख झाले आहे. भूमिउपयोजन, भूमिसक्षमता मापन, शाश्वत वा निरंतर शेतीतंत्र, कृषीमाल प्रक्रिया, विपणनतंत्र अशा बहुविध स्तरांवर संशोधन होऊ लागले. वर्णनात्मक विषय स्वरूपाकडून, विश्लेषणात्मक व उपयोजित स्वरूपाकडे कृषी भूगोलाची वाटचाल टप्प्याटप्प्याने होत गेली आहे व म्हणूनच कृषी भूगोलाला विशेष महत्त्व प्राप्त झाले आहे.

## कृषी भूगोल अभ्यासपद्धती

कृषी भूगोलाचे स्वरूप व व्याप्ती यांच्यात जसजसे बदल झाले तसतशी कृषी भूगोलाच्या अभ्यासपद्धतीत विविधता आली. अभ्यासाचा उद्देश, विषयाचे स्वरूप, क्षेत्रीय सर्वेक्षणाचे तंत्र, स्थान–विस्तार, कालावधी यानुसार अभ्यासपद्धती अवलंबिली जात असते असा अभ्यास प्रामुख्याने दोन स्तरांवर केला जातो. एखाद्या लहान क्षेत्राचा सखोल व सर्वांगीण अभ्यास केला जाऊ शकतो. यास सूक्ष्मलक्षी अभ्यास (Microlevel Study) म्हणतात. तसेच मोठ्या क्षेत्राचा, विशिष्ट काळासाठी आवश्यक घटकांच्या संदर्भातही अभ्यास केला जाऊ शकतो, यास बृहद्लक्षी अभ्यास (Macrolevel Study) म्हणतात. कोणत्याही स्तरावर अभ्यास करावयाचा असला तरी पुढीलपैकी काही पद्धतींचा अवलंब करावा लागतो.

### अभ्यासपद्धती –

(१) सूत्रबद्ध मांडणीपद्धती (Systematic Approach)

(२) वस्तुपद्धती (Commodity Approach)

(३) निग्रहनिष्ठ (निर्धारी) अभ्यासपद्धती (Deterministic Approach)

(४) प्रादेशिक अभ्यासपद्धती (Regional Approach)

(५) अर्वाचीन अभ्यासपद्धती (Recent Approach)

## (१) सूत्रबद्ध मांडणीपद्धती (Systematic Approach)

सूत्रबद्ध मांडणीपद्धती ही तर्कनिष्ठ, वैज्ञानिक आधार असलेली अभ्यासपद्धती आहे. तर्कशास्त्र, तत्त्वज्ञान, विज्ञान अशा ज्ञानशाखांमध्ये तर्कसुसंगत, विवेकनिष्ठ व वस्तुनिष्ठ विचारसरणीचे सूत्र अवलंबिले जाते; अशा तत्त्वांचा उपयोग करून कृषी भूगोलात विषय मांडणी केल्यास त्यास 'सूत्रबद्ध मांडणीपद्धत' म्हणतात.

कृषी भूगोलांतर्गत शेतीचा अभ्यास करताना प्रादेशिक विभिन्नता अभ्यासण्यासाठी शेती निगडित विशिष्ट घटक मध्यवर्ती मानून त्यांचे प्रादेशिक शेतीत असलेले योगदान, प्रभाव, स्थान इत्यादी तपासले जाते. प्रत्येक प्रदेशातील त्या घटकांचे कमी-अधिक महत्त्व समजल्यावर त्याची कारणमीमांसा करणे, इतर घटकांशी सहसंबंध तपासणे, तत्त्व मांडणे इत्यादी पद्धतीने सुस्पष्ट मांडणी केली जाते. काही निष्कर्ष मांडले जातात. उदा. 'एखाद्या प्रदेशातील लागवडीखालील पिके' असा अभ्यासविषय आहे, तर यासाठी प्रथम पिकांचे वर्गीकरण करून गट करावे लागतील. धान्यपिके, तेलबिया, तंतूपिके, चराऊ पिके असे वर्गीकरण होऊ शकते. त्याचप्रमाणे निर्वाही पिके व नगदी पिके असेही वर्गीकरण होऊ शकते. अभ्यासकाने विशिष्ट वर्गीकरण का केले, याचे स्पष्टीकरण द्यावे लागते. त्यानंतर प्रत्येक गटातील पिकाचे क्षेत्र, हंगाम, उत्पादन, विपणन यांची गुणात्मक व संख्यात्मक सामग्री संकलित केली जाते. तिसरी पायरी म्हणजे संख्यात्मक सामग्रीच्या साहाय्याने सांख्यिकी पद्धतीने मांडणी, विश्लेषण, निष्कर्ष-अनुमान काढणे ही होय. यास नकाशे, आकृत्या, छायाचित्रे यांची जोड दिली जाते. अंतिमत: या अभ्यासातून लागवडीखालील पिकांच्या संदर्भात काही सामान्य विधान मांडले जाते. वैज्ञानिक परीक्षण करण्याच्या पद्धतींचा अवलंब केल्याने संपूर्ण अभ्यासात एक सूत्रबद्धता असते म्हणूनच या पद्धतीस 'सूत्रबद्ध मांडणीपद्धती' म्हणतात. प्रादेशिक विभिन्नता अभ्यासण्यासाठी या पद्धतीचा उपयोग होत असला तरी त्यात एक त्रुटी आढळते. या प्रकारच्या अभ्यासात एखाद्या प्रदेशातील, देशातील शेतीविषयक परिपूर्ण, एकात्मिक असे चित्र प्राप्त होऊ शकत नाही; परंतु, शास्त्रशुद्ध अशी ही पद्धत असल्याने ही पद्धती अनेक वेळा वापरली जाते.

## (२) वस्तू अभ्यासपद्धती (Commodity Approach)

कृषी भूगोलाचा अभ्यास वस्तुपद्धतीच्या साहाय्याने फार पूर्वीपासून केला जात आहे. ही एक लोकप्रिय, सुलभ अभ्यासपद्धती आहे. एखादे कृषी उत्पादन, पदार्थ

किंवा वस्तू हे अभ्यासाचे पूर्णांशाने एकक मानून जो अभ्यास केला जातो त्यास 'वस्तू पद्धती' म्हणतात. कोणत्याही उत्पादनाच्या किंवा पदार्थाच्या संदर्भात माहिती संकलित करून तिचे विश्लेषण करणे, अनुमान मांडणे असा सर्वंकष अभ्यास करणे या तत्त्वावर ही अभ्यासपद्धती अवलंबून आहे. यात वितरणात्मक नकाशे, आकृत्या, आलेख यांना महत्त्व असते. उदा. गहू या पिकाचा अभ्यास या पद्धतीने करावयाचा झाल्यास प्रथम कोणत्या प्रदेशासाठी, देशासाठी की जागतिक स्तरावर क्षेत्र विचारात घ्यावयाचे आहे हे ठरवावे लागते. त्यानंतर एकूण क्षेत्र, उत्पादन, केंद्रीकरण व सीमावर्ती प्रदेश, विपणन, प्रक्रिया उद्योग, उत्पादनाचे ग्राहक अशी अनेक अंगे विचारात घेतली जातात. यातूनच उत्पादक प्रदेश व मागणी प्रदेश स्पष्ट होतात; म्हणजेच एक प्रकारे पिकानुवर्ती प्रादेशिकीकरण केले जाते.

पश्चिम युरोपीय देशांमध्ये या अभ्यासपद्धतीचा प्रथम वापर केला गेला; कारण पश्चिम युरोपातील वसाहतवाद्यांना जगाच्या इतर भागात कोणती पिके होतात व कोणता कच्चा माल केव्हा उपलब्ध आहे याची माहिती असणे आवश्यक झाले. ब्रिटिशांनी दक्षिण आशियाई व आफ्रिकेतील देशांमधून या अभ्यासपद्धतीच्या साहाय्याने भरपूर माहिती मिळवली. उत्तर अमेरिकेतही विसाव्या शतकाच्या पूर्वार्धात या पद्धतीचा अवलंब केला गेला.

काही काळाने असे लक्षात आले आहे की, अभ्यासक्षेत्र फार मोठे असल्यास या अभ्यासपद्धतीचा अवलंब तितकासा उपयुक्त ठरत नाही. लहान लहान प्रदेश व देशांसाठी ही अभ्यासपद्धती अधिक संयुक्तिक ठरते. या अभ्यासपद्धतीमुळे असा एक समज होतो की, कृषी भूगोल म्हणजे पिके, पशुधन यांचे वितरण मांडणारा विषय आहे. त्यामुळे कृषी भूगोलाची व्याप्ती मर्यादित आहे असे वाटते. प्रत्यक्षात कृषी भूगोलाचे स्वरूप व व्याप्ती इतकी सीमित नाही. शिवाय इतर अधिक परिपूर्ण अभ्यासपद्धती विकसित झाल्याने वस्तू अभ्यासपद्धतीचा वापर कमी झाला आहे.

## (३) निग्रहनिष्ठ (निर्धारी) अभ्यासपद्धती (Deterministic Approach)

विसाव्या शतकात भूगोल विषयाच्या अभ्यासकांमध्ये दोन मतप्रवाह व विचारसरणी निर्माण झाल्या. मानवाला सभोवतालच्या परिस्थितीचे आकलन कसे होते यावर त्याचे निर्णय, व्यवसाय, क्रिया-प्रक्रिया ठरतात. यामुळे सभोवतालच्या निसर्गाचे निरीक्षण करून त्या परिस्थितीस योग्य अशी शेती प्रथम निर्माण झाली. मानवाला निसर्गाधीन राहूनच निर्णय घ्यावे लागतात म्हणून या विचारसरणीस 'निसर्गवाद' म्हणतात. सायमन्स (१९६६), हॅरिस (१९६९) यांच्यासारख्या कृषी

भूगोलतज्ज्ञांनी या संकल्पनेचा पुरस्कार केला. भूमिउपयोग, शेतीपद्धती, पिके, शेतमालाची बाजारपेठ, विपणन, साठवणूक इत्यादी निसर्गाच्या चौकटीत राहून विकसित पावल्या.

परंतु, विसाव्या शतकाच्या उत्तरार्धात वरील विचारसरणीस छेद देणारा विचार पुढे आला. विज्ञान व तंत्रज्ञानामुळे शेती अवजारे, उपकरणे, खते, बियाणे, जलसिंचनतंत्र यामध्ये क्रांतिकारक व उपयुक्त असे बदल झाले. पॉली हाउस, टिश्यू कल्चर, संकरित वाण यामुळे माणसाला कोणतेही पीक कुठेही घेणे शक्य झाले. माणसाचा निर्धार किंवा निग्रह महत्त्वाचा ठरला. ही मानवकेंद्री तत्त्वप्रणाली निर्माण झाली. हेटनर, विदाल–दी–लांब्लाश, फेव्र्ह यांसारख्या अभ्यासकांनी या निग्रहनिष्ठ तत्त्वप्रणालीचा पुरस्कार केला. वाढणारी लोकसंख्या, वाढत्या व बदलणाऱ्या गरजा, कुपोषण समस्या यावर नियंत्रण मिळविण्यासाठी अशा निग्रहनिष्ठ किंवा निर्धारी दृष्टिकोनाची आवश्यकता आहे. मानवाचा निर्धार महत्त्वाचा मानून कृषी भूगोलातील अभ्यास व संशोधन होऊ लागले म्हणूनच यास निग्रहनिष्ठ (निर्धारी) अभ्यासपद्धती म्हणतात.

भारतात डॉ. जसबीरसिंग यांच्यासारखे कृषी भूगोलतज्ज्ञ असे मत मांडतात की, या प्रकारच्या भूमिकेमुळे माणसाने शेतीच्या संदर्भात निसर्गाला दुय्यम लेखले आहे. आधुनिक शेतीत भांडवल व कुशल मनुष्यबळ यांना सर्वाधिक महत्त्व आहे; पण दूरदर्शीपणे विचार केल्यास यातून काही समस्या निर्माण होऊ शकतात; म्हणून निसर्गवादी व निर्धारवादी तत्त्वप्रणालींचा सुवर्णमध्य साधला गेल्यास शेतीसंबंधित हानिकारक परिणाम कमी होऊ शकतील अशा दृष्टीने ही अभ्यासपद्धती उपयुक्त ठरून काही मौलिक सूचना प्राप्त होतील असे असूनही कृषी भूगोलातील अभ्यासासाठी या पद्धतीचा व्यापक असा उपयोग करून घेतलेला नाही.

### (४) **प्रादेशिक अभ्यासपद्धती** (Regional Approach)

'प्रदेश' ही एक अत्यंत महत्त्वाची तसेच मूलभूत स्वरूपाची भौगोलिक संकल्पना आहे. एखादा किंवा काही विशिष्ट निकष निश्चित करून प्रथम 'प्रदेश' सीमा निश्चित केल्या जातात. त्या प्रदेशांतर्गत समाविष्ट होणाऱ्या घटकांचा अभ्यास म्हणजे 'प्रादेशिक अभ्यासपद्धती' होय; प्रदेश अनेक प्रकारचे असू शकतात.

प्रादेशिक अभ्यासपद्धतीमुळे एखादा भूभागाच्या संदर्भात निरनिराळी वैशिष्ट्ये विस्ताराने मांडली जातात. विविध प्रदेशांनुसार उपलब्ध होणाऱ्या माहितीच्या आधारे तुलनात्मक अभ्यास करणे शक्य होते. प्रादेशिक असंतुलन ठळकपणे दृष्टोत्पत्तीस येते; याचा उपयोग नियोजनात होऊ शकतो.

पंधराव्या शतकातील भूगोलवेत्त्यांनी प्रादेशिक भूगोलाचा म्हणजेच पर्यायाने प्रादेशिक अभ्यासपद्धतीचा पुरस्कार केला. ही एक सुलभ, लोकप्रिय अभ्यासपद्धती आहे.

१९३६ मध्ये अमेरिकेतील कृषी भूगोलतज्ज्ञ डी. व्हिटलसी यांनी या पद्धतीच्या साहाय्याने जागतिक कृषी प्रदेश निश्चित केले. त्यांच्या मते, शेती म्हणजे फक्त पिकांचा अभ्यास नसून त्याच्या अनुषंगिक व्यवसाय, क्रिया, प्रक्रिया, व्यापार अभिप्रेत आहेत; म्हणून यास एकात्मिक दृष्टिकोन (Integrated Approach) असेही म्हणतात; यामुळे प्रादेशिक अभ्यासपद्धतीस तर्कसुसंगत बैठक लाभली.

या अभ्यासपद्धतीत प्रदेश ही मध्यवर्ती संकल्पना असली तरी प्रदेशाचा आकार व क्षेत्र यांना गौण स्थान असते. राष्ट्रीय तसेच आंतरराष्ट्रीय स्तरावर 'प्रदेश' हे एक प्राथमिक क्षेत्र समजले जाते. यामुळे स्थानिक पातळीपासून राष्ट्रीय व जागतिक पातळीपर्यंत सर्व प्रकारच्या माहितीचे संकलन होऊ शकते. प्रादेशिक अभ्यासपद्धतीचा हा सर्वात महत्त्वाचा गुण आहे.

युरोपमध्ये या अभ्यासपद्धतीस खूप मान्यता व लोकप्रियता प्राप्त झाली. युरोपीय देश आकाराने लहान असल्याने 'प्रदेश सीमा' निश्चित करणे सहज शक्य झाले; पण आकाराने मोठ्या असलेल्या यु.एस.ए., कॅनडा सारख्या देशांमध्ये 'प्रदेश सीमा' निश्चित करणे तितके सोपे नसल्याने या पद्धतीच्या उपयोगितेवर मर्यादा आल्या. भारतात ही पद्धती उपयुक्त ठरली; कारण प्रादेशिक नियोजन, प्रदेशांतील असमतोल दूर करण्याच्या योजना आखणे शक्य झाले.

प्रादेशिक अभ्यासपद्धतीच्या माध्यमातून तौलनिक अभ्यास करणे व प्रदेशा-प्रदेशांदरम्यानचे साम्य व भेद स्पष्टपणे समोर आले; त्यातून व्यापक प्रदेशांना लागू होऊ शकतील अशी विधाने, नियम, तत्त्वे मांडणे शक्य झाले. यातूनच सूत्रबद्ध मांडणी अभ्यासपद्धतीकडे जाता आले व कृषी भूगोलाला वैज्ञानिक बैठक व विचारधारा प्राप्त झाली.

### (५) अर्वाचीन अभ्यासपद्धती (Recent Approach)

कृषी भूगोल गतिशील शास्त्र असल्याने त्याचे स्वरूप बदलत गेले आणि नवीन अभ्यासपद्धती विकसित झाल्या. गेल्या काही वर्षांत मानवाचे सभोवतालच्या परिस्थितीविषयीचे आकलन, संवेदनक्षमता व मानवाचे वर्तन यांचा ऊहापोह कृषी भूगोलाच्या अभ्यासात केला जाऊ लागला, तसेच आंतरविद्याशाखीय अभ्यासास

महत्त्व प्राप्त झाले; यातून ज्या नवीन अभ्यासपद्धती विकसित झाल्या त्यांना अर्वाचीन अभ्यासपद्धती म्हणतात. पारिस्थितिकीय दृष्टिकोन, वर्तनाभिमुख दृष्टिकोन व आंतरविद्याशाखीय दृष्टिकोन समोर ठेवून पुढील अभ्यासपद्धती प्रामुख्याने वापरल्या जाऊ लागल्या.

## पारिस्थितिकीय दृष्टिकोन अभ्यासपद्धती –

मानवाच्या सभोवताली निसर्गनिर्मित व मानवनिर्मित पारिस्थितिकी असते. पूर्वी निसर्गनिर्मित परिस्थितिकी जाणून घेऊन शेती केली जात असे. निसर्ग, शेती व मानव यांच्यात समायोजन असे; शेतीमुळे निसर्गाची होणारी हानी व बदल अस्तित्वातच नव्हते.

विसाव्या शतकात मात्र मानवनिर्मित पारिस्थितिकीस आर्थिक महत्त्व प्राप्त झाले. मानवनिर्मित म्हणजे सांस्कृतिक पर्यावरणावरून मानवी विकास मापला जाऊ लागला. नैसर्गिक पर्यावरणाचे निरनिराळे पारिस्थितिकी विभाग किंवा प्रदेश केले जातात; अशा विविध विभागातील मानवी समूहाने निरनिराळ्या शेतीपद्धती, पिके, पशुपालन व व्यवसाय विकसित केले. यातूनच मानवनिर्मित पारिस्थितिकी शेती वा कृषी पारिस्थितिकी ही संकल्पना व त्याचे स्वरूप निर्माण झाले. यामध्ये शेतकरी हा निर्णय घेणारा व उत्पादन घेणारा असल्याने तो स्वयंपोषी या प्राथमिक स्तरावर असतो तर सर्वात वरच्या स्तरावर ग्राहक वा उपभोक्ता हा परपोषी स्तरावर असतो. या दोन स्तरांदरम्यान शेती प्रकार व पद्धतीनुसार आवश्यक असलेले मनुष्यबळ, भांडवल, बाजारपेठ, व्यापार, वाहतूक असे अनेक दुवे व साखळ्या अस्तित्वात येतात आणि शेती पारिस्थितिकी (Agro ecosystem) निर्माण होते. ज्याप्रमाणे नैसर्गिक पारिस्थितिकी कार्यक्षम राहावी म्हणून प्रत्येक स्तरावरील दुवे व साखळ्या मजबूत व कार्यक्षम असाव्या लागतात तद्वतच शेती पारिस्थितिकीमधील सर्व संबंधित घटक मजबूत व क्रियाशील राहिल्यास शेती सुस्थिती प्राप्त करते; परंतु, वर्षानुवर्षे शेती केल्याने निसर्गात होणारे बदल तसेच नैसर्गिक चौकटीचा शेतीवरील प्रभाव अशा स्तरावर कृषी भूगोलातील ही अभ्यासपद्धती विवेचन करू शकते. खते, जलसिंचन, संकरित बियाणे, संजीवके यांचा शेती पारिस्थितिकीवर मोठाच परिणाम होत आहे. प्रदूषण, मृदाधूप, वाळवंटीकरण, क्षारपडमृदानिर्मिती, पाणीटंचाई यांसारख्या समस्या निर्माण होत आहेत; अशा समस्या ओळखून संशोधन, प्रकल्पअभ्यास करण्याचे काम या अभ्यासपद्धतीत केले जाते. शेतीच्या दृष्टिकोनातून पर्यावरणाचा अभ्यास करणारी ही एक आधुनिक अभ्यासपद्धती आहे असे म्हणता येईल.

## वर्तनाभिमुख दृष्टिकोन अभ्यासपद्धती

विसाव्या शतकाच्या उत्तरार्धात, मानवाचे वर्तन व निर्णयक्षमता अभ्यासून एखाद्या प्रदेशातील शेतीचा अभ्यास केल्यास त्या अभ्यासास एक वेगळेच परिमाण प्राप्त होते असे कृषी भूगोलाच्या अभ्यासकांना आढळले. मानव व मानवी विकास यांना केंद्रस्थानी ठेवून सर्व घटनांचा-घटकांचा ऊहापोह व्हावयास पाहिजे असे या पद्धतीचे मूळ आहे. माणसाची निर्णयक्षमता व निर्णयप्रक्रिया, शेतकऱ्याची त्याच्या शेतीशी असलेली मानसिक, शारीरिक व आर्थिक गुंतवणूक समजावून घेऊन अभ्यास विषयात त्याचे विवेचन करणे हे या अभ्यासपद्धतीचे तत्त्व आहे. वर्तनाचा शेतीवर कसा परिणाम होतो ते स्पष्ट होते. उदा. एखाद्या प्रदेशात जेव्हा जलसिंचन सुविधा उपलब्ध होतात तेव्हा अल्पावधीतच तेथील पिकांमध्ये बदल झालेला दिसून येतो. परंपरागत घेतल्या जाणाऱ्या धान्यपिकांच्याऐवजी शेतकरी नगदी पिके घेण्याचा निर्णय घेतो. अशा पिकांसाठी पाण्याची गरज अधिक असते म्हणून हळूहळू त्या परिसरातील पाण्याची मागणी वाढत जाते व ती फार काळ पूर्ण करणे शक्य होत नाही. पाण्याचा तुटवडा भासू लागतो व उत्पादनात घट येऊ लागते. नगदी पिके शेतकऱ्यास आर्थिक फायदा मिळवून देतात म्हणून शेतकरी अशा पिकांकडे आकर्षित होतो. निर्णय घेण्याचे स्वातंत्र्य शेतकऱ्याला असते; परंतु, असा निर्णय परिसरातील जवळपास सर्व शेतकरी घेतात व तो एक सामूहिक निर्णय होत असल्याने त्याचे दूरगामी परिणाम शेती उत्पादनावर आणि पर्यावरणावर होतात. महाराष्ट्रात ऊस पिकाखालील क्षेत्रवाढ ही अशाच प्रकारच्या निर्णयातून झाली व आता त्याचे दुष्परिणाम दिसू लागले आहेत. काही वेळा एखाद्या कृषिउत्पादनास बाजारभाव चांगला मिळतो अशावेळी अनेक शेतकरी तेच उत्पादन घेऊ लागतात. अतिरिक्त उत्पादन झाल्याने बाजारभाव घटतात व शेतकऱ्यांचे मोठे आर्थिक नुकसान होते. एखाद्या पिकासाठी भौगोलिक परिस्थिती फारशी अनुकूल नसूनही चांगला भाव मिळतो म्हणून शेतकरी पिक घेतो; परंतु, अशी पिके अल्पावधीतच तोट्यात जातात. यु.एस.ए., कॅनडा या प्रगत देशांमध्ये प्रत्येक पिकाखालील क्षेत्र व त्याचे राज्यनिहाय वितरण तज्ज्ञांच्या मदतीने सरकार निश्चित करते व शेतकऱ्यांना तशा सूचना दिल्या जातात व उत्पादनाच्या किमतीची हमी दिली जाते यामुळे शेतकऱ्यास हमी मिळते. विविध देशांमधून होणाऱ्या अशा अभ्यासातून शेतकऱ्यांची मानसिकता समजते. शेतकऱ्याचे पर्यावरणाविषयीचे ज्ञान-आकलन कसे आहे, किती आहे आणि त्याचा शेतीवर परिणाम कसा होतो हे कळू शकते. नियोजनकर्ते, तज्ज्ञ यांना वैयक्तिक, सामूहिक व सामाजिक पातळीवर कोणत्या स्वरूपाच्या मार्गदर्शनाची गरज आहे ते समजते. वर्तनाभिमुख अभ्यासासाठी प्रथम गावपातळीवरील भूमिउपयोजन नकाशे,

पीकपद्धती, घेतली जाणारी पिके, मृदेची उत्पादकता, पाणी परिस्थिती अशी अनेक प्रकारची माहिती संकलित करावी लागते. त्याचबरोबर शेतकऱ्यांशी संवाद, प्रश्नावली भरून घेणे इत्यादी केले जाते. वास्तव समजल्याने अशा प्रकारचा अभ्यास अधिक उपयुक्त ठरतो. शेती व्यवसायातील आपत्ती दूर करण्यास साहाय्य होते म्हणून या प्रकारच्या अभ्यासास महत्त्व प्राप्त होत आहे.

**आंतरविद्याशाखीय दृष्टिकोन अभ्यासपद्धती**

भूगोल ही ज्ञानशाखा वैज्ञानिक बैठक लाभलेली परंतु प्रकर्षाने आंतरविद्याशाखीय स्वरूपाची आहे म्हणून कृषी भूगोलातही असा दृष्टिकोन असल्याने ही अभ्यासपद्धती निर्माण झाली. वनस्पतिशास्त्र, प्राणिशास्त्र, अर्थशास्त्र, कृषिअभियांत्रिकी, समाजशास्त्र, इतिहास इत्यादी विद्याशाखांची पार्श्वभूमी असणे कृषी भूगोलाच्या अभ्यासकाला आवश्यक असते; इतर विद्याशाखांमधूनही या प्रकारचा कल दिसून येतो; म्हणूनच कृषी–अर्थशास्त्र, कृषी–समाजशास्त्र, कृषी–विज्ञान अशा आंतरविद्याशाखा प्रगत होत आहेत. आंतरविद्याशाखीय स्वरूपाच्या अभ्यासामुळे एकात्मिक प्रादेशिक नियोजन, मागास प्रदेशांचे नियोजन, मार्गदर्शक तत्त्वे, मापदंड तयार करण्यासाठी कृषी भूगोलतज्ज्ञांना खूप मदत होते. निरनिराळ्या विषयाच्या साहचर्यातून अधिक दृढ, सर्वंकष व उपयुक्त निकष तयार होतात व निर्णयप्रक्रिया सुकर होते.

परंतु, अशा प्रकारच्या अभ्यासास समूह वा गट आवश्यक असतो. त्यामुळे संघटनवृत्ती असावी लागते. क्वचित अशा स्वरूपामुळे अभ्यासास कालावधी व खर्च अधिक लागू शकतो. शेती व पर्यावरण यासाठी अशा एकत्रित अभ्यासाचे महत्त्व वाढत आहे.

❒

प्रकरण २

# शेती : विशेष महत्त्व

---

(अ) उष्णकटिबंधाचे स्थान व विस्तार
(ब) भारतीय अर्थव्यवस्थेतील शेतीचे महत्त्व

---

जगातील प्रत्येक देशात शेती हा महत्त्वपूर्ण व्यवसाय आहे. अन्न, वस्त्र, निवारा या मूलभूत गरजांशिवाय इतर अनेक बाबतीत माणूस शेतीवर अवलंबून असतो. भटके जीवन संपुष्टात येऊन स्थिर स्वरूपाच्या स्थायी जीवनाचा प्रारंभ केवळ शेतीमुळे झाला. भटक्या स्थितीतील मानवी समूह अन्न संकलन, शिकार, मासेमारी करण्यासाठी भटकत असत; परंतु, अशा स्थितीतही समूहातील स्त्रिया, लहान मुले, वृद्ध, आजारी व्यक्ती काही दिवस झाडांच्या आडोशाला किंवा गुहेत, खडकांच्या कपारीत राहत असत; अशा वास्तव्याच्या काळात केलेल्या निसर्ग निरीक्षणातून शेतीचा शोध लागला. इतस्तत: पडलेल्या फळांमधील बिया, वनस्पतींच्या फांद्या, मुळे यातूनच काही काळाने नवीन रोपे उगवतात व कालांतराने पूर्ण वाढतात असे महत्त्वाचे निरीक्षण स्त्रियांनी केले. वास्तव्याच्या ठिकाणी काही जागा स्वच्छ करून त्यांनी बिया रोवून लावल्या तर त्यातून त्याच प्रकारची वनस्पती उगवते असे दिसून आले. स्त्रियांनी शेतीचा शोध लावला हे आता सिद्ध झाले आहे.

उष्णकटिबंधीय प्रदेशात वर्षभर वनस्पती वाढीयोग्य तपमान, आर्द्रता व पर्जन्य

तसेच मृदा असल्याने शेतीची उत्पत्ती व विकास झाला. त्यादृष्टीने उष्णकटिबंधाचे स्थान, विस्तार, विविध देश यांची माहिती होणे आवश्यक ठरते.

### (अ) उष्णकटिबंधाचे स्थान व विस्तार

पृथ्वीपृष्ठभागाचा जवळपास ४५ टक्के भाग उष्णकटिबंधात आहे. त्यातील तीन चतुर्थांश क्षेत्र महासागर, समुद्र, आखाते यांनी व्यापलेले असून खंडाचा म्हणजे पर्यायाने जमिनीचा भाग एक चतुर्थांश इतका आहे. पृथ्वीपृष्ठभागाला मिळणाऱ्या सौर ऊर्जेनुसार उष्णतेचे पूर्व-पश्चिम प्रदेश किंवा पट्टे निर्माण झाले आहेत. त्यातील उष्णकटिबंधीय प्रदेश हा सर्वात महत्त्वाचा पट्टा आहे.

विषुववृत्तापासून ३०° उत्तर अक्षवृत्त व ३०° दक्षिण अक्षवृत्त या दरम्यानच्या प्रदेशास उष्णकटिबंध (Tropics) असे संबोधले जाते. हवामानातील बदल हळूहळू होत असल्याने, विषुववृत्तापासून कर्कवृत्त व मकरवृत्तापर्यंतच्या प्रदेशात सूर्यकिरण लंबरूप पडत असले तरी त्या पलीकडील लगतच्या प्रदेशात जवळपास लंबरूप किरण, व्यापक जमिनीचे क्षेत्र व उन्हाळ्यातील मोठे दिनमान यामुळे तपमान जास्त असते म्हणून उष्णकटिबंधाचा विस्तार विषुववृत्ताच्या दोन्ही बाजूस ३०° पर्यंत मानण्यात येतो. अशा या व्यापक व विस्तृत अक्षवृत्तीय पट्ट्याचे तपमान, आर्द्रता व पर्जन्य यानुसार तीन विभाग केले जातात.

**आकृती २.१ उष्णकटिबंधीय स्थान व विस्तार**

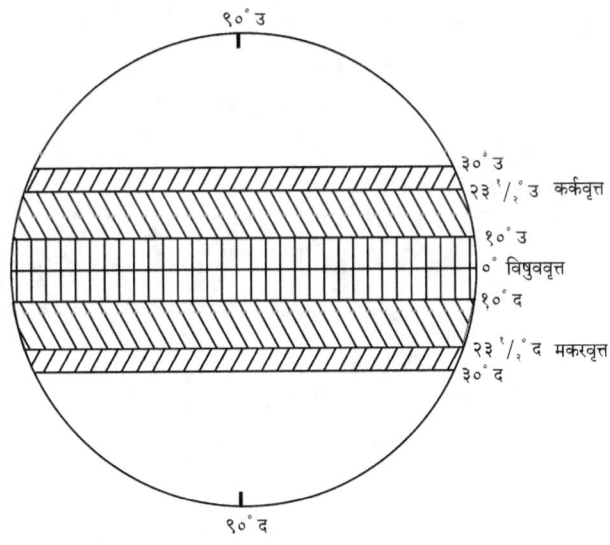

## नकाशा क्र. २.१ उष्णकटिबंधीय प्रदेश व देश

उष्णकटिबंधीय प्रदेश व देश

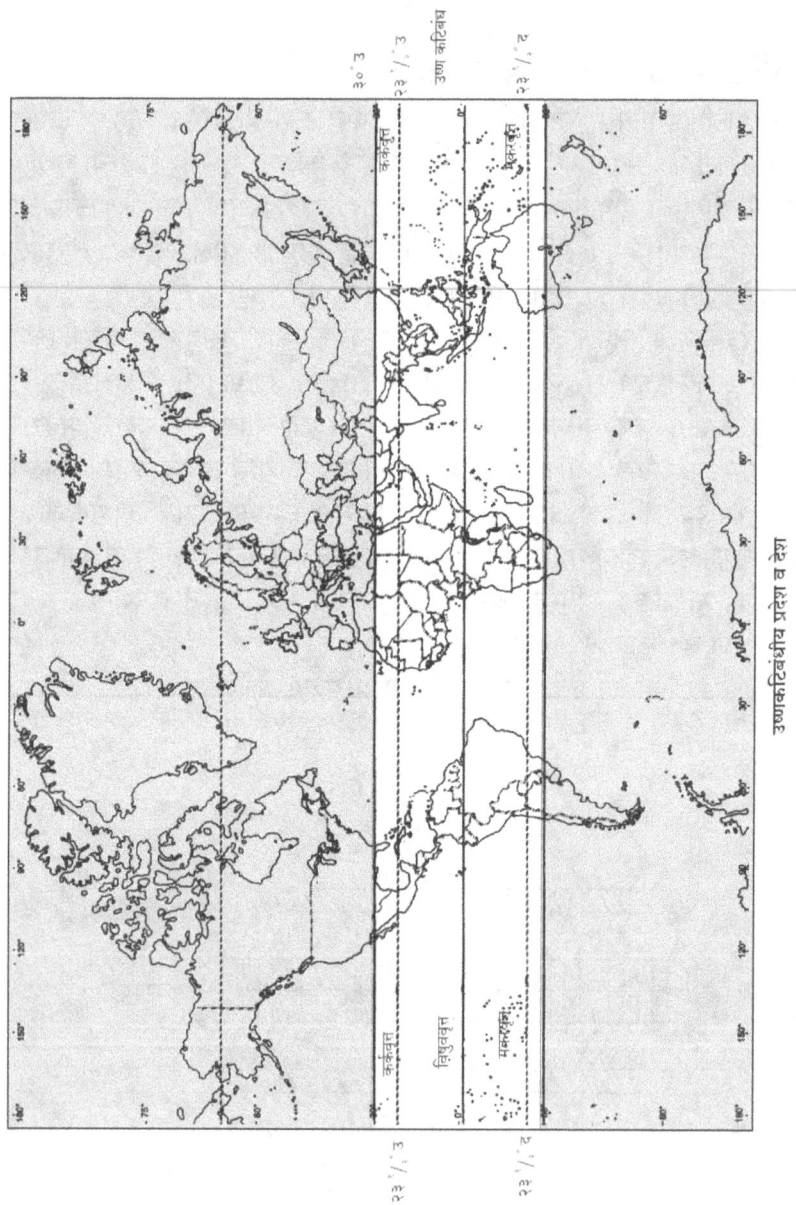

(अ) विषुववृत्तीय प्रदेश (Equatorial Region) – ०° ते १०° उत्तर व दक्षिण अक्षवृत्त या दरम्यानचा प्रदेश.

(ब) उष्णकटिबंध (Tropics) – १०° उत्तर ते २३$\frac{1}{2}$° उत्तर अक्षवृत्त (कर्कवृत्त) आणि १०° दक्षिण ते २३$\frac{1}{2}$° दक्षिण अक्षवृत्त (मकरवृत्त)

(क) उपोष्ण प्रदेश (Subtropical Region) – २३$\frac{1}{2}$° उत्तर ते ३०° उत्तर अक्षवृत्त आणि २३$\frac{1}{2}$° दक्षिण ते ३०° दक्षिण अक्षवृत्त.

म्हणजेच विषुववृत्ताच्या दोन्ही बाजूस तीस अंशाच्या अक्षवृत्तांपर्यंतचा प्रदेश उष्णकटिबंधात समाविष्ट होतो. आकृती क्र. २.१ मध्ये दर्शविलेल्या पट्ट्यात येणारी खंडे व त्यातील प्रदेश तक्ता २.१ मध्ये दर्शविले आहेत.

**तक्ता २.१ उष्णकटिबंधीय देश**

| अ.क्र. | खंड | देश |
|---|---|---|
| १. | आशिया | सौदी अरेबिया, ओमान, येमेन, यु.ए.ई., कुवेत, द. इराण, पाकिस्तान, भारत, श्रीलंका, बांगलादेश, म्यानमार, थायलंड, व्हिएतनाम, लाओस, कंबोडिया, मलेशिया, फिलिपिन्स, इंडोनेशिया, पापुआ न्यू गिनी, मध्य व दक्षिण चीन, तैवान, मलद्विज्. |
| २. | आफ्रिका | मध्य व द. इजिप्त, द. लिबिया, द. अल्जेरिया, प. सहारा, माली, सेनेगल, नायजर, चाड, सुदान, इथियोपिया, सोमालिया, केनिया, युगांडा, सेंट्रल आफ्रिकन रिपब्लिक, कॅमेरुन, नायजेरिया, घाना, आयव्हरीकोस्ट, बेनीन, लायबेरिया, सिएरालोन, द. गॅम्बिया, गिनी, कांगो, झैरे, गॅबॉन, बुरुंडी, रवांडा, टांझानिया, झिम्बाब्वे, अंगोला, झांबिया, मोझांबिक, नॅमिबिया, साऊथ आफ्रिका, स्वाझीलँड, बोट्सवाना, लेसिथो, मादागास्कर बेटे, सेशेल्स बेटे, मॉरीशस द्विपसमूह, कॅनरी बेटे |

| | | |
|---|---|---|
| ३. | द. अमेरिका | कोलंबिया, व्हेनेझुएला, गयाना, फ्रेंच गयाना, सुरिनाम, ब्राझील, पेरू, बोलीव्हिया, इक्वेडोर, पॅराग्वे, उत्तर चिली, उत्तर व मध्य अर्जेंटिना. |
| ४. | मध्य अमेरिका<br><br>कॅरिबियन द्विपसमूह | मेक्सिको, ग्वाटेमाला, एल सॅल्व्हाडोर, निकाराग्वा, होंडूरास, कोस्टारिका, पनामा.<br>क्यूबा, जमाईका, हैती, डॉमीनिकन रिपब्लिक, पोर्टोरिको (यु.एस.ए.) ग्वादेलुपे, बार्बाडोस, त्रिनिदाद, टोबॅगो, मार्टीनिक. |
| ५. | पॅसिफिक महासागरी द्विपसमूह | हवाई बेटे (यु.एस.ए.), गॅलॉपगॉस, सॅमोआ, फ्रेंच पॉलीनेशिया, फिजी, टोंगा, कूक, मार्शल, सॉलोमन, गुआम |
| ६. | ऑस्ट्रेलिया | दक्षिण ऑस्ट्रेलिया वगळता उर्वरित ऑस्ट्रेलिया. |

वरील तक्त्यावरून असे दिसून येते की, उष्णकटिबंधीय प्रदेशात आफ्रिका व आशिया खंडातील सर्वाधिक क्षेत्र व पर्यायाने देश समाविष्ट होतात. ब्राझील, भारत व ऑस्ट्रेलिया हे मोठ्या भौगोलिक क्षेत्रफळाचे देश आहेत तर काही फिजी, टोंगा, मालदीव सारखी बेटे अत्यंत कमी क्षेत्रफळाची आहेत. युरोप खंड वगळल्यास इतर सर्व खंडांचा काही भाग उष्णकटिबंधात समाविष्ट होतो.

### हवामान

शेतीच्या दृष्टीने हवामान हा महत्त्वाचा मूलभूत घटक आहे. उष्णकटिबंधीय प्रदेशात वर्षभर तपमान, आर्द्रता व पर्जन्य वनस्पती वाढीस अनुकूल आढळतात. त्यामुळे शेती व्यवसाय महत्त्वपूर्ण ठरला आहे. या प्रदेशात पुढील हवामान प्रकार आढळतात.

**विषुववृत्तीय उष्ण, सम, दमट हवामान** – विषुववृत्तापासून १०° उत्तर व १०° दक्षिण अक्षवृत्तीय पट्ट्यात या प्रकारचे हवामान आढळते. वर्षभर सूर्यकिरण लंबरूप पडत असल्याने तपमान २५° सें. ते २७° सें. दरम्यान असते. दैनंदिन व वार्षिक तपमान कक्षा कमी असते. तसेच वर्षभर पाऊस पडत असल्याने हवामान उष्ण, सम, दमट

असते. पावसाचे प्रमाण सरासरी २०० सें.मी. इतके असून तो अभिसरण पर्जन्य प्रकारचा असतो. इंडोनेशिया, द. श्रीलंका, आफ्रिकेतील कांगो, गॅबॉन, झैरे, युगांडा, टांझानिया, केनिया, रवांडा, बुरुंडी हे देश, द. अमेरिकेतील कोलंबिया, इक्वेडोर, सुरीनाम, गयाना व ब्राझिलमधील ॲमेझॉन नदी खोरे यांचा या हवामान विभागात समावेश होतो.

**मोसमी हवामान** –उष्णकटिबंधातील मोसमी हवामान प्रकार वैशिष्ट्यपूर्ण असून, त्यास 'इंडियन मॉन्सून क्लायमेट' असेही म्हणतात. उन्हाळा, पावसाळा व हिवाळा असे तीन ऋतू या प्रदेशात आढळतात. उन्हाळ्याच्या उत्तरार्धात नैऋत्य मोसमी वाऱ्यांपासून बहुतांश पाऊस पडतो. हा पाऊस प्रतिरोध पर्जन्य म्हणून संबोधला जातो. भारतीय उपखंडातील देश (भारत, पाकिस्तान, म्यानमार, श्रीलंका, बांगलादेश, नेपाळ, भूतान), थायलंड, व्हिएतनाम, कंबोडिया, लाओस, दक्षिण चीन, फिलिपिन्स यांचा यात समावेश होतो. दाट लोकसंख्या, कृषिप्रधान अर्थव्यवस्था यामुळे शेतीच्या दृष्टीने या हवामानाचे महत्त्व अनन्यसाधारण आहे.

**उष्णकटिबंधीय उष्ण कोरडे हवामान (वाळवंटी प्रदेश)** – उष्ण-कटिबंधातील खंडांच्या पश्चिम भागात २०° अक्षवृत्ताच्या आसपासच्या व्यापक प्रदेशात उष्ण, विषम व कोरडे हवामान आढळते. पावसाचे प्रमाण २५ सें.मी. पेक्षा कमी असल्याने यास उष्ण वाळवंटी प्रदेश असेही म्हणतात. आफ्रिकेतील सहारा कलहारी व नामिब वाळवंटे, भारत–पाकिस्तानातील थरचे वाळवंट, सौदी अरेबिया व दक्षिण इराणमधील वाळवंट, दक्षिण अमेरिकेतील अटाकामा वाळवंट, ऑस्ट्रेलियातील ग्रेट ऑस्ट्रेलियन डेझर्ट यांचा यात समावेश होतो. या प्रदेशातील शेती नदीखोऱ्यांमध्ये व ओॲसिस या विशेष तळ्यांच्या क्षेत्रात आढळते.

**उष्णकटिबंधीय गवताळ प्रदेश** – उष्णकटिबंधातील उष्ण, विषम व मध्यम ते कमी पर्जन्याच्या विभागात गवत ही प्रमुख वनस्पती असल्याने या हवामान विभागास सुदान गवताळ प्रदेश असे म्हटले जाते. आफ्रिकेतील सुदान, दक्षिण अमेरिकेतील लॅनोज व कॅम्पोज आणि ऑस्ट्रेलियातील मरे–डार्लिंग व डाउन्स गवताळ प्रदेश यांचा यात समावेश होतो.

विषुववृत्तीय आर्द्र हवामान व वाळवंटी शुष्क (कोरडे) हवामान या दरम्यानचा हा संक्रमणपट्टा म्हणूनही हा प्रदेश ओळखला जातो.

**पर्वतीय हवामान** – उष्णकटिबंधातील पर्वतीय प्रदेशात उंचीनुसार हवामान बदलत जाते त्याचा यात समावेश होतो. हिमालय, हिंदुकुश, आराकान योमा, आफ्रिकेतील किलीमांजारो, द. अमेरिकेतील अँडिज, इंडोनेशियातील पर्वतश्रेणी यांचा यात समावेश होतो.

## नकाशा क्र. २.२ विषुववृत्तीय उष्ण दमट हवामान प्रदेश

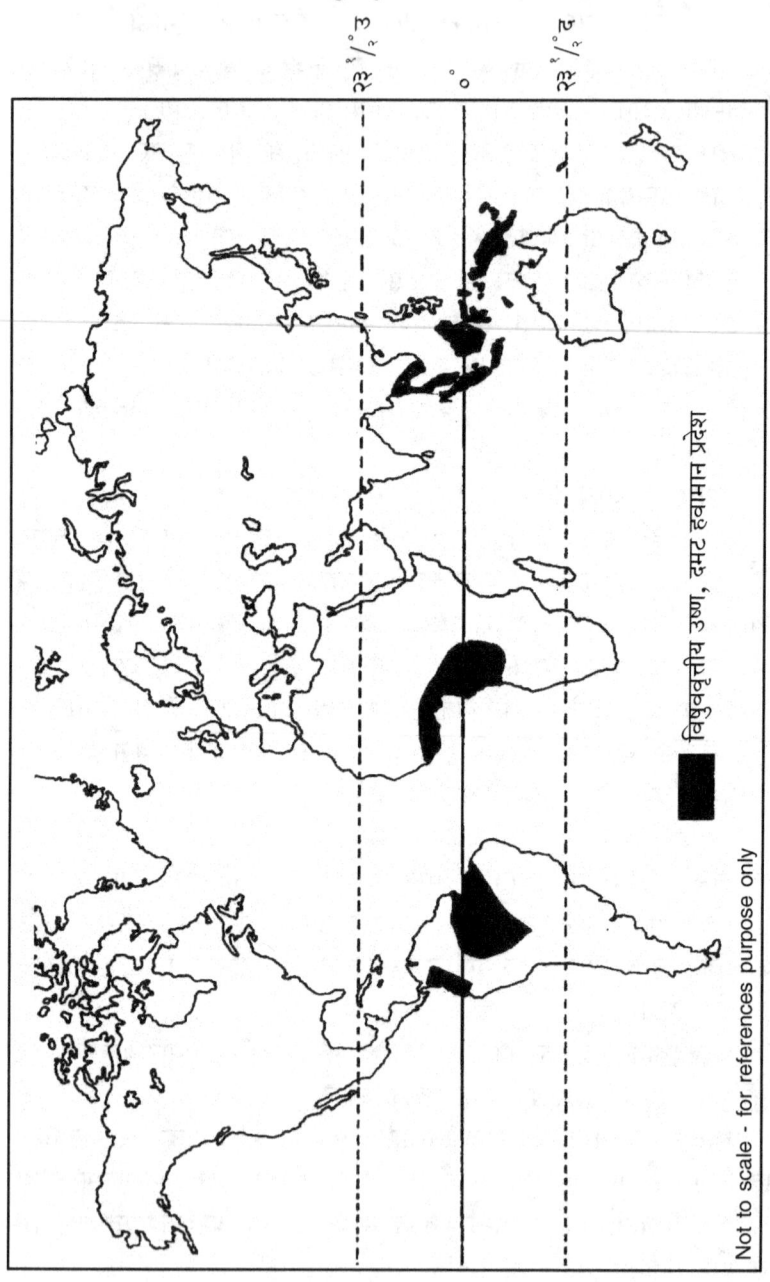

विषुववृत्तीय उष्ण, दमट हवामान प्रदेश

Not to scale - for references purpose only

नकाशा क्र. २.३ सुदान आणि मोसमी हवामान प्रदेश

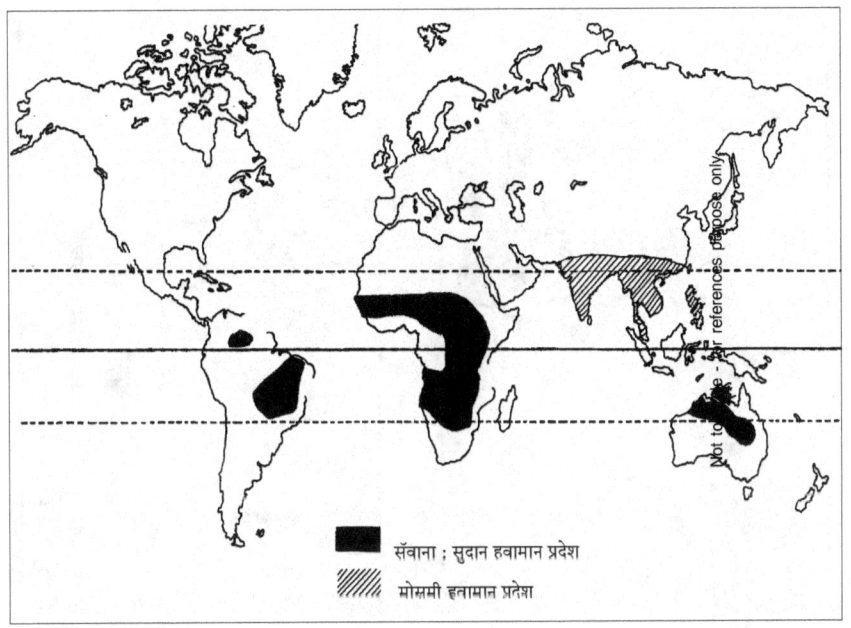

सॅवाना ; सुदान हवामान प्रदेश
मोसमी हवामान प्रदेश

## नकाशा क्र. २.४ उष्ण कटिबंधीय वाळवंटी प्रदेश

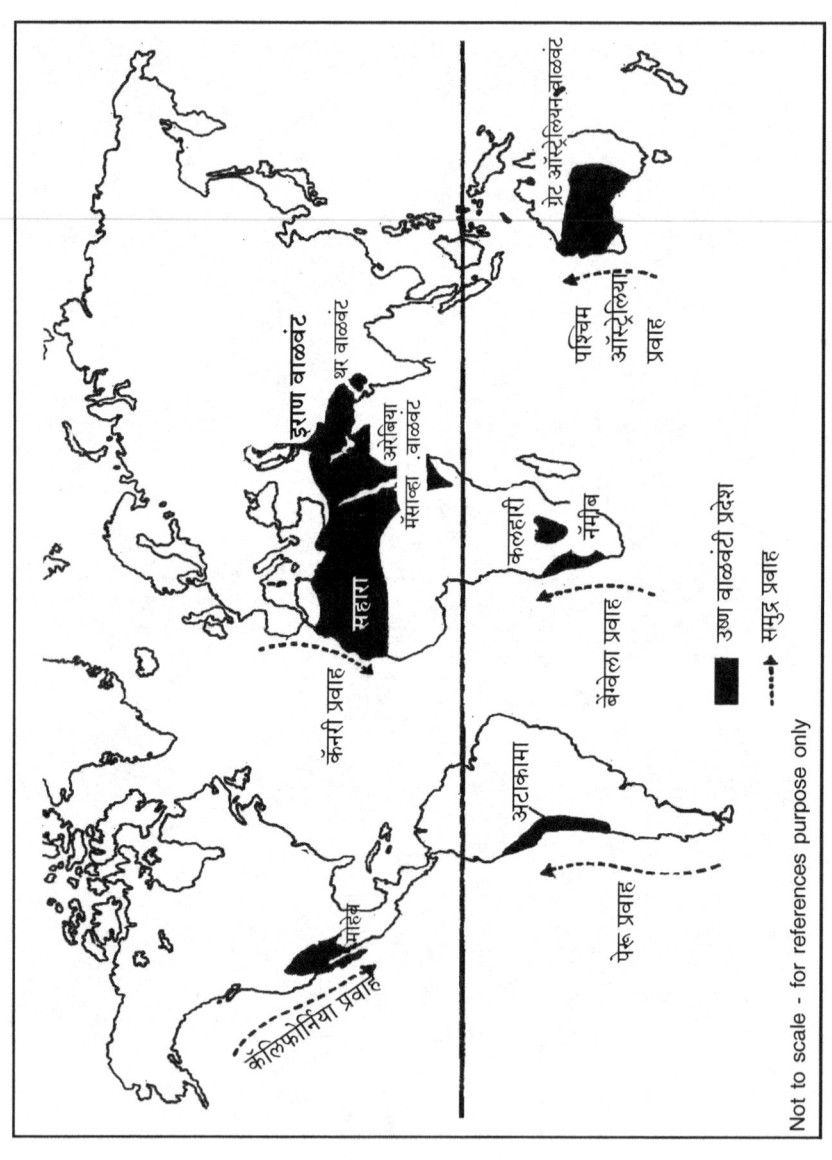

सॉर (Sauer) या अमेरिकी कृषितज्ज्ञांच्यामते शेतीची उत्पत्ती डोंगरपायथ्याच्या सौम्य उताराच्या भागात झाली. शेतीचे उत्पत्तिस्थान एक नसून जगाच्या निरनिराळ्या भागात शेतीला प्रारंभ झाला; परंतु, त्यातील बहुतांश स्थाने उष्णकटिबंधातच आहेत.

रशियन जैविक भूगोलतज्ज्ञ वॅविलॉव (vavilov) यांनी १९५०च्या सुमारास 'शेतीची उत्पत्ती स्थाने व विस्तार' अशा शीर्षकाच्या लेखात विस्तृत विवेचन केले आहे. त्यांच्या मते जगात आठ प्रमुख व एक स्पेशल अशी नऊ शेती उत्पत्ती स्थाने आहेत. त्यातील दक्षिण-पश्चिम आशिया हे सर्वात प्राचीन म्हणजे आठ हजार ते दहा हजार वर्षांपूर्वीचे उत्पत्तिस्थान आहे.

**तक्ता क्र. २.२**

**उष्णकटिबंधीय शेती उत्पत्तिस्थान, समाविष्ट देश व पिके**

| **शेतीउत्पत्ती स्थान** (Genecentre) | **समाविष्ट देश** | **लागवडीयोग्य पिके** |
|---|---|---|
| १. दक्षिण-पश्चिम आशिया (ख्रिस्तपूर्व) (८०००-१०,०००) | आशिया मायनर व लगतचा युरोप लेव्हंट कोस्ट, अनाटोलिया पॅलेस्टाईन, इस्राईल, जॉर्डन, लेबेनॉन, सिरिया, इराण, इराक, सौदी अरेबिया द्विपकल्प, इजिप्त, सायप्रस | गहू, बार्ली, एमर, इंकॉर्न वाटाणे, मसूर, घेवडा, जवस, कलिंगडवर्गीय भाज्या व फळे, खजूर, द्राक्षे, सफरचंदवर्गीय फळे |
| २. दक्षिण-पूर्व आशिया (ख्रिस्तपूर्व) (९०००-४५००) | भारत, पाकिस्तान, बांगलादेश श्रीलंका, म्यानमार, थायलंड, लाओस, कंबोडिया, व्हिएतनाम, मलेशिया, इंडोनेशिया, फिलिपिन्स | भात, ऊस, चहा, नारळ, आंबा, केळी, बांबू, काकडीवर्गीय वेली फळे, लेग्यूम्स. |
| ३. आफ्रिकी जिनसेंटर (ख्रिस्तपूर्व ५००० वर्षे) | नाईल नदीखोरे, इथियोपिया पश्चिम आफ्रिका | कापूस, गहू, बार्ली, तेल्याताड, ज्वारी, कॉफी, एरंड, मेलॉन्स, जवस. |

| | | |
|---|---|---|
| ४. दक्षिण अमेरिकी जिनसेंटर (ख्रिस्तपूर्व ७०००-३५०० वर्षे) | पेरू, इक्वेडोर, ब्राझील, चिली बोलिव्हिया, अर्जेंटिना | कंद पिके- मॅनिटॉक, आरारूट, रताळे, बटाटे, उलुको, लायमाबीन्स, टोमॅटो, भोपळेवर्गीय |
| ५. मध्य अमेरिकी जिनसेंटर (ख्रिस्तपूर्व ३५०० वर्षे) | मेक्सिको, ग्वाटेमाला, कोस्टारिका, होंडूरास, निकाराग्वा, एल सॅल्व्हाडोर पनामा. | मका, कोको, अवाकाडो राजमा-चवळी, टोमॅटो, मिरची, सूर्यफूल, तंबाखू |
| ६. स्पेशल जिनसेंटर (ख्रिस्तपूर्व ३००० वर्षे) | सिंधू नदी खोरे खंबात आखाती प्रदेशातील लोथल (भारत-पाकिस्तान) | भात, ऊस, आंबा, कडधान्यवर्गीय पिके |

वरील तक्त्यावरून असे दिसून येते की, प्रचलित पिकांपैकी अनेक पिकांचे मूलस्थान उष्णकटिबंधात आहे; त्यावरून उष्णकटिबंधातील शेतीचे प्राचीन काळापासून असलेले महत्त्व अधोरेखित होते.

**उष्णकटिबंधीय शेतीचे विशेष महत्त्व खालील वैशिष्ट्यांवरून स्पष्ट होते –**

१. उष्णकटिबंध म्हणजे निर्वाही शेती. निर्वाही शेतीचे बहुतांश क्षेत्र उष्णकटिबंधातच आहे. निर्वाह शेती हे उष्णकटिबंधातील शेतीचे मर्मस्थान आहे.

२. उष्णकटिबंधातील बहुतांश देश कृषिप्रधान अर्थव्यवस्था असलेले आहेत.

३. धान्यपिके, कडधान्ये-डाळी, चारापिके, नगदीपिके अशी पिकांची विविधता दिसून येते.

४. अनेक देशांमधील लोकांचा शेती हाच प्रमुख व्यवसाय व मूलाधार आहे.

५. या प्रदेशातील शेती श्रमाधारित आहे. पशुधनाचा वापर, कुशल-अकुशल स्वस्त मनुष्यबळ व शेताचे मर्यादित आकार यामुळे श्रमशक्ती महत्त्वाची आहे; या क्षेत्रामुळे रोजगार निर्माण होतो.

६. प्राचीन प्राथमिक शेती प्रकाराबरोबरच आधुनिक व्यापारी यंत्राधारित शेतीही या प्रदेशात आढळते. उदा. भटकी किंवा स्थलांतरित शेती व निर्वाही शेती; या प्राथमिक शेतीप्रकाराप्रमाणेच मळ्याची शेती व व्यापारी धान्यपिकांची शेती हे आधुनिक शेती प्रकार आढळतात.

७. या कटिबंधात कृषिउद्योगांचा विकास व भरभराट आढळते. साखर उद्योग, सूतिवस्त्रोद्योग ही त्याची प्रमुख उदाहरणे आहेत.

८. भारत, ऑस्ट्रेलिया, ब्राझील, फिलिपिन्स, द. चीन या देशांमध्ये शेतीचे आधुनिकीकरण होत आहे. हरितक्रांतीचे तत्त्व, जैवतंत्रज्ञानाचा वापर यांमुळे उत्पादन वाढ होत आहे.

९. जागतिकीकरण, मुक्त व्यापार यामुळे काही समस्या निर्माण होत असल्या तरी दक्षिण आशियास्थित 'सार्क' सभासद राष्ट्रे, ब्राझील, चीन व भारत या देशांच्या दरम्यान सहकार्य वाढीस लागले असून, कृषिउत्पादनांचा व्यापार मोठ्या प्रमाणावर होत आहे. तांदूळ, चहा, कॉफी, मसाल्याचे पदार्थ, नारळ, आंबा, अननस यांचा निर्यातीत मोठा वाटा आहे.

१०. आग्नेय आशियातील थायलंड, व्हिएतनाम, लाओस, कंबोडिया आणि फिलिपिन्स या देशांमध्ये तांदळाचे भरपूर उत्पादन होते, तसेच तांदळाची जगभर निर्यात होते म्हणून या प्रदेशास 'राईस बाऊल ऑफ दी वर्ल्ड' म्हणतात.

११. ऑस्ट्रेलिया व अर्जेंटिना या दक्षिण गोलार्धातील उष्णकटिबंधीय देशांमधून गव्हाची निर्यात होते.

## (ब) भारतीय अर्थव्यवस्थेतील शेतीचे महत्त्व

भारतीय अर्थव्यवस्थेत शेती हा मूलाधार आहे. भारतातील शेती व्यवसायातून अन्न, चारा व इतर कच्चा माल मोठ्या प्रमाणावर मिळत असल्याने आर्थिक प्रगतीत शेतीचे स्थान अनन्यसाधारण आहे. बिगर शेती उत्पादनांना व सेवांना शेतीक्षेत्र म्हणजे मोठी बाजारपेठ आहे. कृषिउत्पादनांमुळे ग्रामीण व नागरी प्रदेश एकमेकांना जोडले जातात.

भारतीय शेतीचे अर्थव्यवस्थेतील महत्त्व पुढील बाबींवरून स्पष्ट होते.

## (१) शेतीचे अर्थव्यवस्थेतील मध्यवर्ती स्थान

भारतीय अर्थव्यवस्थेत शेतीला मध्यवर्ती स्थान आहे. १९५०-५१ मध्ये शेती व शेतीपूरक क्षेत्राचा एकूण राष्ट्रीय उत्पन्नातील (GDP) वाटा जवळपास ५८ टक्के होता; पण त्यानंतरच्या काळात औद्योगिक व सेवाक्षेत्राची वाढ व विस्तार झाल्याने पर्यायाने शेतीक्षेत्राचा राष्ट्रीय उत्पन्नातील वाटा कमी होत गेला व सध्या तो १८ टक्के एवढा आहे; शिवाय शेतीक्षेत्रातील वृद्धीचा दर एक टक्क्यापेक्षा कमी झाला आहे. शेती उत्पादन वाढले असूनही लोकसंख्यावाढ व इतर व्यवसाय क्षेत्रांचा विकास यामुळे शेतीक्षेत्राचा वाटा घटता दिसत असूनही अर्थव्यवस्थेतील शेतीचे स्थान मध्यवर्तीच आहे. शेतीतील

यश–अपयशानुसार अर्थव्यवस्थेचा लंबक झुलत असतो. अर्थव्यवस्थेचा मानवी चेहरा शेतीच्या स्थितीवरून प्रतित होतो असे म्हटले जाते.

## (२) रोजगार निर्माणक्षम क्षेत्र

भारतीय शेती श्रमावर आधारित असल्याने खूप मोठ्या लोकसंख्येस हे क्षेत्र रोजगार प्राप्त करून देते. शेती व्यवसाय वर्षानुवर्षे सातत्याने चालणारा व्यवसाय असल्याने ते एक रोजगाराभिमुख क्षेत्र आहे. शेतीतील श्रमिकांमध्ये स्त्री-श्रमिकांचे प्रमाण लक्षणीय आहे. एका अंदाजानुसार स्त्री-श्रमिकांचे प्रमाण ३० टक्के आहे. स्त्री-शेतमजूर, स्त्री-शेतकरी आणि शेतीतील कुटुंबाचा सहभागी घटक म्हणून स्त्रिया शेतीत कामे करतात. भात व कापूस यासारख्या पिकांच्या लावणीपासून तोडणी-वेचणीपर्यंतची कामे मुख्यत: स्त्रिया करतात. पुरुषांना रोजगारासाठी इतर क्षेत्र उपलब्ध झाल्याने शेतीतील स्त्री रोजगाराचे प्रमाण वाढले आहे. एका पाहणीनुसार एक हेक्टर क्षेत्रफळाच्या शेतात पुरुष वर्षाला १२१२ तास, बैलजोडी १०६४ तास आणि स्त्रिया ३५०० तास काम करतात. गेल्या काही वर्षांत भारतीय शेती समस्याग्रस्त झाल्याने रोजगार निर्मिती कमी होत आहे. तरीही एकूण लोकसंख्येच्या ५७% लोकसंख्या या व्यवसायात असल्याने अर्थव्यवस्थेत शेतीला मोलाचे स्थान आहे.

## (३) मोसमी पावसावर आधारित शेती –

भारत उष्णकटिबंधीय मोसमी हवामान विभागातील देश असल्याने वर्षभर शेतीस अनुकूल हवामान असते. देशातील एकूण लागवडीखालील क्षेत्रापैकी ६०% पेक्षा अधिक क्षेत्र कोरडवाहू शेतीचे असल्याने बहुतांश शेती मोसमी पावसावर अवलंबून आहे. भारतात वार्षिक सरासरी ११० सें.मी. पाऊस पडतो; परंतु त्याचे प्रादेशिक वितरण असमान आहे. तसेच मोसमी पाऊस चलनक्षम असल्याने त्याचा परिणाम कृषिउत्पादनावर होतो. चांगला पाऊस झाल्यास कृषिउत्पन्न वाढते, उद्योगांना चालना मिळते व रोजगार वाढतो; परंतु पाऊस कमी पडल्यास किंवा अवकाळी पाऊस झाल्यास कृषिउत्पादन घटते व त्याचा अर्थव्यवस्थेवर विपरीत परिणाम होतो; म्हणूनच भारतीय शेती हा मान्सूनवर आधारलेला जुगार आहे असे म्हटले जाते.

## (४) शेतीप्रकार

भारतात शेतीचे विविध प्रकार आढळतात. स्थलांतरित किंवा भटकी शेती, सघन निर्वाही शेती, कोरडवाहू शेती, मळ्याची शेती हे देशातील प्रमुख शेतीप्रकार

आहेत. ज्या भागात शेतीचे आधुनिकीकरण झाले आहे तेथे मंडई बागायती, कॉन्ट्रॅक्ट फार्मिंग, गट शेती, पॉली हाउस शेती व त्याचबरोबर शेतीपूरक व्यवसाय विकसित झाले आहेत. 'परंपरागत शेती' व 'आधुनिक शेती' असे शेतीचे स्वरूप झाले आहे.

### (५) पीक वैविध्य

भारतात वर्षभर पीकवाढीचा काळ उपलब्ध असल्याने आणि हवामान व मृदा यात विविधता असल्याने प्रत्येक शेतकरी विविध पिकांचे उत्पादन घेतो. धान्यपिके, चारापिके, कडधान्ये, तेलबिया, मसाल्याची पिके, अखाद्य पिके, नगदी पिके, फळे व भाजीपाला अशी पिकांची विविधता दिसून येते; यामुळे शेतकऱ्यास आर्थिक स्थैर्य मिळते व कुटुंबाच्या आहारविषयक गरजांचीही पूर्तता होते. एकपीक शेतीपेक्षा बहुपीक पद्धती हे भारतीय शेतीचे व्यवच्छेदक लक्षण आहे.

देशाच्या विविध भागात भौगोलिक परिस्थितीनुसार शेतीचे तीन हंगाम आहेत. खरीप, रबी व झैद असे तीन हंगाम असून पाण्याच्या उपलब्धतेनुसार विशिष्ट हंगामात विशिष्ट पीकसमूह विकसित झाले आहेत. हरितक्रांती, जैवतंत्रज्ञान, साठवणूक व प्रक्रिया-तंत्राचा विकास यामुळे उत्पादनवाढ दिसून येते.

### (६) कृषिउत्पादने व निर्यात

भारतीय निर्यातीत कृषिमालाचा वाटा लक्षणीय आहे. एकूण निर्यातीत कृषी मालाचा वाटा १४ टक्के आहे. यामुळे परकीय चलन मिळत असल्याने अर्थव्यवस्थेत या निर्यातीस मोलाचे स्थान आहे. चहा, कॉफी, मसाल्याचे पदार्थ, आंबा, द्राक्षे, काजू, साखर, कापूस, तंबाखू या कृषीमालाची निर्यात प्रामुख्याने होते. मध्यपूर्वेतील देश, सिंगापूर, यु.एस.ए., जर्मनी, इटली व यु.के. या देशांना ही निर्यात प्रामुख्याने होते.

वरील विवेचनावरून भारतीय शेतीचे अर्थव्यवस्थेतील महत्त्वपूर्ण स्थान स्पष्ट होते; परंतु त्याचबरोबर भारतीय शेतीसमोरील आव्हाने लक्षात घेतल्यास त्याचा अर्थव्यवस्थेवर असणारा प्रभाव व परिणाम समजतो.

## भारतीय शेतीसमोरील आव्हाने

भारतात कृषिउत्पादकता कमी आहे. जागतिक कृषीमालाच्या दर हेक्टरी उत्पादकतेशी व गुणवत्तेशी तुलना केल्यास बहुतांश पिकांची उत्पादकता कमी आहे असे दिसून येते. स्वातंत्र्योत्तर काळात हरितक्रांतीच्या अवलंबामुळे उत्पादन वाढ झाली

असली तरी ती जागतिक स्तरावर पोहोचू शकली नाही. शेती सुधार योजना अमलात आलेल्या असूनही जमीनदारी व सावकारी या प्रथांचे उच्चाटन झालेले नाही. पाण्याचा अनियमित पुरवठा, अल्पभूधारकांचे मोठे प्रमाण, भांडवलाचा तुटवडा, कृषिमालाच्या भावाची अनिश्चितता, मर्यादित तंत्रज्ञानाचा वापर यांसारख्या कारणांमुळे तसेच जागतिकीकरण, मुक्त अर्थव्यवस्था यामुळे शेती समस्याग्रस्त झाली असून त्याचे प्रतिबिंब अर्थव्यवस्थेत दिसून येते.

❑

## प्रकरण ३
# उष्णकटिबंधीय प्रदेशातील कृषिनियंत्रक घटक

---

(अ) भौतिक (प्राकृतिक) घटक : भूरचना, हवामान व मृदा

(ब) आर्थिक घटक : भूधारणा, वाहतूक व विपणन

(क) तांत्रिक घटक : जलसिंचन, यांत्रिकीकरण, खते व कीडनाशके

---

शेती हा वर्षानुवर्षे सातत्याने चालणारा व्यवसाय असल्याने त्यावर अनेक घटकांचा कमी-अधिक प्रभाव दिसून येतो. शेती व्यवसायावर त्यांचे लक्षणीय नियंत्रण असल्याने अशा घटकांना 'कृषिनियंत्रक घटक' म्हणतात. १९५० नंतर अशा घटकांचा सविस्तर अभ्यास होऊ लागला. शेती व्यवसायातील प्रादेशिक विभिन्नतेची कारणमीमांसा यामुळे केली जाऊ लागली. या घटकांच्या स्वरूपानुसार शेतीपद्धती, पिकांची निवड, हंगाम, उत्पादकता, गुणवत्ता, विपणन इत्यादी बाबी निश्चित होतात. भौतिक किंवा प्राकृतिक घटक, आर्थिक घटक, तांत्रिक घटक व सामाजिक घटक हे ते चार प्रमुख घटक होत. प्रत्येक घटकाचा कमी-अधिक प्रभाव शेती व्यवसायावर पडत असतो. त्यानुसार कृषिभूमिचित्र निर्माण होते.

**तक्ता ३.१ कृषी नियंत्रक घटक**

**कृषी नियंत्रक घटक**

| **भौतिक घटक** | **आर्थिक घटक** | **तांत्रिक घटक** | **सामाजिक घटक** |
|---|---|---|---|
| भूरचना | भूधारणा | जलसिंचन | रूढी-परंपरा |
| हवामान | वाहतूक | यांत्रिकीकरण | धार्मिकता |
| मृदा | विपणन | खते-कीडनाशके | राहणीमान |

वरील घटकांच्या संयुक्त प्रभावातून शेती उत्क्रांत होत असते.

### (अ) भौतिक (प्राकृतिक) घटक

विविध भौतिक घटकांचे शेतीवर प्रभावी नियंत्रण असते. हेटनर व मॅक्हार्ग यांनी भौतिक किंवा प्राकृतिक घटक जाणून घेऊन समायोजन केल्याशिवाय मानवाला शेती करणे शक्य नाही असे प्रतिपादन केले आहे. भूरचना, हवामान व मृदा हे भौतिक घटकांचे महत्त्वाचे आविष्कार होत.

### भूरचना

समुद्रसपाटीपासूनची उंची, उतार व उंचसखलता या भूरचनात्मक घटकांचा शेतीवर परिणाम होतो. पर्वत, पठारे व मैदाने ह्या तीन ठळक भूरूपांचे शेतीशी निगडित स्वरूप जाणून घेणे महत्त्वाचे ठरते.

### पर्वतीय प्रदेश व शेती

पर्वतीय प्रदेश तसेच डोंगराळ प्रदेश शेतीच्या दृष्टीने फारसा अनुकूल नसतो. कारण समुद्रसपाटीपासूनची उंची जास्त असते. उतार तीव्र असतात व एकूण प्रदेश उंचसखल असतो. उष्णकटिबंधात सौरऊर्जा भरपूर मिळत असली तरी ३५०० मी. पेक्षा अधिक उंचीवर तपमान कमी असल्याने शेती करणे अधिक खर्चाचे व जोखमीचे ठरते; अशा प्रदेशात उतार तीव्र असतात. सहा अंशापेक्षा अधिक उतार शेतीयोग्य नसतात. उंचसखलपणा जास्त असल्याने सलग मोठा शेतीयोग्य जमिनीचा तुकडा उपलब्ध होत नाही; म्हणून पर्वतीय प्रदेशात उतारावरील पायऱ्या-पायऱ्यांची लांबट शेते असतात. फळे, बटाटे, भाजीपाला यांचे उत्पादन प्रामुख्याने घेतले जाते. इंडोनेशिया, मध्यवर्ती श्रीलंका, पूर्व आफ्रिका व भारतातील हिमालय पर्वत व सह्याद्री पर्वतरांगा अशा भागांमध्ये डोंगराळ व पर्वतीय क्षेत्र अधिक असल्याने शेती कमी प्रमाणात केली जाते.

सायमन्स यांच्या मते अधिक उंचीवर तपमान कमी असते; त्यामुळे पिकाच्या वाढीस व पक्वतेस अधिक कालावधी लागतो; पण त्याचबरोबर अधिक उंचीवर आर्द्रता व कार्बनडाय ऑक्साईडचे प्रमाण कमी असल्याने पिकांचे पोषण व्यवस्थित होत नाही; शिवाय मृदा कोरड्या असणे, रात्रीचे तपमान लक्षणीयरीत्या कमी असणे या समस्या असतातच.

पर्वतीय प्रदेशातील उताराचे स्वरूप भिन्न भिन्न असते. सूर्याभिमुख उतार, वातसन्मुख उतार, उताराची दिशा यानुसार शेती क्षेत्र कमी-अधिक उंचीवर असते.

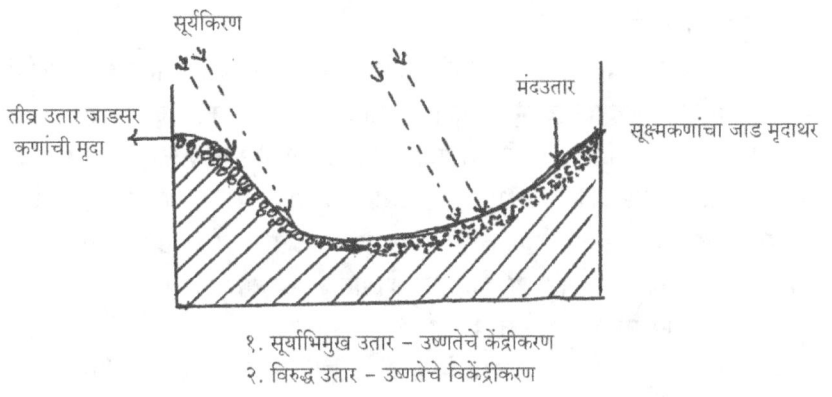

आकृती क्र. ३.१ उतार, मृदाथर व सूर्याभिमुखता

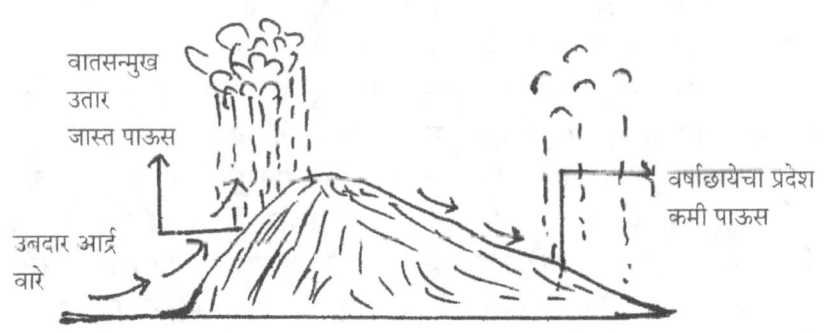

आकृती क्र. ३.२ वातसन्मुख उतार व पर्जन्यप्रमाण

### पठारी प्रदेश व शेती

पठारी प्रदेश सपाट माथ्याचे असल्याने शेतीयोग्य असतात; परंतु, त्यांचे भौगोलिक स्थान महत्त्वपूर्ण ठरते. भारतातील दख्खनचे पठार, ब्राझीलचे पठार, द. चीनचे युनान पठार, म्यानमारमधील शान पठार यांचे स्थान शेतीसाठी अनुकूल असणाऱ्या हवामान विभागात आहे; परंतु, सौदी अरेबिया पठार, इराण पठार हे उष्ण, कोरड्या वाळवंटी हवामान विभागात असल्याने तेथील शेती मर्यादित स्वरूपाची आहे; अशा प्रदेशात मृदाही शेतीयोग्य नसतात.

### मैदानी प्रदेश व शेती

शेती व्यवसायाच्या दृष्टीने मैदानी प्रदेश सर्वाधिक अनुकूल असतात. बहुतांश मैदाने नद्यांनी टाकलेल्या गाळाने बनलेली असतात. पूर मैदाने, त्रिभुज प्रदेश ही त्याची उत्तम उदाहरणे होत. सुपीक, गाळाच्या मृदा, भरपूर पाण्याची उपलब्धता, उत्तम वाहतूक सुविधा, दाट लोकसंख्या, कृषी मालाला असलेली भरपूर मागणी यामुळे असे प्रदेश शेतीसमृद्ध असतात. गंगा-ब्रह्मपुत्रेचे मैदान व त्रिभुज प्रदेश, सिंधू खोरे, यांगत्से नदी खोरे, इरावती-मेकाँग व मेनाम या आग्नेय आशियातील नद्यांची मैदाने ही उष्णकटिबंधीय प्रदेशातील शेतीने समृद्ध असलेली मैदाने होत.

**हवामान –** शेती व्यवसाय नियंत्रित करणारा अत्यंत प्रभावी भौतिक घटक म्हणजे 'हवामान' होय. मानवाला हवामानावर नियंत्रण मिळविणे किंवा त्यात अपेक्षित ते बदल करणे शक्य झालेले नाही; म्हणूनच विशिष्ट हवामान व विशिष्ट पीक असा संबंध दिसून येतो. उदा. उष्ण, सम, दमट हवामान असल्यास भाताचे पीक घेतले जातेच.

तपमान, आर्द्रता, पर्जन्य, सूर्यप्रकाशाचा कालावधी, वारा, धुके, गारा, हिम अशा हवेच्या घटकांचा शेतीवर मोठा प्रभाव असतो.

**तपमान –** पिकाच्या पेरणीपासून पीक पूर्ण तयार होण्याच्या काळापर्यंत आवश्यक असणाऱ्या तपमानाला अनन्यसाधारण महत्त्व असते. उष्णकटिबंधात तपमान वर्षभर पीक वाढीयोग्य असते तरीही बी रुजणे, रोप तयार होणे, पिकाची वाढ, फुलोरा येणे, फलधारणा व पक्वता अशा निरनिराळ्या अवस्थांतून रोपे तयार होत असताना विशिष्ट तपमानाची गरज असते. विशिष्ट अवस्थेतील पिकाला जे विशिष्ट तपमान गरजेचे असते त्यास 'पर्याप्त तपमान' म्हणतात. उदा. गव्हासाठी १५° सें. तर भातपिकासाठी २७° सें. तपमान पर्याप्त तपमान आहे. सामान्यपणे ६° सें. तपमानापेक्षा कमी तपमानात पिकाची वाढ होणे थांबते तसेच ४५° सें. किंवा अधिक तपमानास पीक करपण्याची शक्यता असते अशा स्थितीमध्ये पिकाला पाणी दिल्यास बचाव होतो.

पिकासाठी सुयोग्य हंगाम निश्चित करताना तपमानाच्या दृष्टीने कोणता काळ योग्य आहे हे ठरविण्यासाठी प्रत्येक पिकासाठी उष्णांक दिन (डिग्रिडेज) काढले जातात. पेरणी केल्यापासून पीक पूर्ण तयार होण्यासाठीच्या कालावधीत एकूण किती उष्णांक आवश्यक आहेत ते सूत्र वापरून काढले जाते आणि वर्षाच्या ज्या काळात ते उपलब्ध असतील त्या काळात ते पीक घेतले जाते. भात पिकास ३०००-४००० उष्णांक दिन आवश्यक असतात तर द्राक्ष पिकास २०००-२५०० उष्णांक दिन पुरेसे असतात म्हणून भात उन्हाळ्याच्या उत्तरार्धात तयार होतो तर द्राक्षे हिवाळ्याच्या उत्तरार्धात तयार होतात. समशीतोष्ण कटिबंधाच्या तुलनेत उष्णकटिबंधात अधिक उष्णांक दिन उपलब्ध असतात म्हणूनच वर्षभर शेती होऊ शकते.

सूर्यप्रकाशाचा कालावधी हा प्रकाश संश्लेषण व अन्ननिर्मिती क्रियेवर परिणाम करतो. ढगाळ हवा, दाट धुके, धूसर हवा, तसेच इमारती किंवा वृक्षांमुळे पडणारी मोठी सावली यामुळे पिकांवर पुरेसा सूर्यप्रकाश पोहोचला नाही तर उत्पादन घटू शकते. सूर्यप्रकाश असलेल्या कालावधीस प्रकाशमय काळ (फोटो पिरियड) म्हणतात. मोसमी हवामान प्रदेशात नैर्ऋत्य मोसमी वाऱ्यांच्या काळात ढगाळ वातावरणामुळे प्रकाशमय काळ कमी होतो. पीक पक्व होण्याच्या स्थितीत निरभ्र आकाश व स्वच्छ सूर्यप्रकाशाची गरज असते. फळे व कापूस तयार होण्याच्या काळात म्हणूनच सूर्यप्रकाश महत्त्वाचा असतो.

## आर्द्रता व पर्जन्य

हवेतील आर्द्रता व मृदेतील आर्द्रता हे दोन्ही घटक पिकांच्या दृष्टीने महत्त्वाचे असतात. हवेतील आर्द्रता कमी झाल्यास हवा कोरडी होते व बाष्पीभवनाचा वेग वाढून पिकातील व मृदेतील पाणी कमी होत जाते. पिकांची मुळे मृदेतील पाणीच फक्त शोषू शकत असल्याने जलसिंचन हाच पर्याय असतो.

अतिरिक्त आर्द्रता व अतिरिक्त पाऊस पिकास धोका निर्माण करतात. मृदेतील व पिकातील जैविक व रासायनिक क्रियांवर अतिरिक्त आर्द्रतेचा व पाण्याचा विपरीत परिणाम होतो. शिवाय आर्द्र हवामानात बुरशीजन्य रोगांचा प्रादुर्भाव वाढून पिकावर रोग पडतो.

अनेक पिके पावसाच्या पाण्यावर अवलंबून असतात; परंतु, पाऊस बेभरवशाचा व असम वितरणाचा असतो. यासाठी पिकांचा हंगाम ठरविताना, पिकांची निवड करताना पावसाचे प्रमाण, वितरण व चलनक्षमता अभ्यासणे आवश्यक ठरते. जलसिंचनाच्या सुविधा निर्माण करतानाही या घटकाचा विचार करावा लागतो.

उष्णकटिबंधातील विषुववृत्तीय प्रदेशात उष्ण, दमट हवामानामुळे व भरपूर पावसामुळे जलसिंचनाची गरज भासत नसली तरी जमिनीतील पाण्याचा निचरा होणे व पिकांवर पडणाऱ्या रोग व किडींपासून रक्षण करणे याकडे लक्ष द्यावे लागते. इंडोनेशिया, मलेशिया, मध्य आफ्रिका, ब्राझील, द. श्रीलंका, व्हेनेझुएला इत्यादी देशांमध्ये या प्रकारची काळजी घ्यावी लागते तर मोसमी हवामान व सुदान प्रकारच्या हवामानात दीर्घ कोरड्या ऋतूच्या काळामुळे जलसिंचन महत्त्वपूर्ण ठरते.

## अवर्षण (दुष्काळ)

अवर्षण किंवा दुष्काळ ही एक वातावरणीय नैसर्गिक आपत्ती आहे. बाष्पीभवन आणि बाष्पोच्छ्श्वास होण्यासाठी आवश्यक असणारे बाष्प मृदेत उपलब्ध नसणे म्हणजे 'अवर्षण' होय. ज्या प्रदेशात शेती प्रामुख्याने पावसाच्या पाण्यावर अवलंबून असते तेथे पिकाला आवश्यक असेल तेव्हा पाऊस न पडल्यास उत्पादनात प्रचंड घट येते अशा वेळी कृषिजन्य अवर्षण असते. (Agricultural Drought)

ज्या प्रदेशात वारंवार अवर्षण येते त्या प्रदेशास अवर्षण प्रवण क्षेत्र म्हणतात. उष्णकटिबंधीय प्रदेशात लक्षणीय असे अवर्षण प्रवण क्षेत्र आहे. विषुववृत्तीय हवामान विभागाव्यतिरिक्त उर्वरित क्षेत्रात हे क्षेत्र विखुरलेले आहे. साधारणपणे ५०-८० सें.मी. वार्षिक सरासरी पर्जन्य असलेल्या प्रदेशात पावसाची चलनशीलता, अनिश्चितता अधिक असते. अशा निम-ओसाड (Semi Arid) प्रदेशात दुष्काळाची वारंवारिता अधिक असते.

**उष्णकटिबंधातील पुढील प्रदेश अवर्षणप्रवण आहेत -**

(१) **उत्तर आफ्रिका** - 'साहेल' प्रदेश - यात मॉरिटानिया, माली, नायजर, चाड, सुदान व इथियोपिया यांचा समावेश होतो. त्याशिवाय केनिया, सोमालिया, नायजेरिया, पश्चिम सहारा या राष्ट्रांमध्येही अवर्षणक्षेत्र आहे.

(२) **आशिया** - या खंडात व्यापक क्षेत्र अवर्षणग्रस्त आहे. पश्चिम आशिया व दक्षिण आशियातील राष्ट्रांमध्ये हे क्षेत्र आहे. येमेन, ओमान, इराण, पाकिस्तान, भारत, म्यानमार, थायलंड यांचा समावेश होतो. भारतात राजस्थान, गुजरात, महाराष्ट्र, मध्यप्रदेश, आंध्रप्रदेश, कर्नाटक व तमिळनाडूचा काही भाग यांचा समावेश होतो.

(३) **ऑस्ट्रेलिया** - पश्चिम व दक्षिण ऑस्ट्रेलिया.

(४) **दक्षिण अमेरिका** - ब्राझीलचा दक्षिण भाग, पॅरग्वे, बोलिव्हिया व उत्तर अर्जेंटिना.

अतीतीव्र अवर्षण प्रवण क्षेत्र
तीव्र अवर्षण प्रवण क्षेत्र
सौम्य अवर्षण प्रवण क्षेत्र
आर्द्रक्षेत्र

Not to scale - for references purpose only

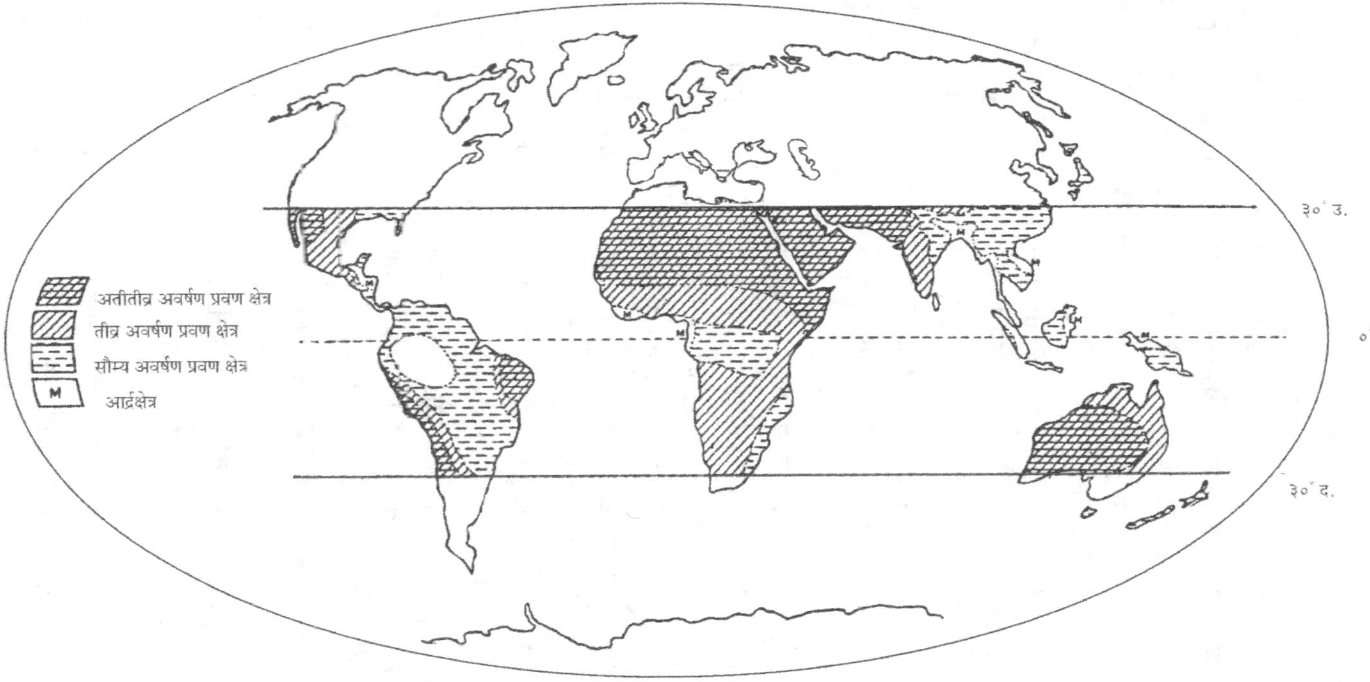

नकाशा क्र. ३.१ उष्ण कटिबंधीय अवर्षण प्रवण क्षेत्र

## वारा

शेतातील उभ्या पिकावर वाऱ्याचा प्रत्यक्ष व अप्रत्यक्ष परिणाम होतो. विशिष्ट दिशेने अधिकतर काळ वाहणारे वारे, चक्रीवादळातील जोरदार झंझावात, धुळीची वादळे पिकांवर अनिष्ट परिणाम करतात. किनारपट्टीनजीकच्या प्रदेशात समुद्री भागाकडून जमिनीकडे येणारे वारे पिकांना, वृक्षांना, फळझाडांना विशिष्ट दिशेने झुकवतात. यामुळे असंतुलन निर्माण होऊन पिकाची वाढ, वृक्षांची वाढ सर्व बाजूंनी सारखी होत नाही. अंतिमत: उत्पादनावर यांचा परिणाम होतो.

महासागरी भागात चक्रीवादळे, झंझावात निर्माण होतात. उष्णकटिबंधीय महासागरी प्रदेशातील ही वादळे औष्णिक कारणांमुळे (Thermal Origin) निर्माण होतात; अशा वादळातील वाऱ्यांचा वेग ताशी ६० कि.मी. पेक्षा जास्तच असतो आणि ही वादळे जमिनीवर आल्यावरच शमतात; अशा वादळी वाऱ्यांमुळे पिके भुईसपाट होतात. वृक्ष-वेली मुळासकट उन्मळून पडतात, कोवळी फूट, फुले, फळे, पाने तुटून पडतात व उत्पादन घटते. बंगालचा उपसागर, अरबी समुद्र, पॅसिफिक महासागर, मध्य अटलांटिक महासागर अशा प्रदेशात चक्रीवादळे निर्माण होऊन सभोवतालच्या किनारी भागात नुकसान करतात. उन्हाळ्यात खंडांतर्गत भागात धुळीची वादळे निर्माण होतात. त्यातील वारे उष्ण व कोरडे असतात आणि त्यांच्याबरोबर प्रचंड धूळ, बारीक वाळू वाहत येते. यांचा थर पिकावर जमल्याने विपरीत परिणाम होतो.

वाऱ्यामुळे बाष्पीभवनाचा वेग वाढतो हा वाऱ्याचा अप्रत्यक्ष परिणाम होय. वाऱ्यामुळे पिकातील व मृदेतील पाणी बाष्पीभवन वेगाने झाल्याने कमी होते. शिवाय वाऱ्याबरोबर माती, राख, काजळी असे सूक्ष्म घनकण वाहात येऊन पानांवर व संपूर्ण पिकांवर जमतात. उद्योगधंदे, औष्णिक वीजकेंद्रे, वीटभट्ट्या इत्यादींजवळील शेती क्षेत्रावर असा परिणाम मुख्यत्वे दिसून येतो. प्रकाशसंश्लेषणक्रिया, बाष्पोच्छ्श्वास यावर परिणाम होऊन उत्पादनावर व त्याच्या गुणवत्तेवरही परिणाम होतो.

वाऱ्यापासून पिकांचे संरक्षण करण्याकरिता वातरोधक बसवतात. ऑस्ट्रेलियात शेताभोवती असे वातरोधक (विंडब्रेकर्स) बसवलेले असतात. दक्षिण आशियाई देशांमध्ये शेताच्या बांधावर वेगाने वाढणारे टिकाऊ वृक्ष लावतात. एरंड, बाभूळ, तुती, चिंच, शेवगा, कडुनिंब यांसारखे वृक्ष लावले जातात.

## मृदा

शेतीच्या दृष्टीने मृदा या मूलभूत महत्त्वाच्या आहेत. मृदा या पिकांच्या पोषणद्रव्याचे कोठार असतात. मृदेत विद्राव्य स्थितीत असलेली पोषणमूल्ये पिकाची

मुळे शोषून घेतात व पिके वाढतात.

मृदा हा भौतिक घटक, हवामान, खडक, भूरचना, वनस्पती आच्छादन व विदारण यांच्यातील क्रिया-प्रक्रियांमधून तयार होणारा संकर आहे. मृदानिर्मिती क्रिया अखंडपणे पण मंद गतीने चालू असते व मूळ खडकावर मृदेचा थर जमा होतो. या थरास भौतिक, रासायनिक व जैविक गुणधर्म प्राप्त होतात. त्यानुसार मृदांचे निरनिराळे प्रकार निर्माण होतात. मृदेचा रंग, पोत, जाडी, जलधारकता, आम्ल-विम्लता, सुपीकता यावरून काही मृदा शेतीस अत्यंत उपयुक्त ठरतात. उदा. गाळाच्या मृदा, काळी कसदार (रेगूर) मृदा, (जांभा) लॅटेराईट मृदा या अनेकविध पिकांसाठी उपयुक्त आहेत. या उलट वाळवंटी मृदा, पर्वतीय मृदा, क्षारयुक्त मृदा या अनुत्पादक असल्याने शेतीसाठी उपयुक्त नसतात.

सातत्याने पिके घेणे, भरपूर खतपुरवठा, जलसिंचन यामुळे मृदा नादुरुस्त होत जातात. मृदासंवर्धन व मृदूसंधारण यामुळे मृदा शेतीयोग्य राखणे शक्य होते.

## (ब) आर्थिक घटक

शेतीवर ज्याप्रमाणे भौतिक घटकांचा प्रभाव असतो त्याप्रमाणेच आर्थिक घटकांचाही असतो. केवळ भौतिक घटक अनुकूल असून पुरेसे ठरत नाही तर आर्थिक घटकांचेही साहाय्य असावे लागते. भूधारणा, वाहतूक, विपणन, भांडवल, बाजारपेठ हे आर्थिक घटक महत्त्वाचे आहेत. उष्णकटिबंधीय प्रदेशांमधील बहुतांश राष्ट्रे कृषिप्रधान आहेत, तसेच ही राष्ट्रे अविकसित व विकसनशील असल्याने आर्थिकदृष्ट्या संपन्न नाहीत म्हणून आर्थिक घटकांना अनन्यसाधारण महत्त्व प्राप्त होते.

## भूधारणा

प्रत्येक शेतकऱ्याकडे साधारणपणे किती शेतीचे क्षेत्र आहे; यावर शेती-व्यवसायातील आर्थिक निर्णय होत असतात. भूधारणा हा कृषी सांख्यिकीतील प्राथमिक एकक समजला जातो; खरे तर शेतजमीन हा अचल घटक असला तरी त्याचा वापर हा अत्यंत चल स्वरूपाचा असतो. काळानुरूप हा वापर बदलता असतो. कोणत्याही पिकाच्या उत्पादनासाठी येणारा खर्च हा त्याच्या लावणीक्षेत्रानुसार ठरतो म्हणून भूधारणा हा मूलभूत महत्त्वाचा घटक आहे.

जगातील पर्याप्त भूधारणा निश्चित ठरविणे अत्यंत कठीण आहे; परंतु, सामान्यपणे जागतिक भूधारणा अर्धा हेक्टर ते एक हेक्टर इतकी आहे. दाट लोकसंख्येच्या प्रदेशात उपलब्ध शेतीयोग्य जमीन मर्यादित असल्याने दरडोई भूधारणा खूप कमी असते. दक्षिण

आशियातील राष्ट्रे ही याची उत्तम उदाहरणे आहेत.

दक्षिण आशियाई राष्ट्रे व आफ्रिकेतील जमातींमध्ये वारसाहक्काने होणाऱ्या जमिनीच्या विभाजनामुळे भूधारणाक्षेत्र लहान असतेच शिवाय तेही सलग नसून विखुरलेले असते. अल्पभूधारकतेमुळे शेतीतील जोखीम वाढती असते. भारत, पाकिस्तान, बांगलादेश, श्रीलंका, म्यानमार या राष्ट्रांमध्ये भूधारणाक्षेत्र एक हेक्टरपेक्षा कमी आढळते. एका पाहणीनुसार आग्नेय आशियातील राष्ट्रांमध्ये भात हे प्रमुख पीक असलेल्या प्रदेशात चार ते पाच माणसांच्या कुटुंबासाठी एक हेक्टर शेती निर्वाहासाठी पुरेशी ठरते; पण याउलट ऑस्ट्रेलियासारख्या विकसित राष्ट्रात उच्च राहणीमान, मोठ्या व अनेक गरजा यामुळे एका कुटुंबासाठी १०० हेक्टरपेक्षा अधिक क्षेत्रातील गहू-उत्पादनाची आवश्यकता असते.

अल्पभूधारकतेचे अनेक तोटे असल्याने त्यांचे निराकरण करण्यासाठी सर्वच राष्ट्रांमध्ये जमीनसुधार योजना अमलात आणल्या गेल्या आहेत. अल्पभूधारकता ही सामाजिक समस्या असली तरी तिचे आर्थिक परिणाम गंभीर आहेत. कूळ कायदा, कसेल त्याची जमीन, भूदान, सामूहिक शेती, शेतजमिनीचे संलग्नीकरण, सहकारी शेती, गट शेती, करार शेती असे अनेक उपाय योजले जात आहेत. यामुळे सलग व मोठे शेतीक्षेत्र उपलब्ध होऊन शेती अधिक किफायतशीर ठरते. जोखीम कमी होते व नफा वाढतो. आग्नेय आशिया व दक्षिण अमेरिकेत 'मेटायेज' (Metayage) ही संकल्पना राबवली जाते. या प्रणालीत जमीनमालक पिकाचे बी-बियाणे, खते, कीडनाशके व अवजारे यांसारख्या महत्त्वाच्या निविष्टा (input) पुरवितो व ती जमीन प्रत्यक्षात कसणारा, ज्याला 'मेटायेर' म्हणतात, पशुधन, मजूर यांच्या साहाय्याने पिकाचे उत्पादन करतो. आलेल्या उत्पादनाची दोघांच्या संमतीने वाटणी केली जाते. ही एक प्रकारची सहभागीदारी पद्धत आहे. उत्तर भारतातील 'बटाई' पद्धती याच स्वरूपाची आहे.

शेती व्यवसायातील जोखीम कमी करण्यासाठी भूधारणा सुधार योजना महत्त्वपूर्ण ठरतात.

## वाहतूक

कृषी उत्पादक, उत्पादन आणि ग्राहक यांना जोडणारा दुवा म्हणजे वाहतूक होय. शेतकऱ्याला पीक घेण्यासाठी आवश्यक असणाऱ्या निविष्टा (inputs) प्राप्त होण्यासाठी आणि उत्पादनवाढावा (surplus) ग्राहकाला मिळावा म्हणून वाहतूक हे माध्यम व एकमेव पर्याय आहे. बी-बियाणे, खते, संजीवके, वैरण-चारा, कीडनाशके शेतापर्यंत आणण्यासाठी आणि उत्पादन झालेला कृषीमाल बाजारात नेण्यासाठी

शेतकऱ्याला बराच मोठा खर्च करावा लागतो.

कृषिअर्थशास्त्रज्ञ वाहतूक म्हणजे आर्थिक अंतर (Economic Distance) असे म्हणतात. वाहतुकीचा वेग, सेवेची वारंवारिता, शीतपेट्यांची सुविधा, वाहतूकप्रकार, वाहतुकीचा खर्च अशा अनेक बाबींचा तुलनात्मक विचार करून किमान पण खात्रीशीर वाहतुकीचा व त्याच्या खर्चाचा पर्याय शेतकरी निवडतो म्हणून यास 'आर्थिक अंतर' संबोधले जाते.

कृषी मालाची देशांतर्गत वाहतूक ही प्रामुख्याने रस्ते व लोहमार्गाद्वारे होते तर आंतरराष्ट्रीय वाहतुकीसाठी जलमार्ग महत्त्वपूर्ण असतात. भारत, ब्राझील व ऑस्ट्रेलियासारख्या मोठ्या भौगोलिक क्षेत्रफळाच्या राष्ट्रांमध्ये कृषीमालाची देशांतर्गत वाहतूकही आव्हानात्मक असते; कारण बहुतांश कृषीमाल नाशवंत स्वरूपाचा असल्याने तो सुस्थितीत ग्राहकांपर्यंत पोहोचणे महत्त्वाचे असते. यासाठी थेट वाहतूक अधिक उपयुक्त ठरते. याउलट, श्रीलंका, बांगलादेश, इंडोनेशिया, पॅराग्वे, क्यूबा, होन्डूरास, मादागास्कर यांसारख्या क्षेत्रफळाने लहान असलेल्या राष्ट्रांमध्ये शेतीक्षेत्र व बाजारपेठा यांच्यातील अंतर कमी असल्याने वाहतूक सुलभ होते.

इक्वेडोर, बोलीव्हिया, कोलंबिया या दक्षिण अमेरिकेतील देशांमध्ये वाहतुकीचे मार्ग व साधने फारशी नसल्याने शेतीयोग्य जमीन उपलब्ध असूनही ती लागवडीखाली आणली गेली नव्हती; तर आफ्रिकी देशांमध्ये कॅसाव्हा, याम यांसारखा मोठ्या आकारमानाचा कृषीमाल चांगल्या लोहमार्गांच्या जाळ्यामुळे दूरवर पाठवला जातो. कृषीमालाची वाहतूक थेट होणे गरजेचे असते; जर मालाची चढ-उतार, हाताळणी यांमुळे माल पडून राहिला, खराब झाला तर रास्त भाव मिळत नाही व अशा परिस्थितीत उत्पादक व ग्राहक दोन्ही असमाधानी राहतात. भूमार्ग, जलमार्ग हे पूरक ठरल्यास वाहतूक कार्यक्षम, वेगवान व सुरक्षित होते.

### विपणन

बहुतांश कृषी उत्पादने मोसमी व नाशवंत असल्याने शेतकऱ्यास लवकर व योग्य परतावा मिळण्यासाठी विपणन महत्त्वाचे असते. शेती व शेतकरी मोठ्या प्रदेशात विखुरलेले असतात तर ग्राहक बाजारपेठेच्या ठिकाणी केंद्रित झालेला असतो. ग्राहकांपेक्षा उत्पादकांची संख्या अधिक असते. अनेक कारणांमुळे शेतकरी आर्थिकदृष्ट्या दुर्बल असल्याने मालाचे विपणन स्वत: करू शकत नाहीत म्हणून उत्पादक व ग्राहक यांच्या दरम्यान दलाल, मध्यस्त यांची विपणनसाखळी निर्माण होते. ही साखळी जितकी मोठी व लांब असेल तेवढी मालाची बाजारपेठेतील किंमत

अधिक असते. पण यामुळे शेतकरी व ग्राहक यांना योग्य तो भाव मिळत नाही. यासाठी उत्पादकांच्या संघटना, ग्राहकपेठ, सहकारी संस्था उपयुक्त ठरतात; शिवाय कृषीमाल प्रक्रिया उद्योगामुळे उत्पादनाचे मूल्य वाढते व ग्राहकालाही वर्षभर माल मिळू शकतो. यासाठी शीतकरण, हवाबंद डब्यात माल ठेवणे, सुकविणे, भाजणे असे उपाय उपयुक्त ठरतात.

दूध, मांस, अंडी, फळे, फुले, भाजीपाला असा माल नाजूक व अतिनाशवंत असतो. त्याचे विपणन जलद व सुरक्षित व्हावे लागते, तर याउलट धान्य, उद्योगांचा कच्चा माल (कापूस, ताग) खूप मोठ्या क्षेत्रातून संकलित करावा लागतो. यामुळे विपणनात मध्यस्थांशिवाय पर्याय नसतो.

जागतिकीकरणामुळे कृषीमालाच्या विपणनास नवीन आयाम लाभले आहेत. बाजारपेठांचा विस्तार झाला आहे. आशियाई राष्ट्रांच्या 'सार्क' (SAARC), एसियन (ASEAN), दक्षिण अमेरिका व मध्य अमेरिकेतील राष्ट्रांची 'लॅफ्टा' (LAFTA), कॉमनवेल्थ कॅरिबियन कन्ट्रीज अशा व्यापारासाठी सामंजस्यतत्त्वावरील संघटनांमुळे कृषीमाल विपणनास चालना मिळू लागली आहे.

## (क) तांत्रिक घटक

कोणत्या ना कोणत्या तंत्रज्ञानाशिवाय शेती होऊच शकत नाही. आधुनिक शेती तांत्रिक घटकांशिवाय अशक्यच आहे. तांत्रिक घटकांना अभौतिक घटक (Non-physical Factors) असेही संबोधले जाते. शेतीतील अनेक कार्ये, पाण्याचा पर्याप्त वापर, खते, संजीवके, कीडनाशके यांचे उत्पादन व वापर, मृद्संधारण, वाहतूक, विपणन अशा शेतीव्यवसायाशी निगडित बाबी तंत्रज्ञानावर अवलंबून आहेत. जलसिंचन, यांत्रिकीकरण, खते-संजीवके, कीटकनाशके, उत्पादनाची साठवणूक, वाहतूक हे महत्त्वाचे तांत्रिक घटक होत. या घटकांसाठी भांडवल गुंतवणूकही महत्त्वाची असल्याने त्यांना 'टेक्नो इकॉनॉमिक इनपुट्स' म्हणजे 'तंत्र-आर्थिक निविष्टा' असेही म्हटले जाते.

### जलसिंचन

पिकाच्या गरजेनुसार नियंत्रित पाणी पुरवणे म्हणजे 'जलसिंचन' होय. पिकांच्या उत्पादनाची हमी देणारा हा एक घटक आहे. पारंपरिक शेतीत अपुरा पाऊस व अवर्षण यापासून पिकाचा बचाव एवढाच जलसिंचनाचा मर्यादित अर्थ होता; पण हरितक्रांतीचे तत्त्व अवलंबिल्यावर जलसिंचनास व्यापक अर्थ प्राप्त झाला. सुधारित बी-बियाणांचा वापर, खते-संजीवके व कीडनाशकांचा वापर सुरू झाल्याने जलसिंचन त्यासाठी

अपरिहार्य ठरले. जलसिंचनामुळे बहुपीक पद्धती शक्य झाली, तसेच एरवी जी जमीन लागवडीयोग्य असूनही पाण्याच्या कमतरतेमुळे पिकाखाली आणणे शक्य होत नसे अशी जमीन लागवडीखाली आणली गेली. उष्णकटिबंधीय प्रदेशात बाष्पीभवनाचा वेग अधिक असतो म्हणून मृदेतील आर्द्रतेची कमतरता दूर करण्यासाठी जलसिंचन ही कृषी व्यूहरचना (Agricultural Strategy) समजली जाते. मोसमी हवामान प्रदेशातील व सुदान हवामान प्रदेशातील पावसाची अनिश्चितता व चलनशीलता या समस्येवरील तोडगा चलसिंचनाने प्राप्त होतो.

विहिरी, तलाव व कालवे ही तीन जलसिंचनाची माध्यमे होत. विहीरजलसिंचन हा आशिया व आफ्रिका खंडांतील सर्वात प्राचीन जलसिंचनाचा प्रकार आहे. या प्रदेशातील लहान भूधारकांचे ते महत्त्वाचे पाणी मिळवून देणारे साधन आहे. त्या तुलनेत कालवाजलसिंचन अधिक तांत्रिक व खर्चीक माध्यम आहे. धरणे बांधणे, कालवे व वितरिकांचे जाळे निर्माण करणे, त्यांचे व्यवस्थापन, देखभाल, दुरुस्ती यासाठी मोठी भांडवलगुंतवणूक करावी लागते परंतु लाभक्षेत्र मोठे असते.

पाण्याचा पर्याप्त वापर होण्यासाठी आता पृष्ठीय जलसिंचनापेक्षा सूक्ष्म जलसिंचनास अधिक महत्त्व प्राप्त झाले आहे. ठिबक सिंचन व तुषार सिंचन हे सूक्ष्म जलसिंचनाचे आविष्कार होत. भारत, ब्राझील, ऑस्ट्रेलिया व उत्तर अर्जेंटिना या भागांमध्ये सूक्ष्म जलसिंचनतंत्र अधिक वापरले जाऊ लागले आहे.

### यांत्रिकीकरण

शेत नांगरण्यापासून ते पिकाची तोडणी-मळणी होईपर्यंत अनेकविध प्रकारची उपकरणे, अवजारे व यंत्रे वापरली जातात. विज्ञान व तंत्रज्ञानातील नवनवीन शोधांमुळे यंत्रे, अवजारे वापरण्यास, देखभालीस अधिक सुलभ व सुटसुटीत झाली आहेत. उष्णकटिबंधीय प्रदेशातील देशांमध्ये शेताचे आकार लहान आहेत, तसेच मनुष्यबळ स्वस्त दरात उपलब्ध आहे आणि यंत्रे खरेदी करण्याची शेतकऱ्याची आर्थिक स्थिती नाही, यामुळे यंत्रांचा वापर फार कमी केला जातो.

मेक्सिको, पाकिस्तान व भारतात १९६५ नंतर हरितक्रांती स्वीकारल्याने यंत्राचा वापर वाढला. गव्हाच्या शेतीत यंत्रे वापरली जाऊ लागली. ऑस्ट्रेलियात 'स्टंप-जंप' नांगर वापरला जाऊ लागला. एक हेक्टर गव्हाच्या शेतीसाठी यंत्रे नव्हती तेव्हा १४४ मनुष्यतास आवश्यक असावयाचे; आता यंत्राच्या वापरामुळे फक्त ८.५ मनुष्यतास पुरेसे ठरतात; त्यामुळे मजुरीवरील खर्च कमी झाला.

यंत्राच्या वापरामुळे ज्या जमिनीत शेती करणे अत्यंत अवघड व कष्टाचे असे

त्या जमिनीत शेती करणे शक्य झाले. १९८० नंतर दक्षिण आशियातील देशांमध्ये पुरुषांचे स्थलांतर शेतीक्षेत्रातून इतर क्षेत्रांकडे होऊ लागले. मजुरांवरील अवलंबित्व कमी करण्यासाठी यंत्रांचा वापर वाढला. ट्रॅक्टर्स, मळणीयंत्रे, मिश्रयंत्रे व शेती अवजारे लहान लहान शेतीक्षेत्रात वापरण्यायोग्य असे बनविले गेले.

काही कृषीमाल नाजूक व नाशवंत असतो. केवळ हाताळणीने त्याचा दर्जा घसरतो अशा वेळी विशिष्ट उपकरणे वापरल्यास मजुरीवरील खर्च कमी होतो व मालाची गुणवत्ताही राखली जाते. वाहतूक करतानाही शीतपेट्या, क्रेट्स यांचा वापर करून माल चांगल्या स्थितीत ग्राहकांपर्यंत जातो. दूध, फळे, फुले, अंडी अशा नाजूक व नाशवंत मालासाठी यंत्रांचा वापर वाढला आहे.

**खते व कीडनाशके**

जमिनीतून सातत्याने पिके घेणे, उत्पादन गुणवत्तापूर्ण असणे व उत्पादनवाढ साध्य करणे यासाठी खते, संजीवके व कीडनाशकांचा वापर अपरिहार्य असतो. यांना जैवरासायनिक निविष्टा (Biochemical inputs) असेही म्हणतात. रासायनिक खते, सेंद्रिय खते, जैविक खते, संजीवके, तणनाशके व कीडनाशके या जैवरासायनिक निविष्टा होत. कोरडवाहू शेतीत मात्र यांचा वापर किमान असतो.

उष्णकटिबंधीय प्रदेशात शेती हा परंपरागत व्यवसाय असल्याने शेणखत, कंपोस्ट खत, हिरवळीची खते अशा नैसर्गिक खतांचा वापर फार पूर्वीपासून केला जात आहे; परंतु, रासायनिक खतांचे उत्पादन व वापर सुरू झाल्यावर शेतीत उत्पादन वाढ झपाट्याने होऊ लागली. अधिक मुक्तपणे या खतांचा वापर सुरू झाला. नायट्रोजन, फॉस्फरस व पोटॅशियम (NPK) या असेंद्रिय द्रव्यांपासून रासायनिक खते उत्पादित केली जातात. त्यांच्या अति वापरामुळे जमिनी नादुरुस्त होऊ लागल्या म्हणून सेंद्रिय व जैविक खते वापरली जाऊ लागली. गांडूळखत, शेणखत, ताग, धेंचा, कंपोस्टखत ही सेंद्रिय खते होत. तर ऱ्हायझोबियम, अझोला, अझॅटोबॅक्टर, ब्लू-ग्रीन अल्गी ही जीवाणू खते होत. सेंद्रिय व जैविक खते पर्यावरणस्नेही आहेत; परंतु रासायनिक खतांना ही खते पूर्णपणे पर्याय ठरू शकत नाहीत म्हणून रासायनिक खतांचा किमान वापर व या खतांची जोड दिल्यास उत्पादनवाढ साध्य होते. दक्षिण आशियाई देश अशा वापरात आघाडीवर आहेत. ऑस्ट्रेलिया व अर्जेंटिनात मात्र रासायनिक खते अधिक वापरतात.

तणनाशके व कीडनाशके वापरल्याने पिकाचे व उत्पादनाचे कीड व रोगांपासून रक्षण होते व उत्पादनात घट येत नाही. उष्णकटिबंधातील उष्ण, आर्द्र हवामानामुळे रोगांचा व किडींचा प्रादुर्भाव अधिक असतो. बुरशीजन्य सूक्ष्मजीव झपाट्याने वाढतात.

उंदीर, घुशी, ससे असे बीळ करून राहणारे प्राणी, काही पक्षी, पिके फस्त करतात.

श्रीलंकेतील कॉफीचे मळे, 'कॉफीब्लाइट' या बुरशीमुळे उद्ध्वस्त झाले. मलेशियात 'ल लांग' नावाच्या तणामुळे मुख्य पिकाचे पोषण होत नाही. आफ्रिका व सौदी अरेबियात 'लोकस्ट' नाकतोडे हिरवी पाने, कोवळी फूट, देठे फस्त करतात. ऑस्ट्रेलियात ससे, उंदीर, घुशी शेतातील व साठवलेल्या धान्याचा नाश करतात. इक्वेडोरमध्ये कोकोच्या मळ्यांवर 'मोनिलिया' रोग व 'विचेसब्रूम' रोग पसरतो. भारतात तांबेरा, खोडकीडा, मिजमाशी, पाने खाणारी आळी अशा अनेक रोगांचा विविध पिकांवर प्रादुर्भाव होत असतो; यावर नियंत्रण मिळविण्यासाठी तणनाशक व कीडनाशक पावडरी, द्रव यांचा वापर केला जातो. परंतु, ही रासायनिक द्रव्ये जमिनीत व पिकांत व पर्यायाने अन्नधान्यात शिल्लक राहतात. ती आरोग्यास हानिकारक ठरू लागली आहेत; म्हणून आता कडुनिंब, एरंड, धोत्रा, तंबाखू, तुळस, लसूण यांच्यापासून वनस्पतिजन्य कीडनाशके तयार करून वापरली जाऊ लागली आहेत; तसेच काही कीटक, बेडूक, साप यांचा वापर त्यांचे खाद्य असलेल्या त्रासदायक किडींसाठी केला जाऊ लागला आहे.

वरील घटकांव्यतिरिक्त काही सामाजिक घटकही शेतीवर प्रभाव टाकतात. रूढी, परंपरा, आहार-विहारविषयक सवयी, धार्मिक समजुती यांनुसार काही कृषी उत्पादनांना विशिष्ट प्रदेशातून मागणी असते, तर काही उत्पादने वर्ज्य समजली जातात. जागतिकीकरण, स्थलांतर, आहारविषयक जागृती, आरोग्याविषयी सजगता यामुळे सामाजिक घटकांचे निर्बंध कमी होत आहेत.

❑

प्रकरण ४

# उष्णकटिबंधीय प्रदेशातील शेतीप्रकार

---

(अ) निर्वाह शेती आणि व्यापारी शेती – वैशिष्ट्ये व समस्या

(ब) शेतीप्रकार : १. भटकी (स्थलांतरित) शेती २. सघन निर्वाही शेती
         ३. व्यापारी विस्तृत शेती ४. मिश्रशेती ५. मळ्याची शेती

---

शेती ही एक अत्यंत गुंतागुंतीची, क्लिष्ट आणि वर्षानुवर्षे कार्यरत असणारी बहुआयामी प्रणाली आहे; म्हणूनच शेतीचे वर्गीकरण किंवा प्रकार करणे आव्हानात्मक समजले जात असे. शेती करण्याचा उद्देश, घेतली जाणारी पिके, शेती करण्याची पद्धत, त्यातील गुंतवणूक, व्यापार यांचा एकात्मिक विचार केल्यास, निर्वाही शेती (Subsistence Farming) आणि व्यापारी शेती (Commercial Farming) असे शेतीचे दोन ढोबळ प्रकार केले जातात. शेतीव्यवसायात होत गेलेले बदल आणि जागतिकीकरण, मुक्त अर्थव्यवस्था यामुळे त्यांच्यातील सीमा अस्पष्ट झाल्या आहेत तरीही दोन्हींची वैशिष्ट्ये व समस्या यात भिन्नता आहे.

### तक्ता क्र. ४.१ – शेतीप्रकार

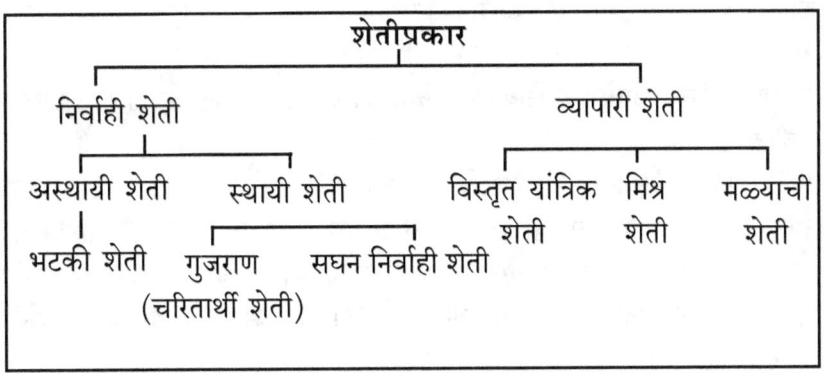

- शेतीप्रकार
  - निर्वाही शेती
    - अस्थायी शेती
      - भटकी शेती
    - स्थायी शेती
      - गुजराण (चरितार्थी शेती)
      - सघन निर्वाही शेती
  - व्यापारी शेती
    - विस्तृत यांत्रिक शेती
    - मिश्र शेती
    - मळ्याची शेती

## (अ) निर्वाही शेती – वैशिष्ट्ये व समस्या

(Characteristics and Problems of Subsistence Farming)

ज्या शेतीतील उत्पादने निर्वाहापुरती किंवा चरितार्थासाठी घेतली जातात त्या शेतीस निर्वाही शेती म्हणतात. या शेतीत उत्पादनाचा वाढावा (Surplus) अत्यल्प असतो त्यामुळे व्यापार फारसा नसतो.

### वैशिष्ट्ये

**(१) स्थान** – उष्णकटिबंधीय प्रदेशातील उष्ण दमट हवामानाच्या व दाट अरण्याच्या प्रदेशात तसेच मोसमी हवामानप्रदेशात या शेतीचे स्थान प्रामुख्याने आढळते. मध्य आफ्रिका, दक्षिण अमेरिकेतील ॲमेझॉन खोरे, दक्षिण व आग्नेय आशिया अशा व्यापक प्रदेशात ही शेती केली जाते.

**(२) निर्वाही शेतीचे उपप्रकार** – निर्वाही शेतीचे तीन उपप्रकार केले जातात. (तक्ता क्र. ४.१) उष्णकटिबंधातील दाट अरण्यांच्या प्रदेशात काही विशिष्ट जमाती भटकी किंवा स्थलांतरित शेती करतात; दर तीन ते सात वर्षांनी नवीन जमिनीचा तुकडा शोधून शेती केली जाते म्हणून या शेतीस भटकी किंवा स्थलांतरित शेती म्हणतात. या जमातींचे जीवन व शेतीक्षेत्र स्थिर नसते म्हणून ही अस्थायी शेती होय.

स्थायी निर्वाही शेतीमध्ये एकाच जमिनीतून वर्षानुवर्षे पिके घेतली जातात; परंतु याचे दोन उपप्रकार होतात. ज्या शेतीतून घेतले जाणारे उत्पादन शेतकऱ्याच्या चरितार्थापुरतेच म्हणजे निर्वाहापुरतेच निघते, अशा शेतीस स्थायी निर्वाही किंवा गुजराण शेती म्हणतात. भटक्या शेतीचे हे उत्क्रांत रूप आहे.

स्थायी निर्वाही शेतीत स्थित्यंतरे होत गेली व अधिक प्रगत शेती विकसित झाली. दाट लोकसंख्येच्या प्रदेशात उपलब्ध असलेल्या मर्यादित शेतजमिनीतून अधिकाधिक उत्पादन घेतले जाते अशा शेतीस सघन (सखोल) निर्वाही शेती म्हणतात. दक्षिण आशिया, आग्नेय आशिया व द. चीन या प्रदेशात व्यापक क्षेत्रात या प्रकारची शेती केली जाते.

कृषी भूगोलतज्ज्ञ सायमन्स, विंटर व जेरेट यांनी निर्वाही शेतीचे वेगळ्या पद्धतीने उपप्रकार केले आहेत. त्यांच्या मते उष्णकटिबंधाच्या ज्या ज्या प्रदेशात निर्वाही शेती केली जाते तेथील भौगोलिक परिस्थितीनुसार, लोकांच्या सवयी व गरजांनुसार आणि शासनाला द्याव्या लागणाऱ्या करानुसार शेतीत विभिन्नता आढळते. या शेतीचे त्यांनी पुढील उपप्रकार केले आहेत. –

**शुद्ध निर्वाही शेती** (Pure-Subsistence Farming) – शेतीचा हा अगदी प्राथमिक प्रकार असून यातील उत्पादन हे शेती करणाऱ्या समूहाच्या निर्वाहापुरतेच असते; पण इतर काही गरजा पूर्ण होण्यासाठी ते उत्पादित कृषीमालापैकी काही भागाचा वस्तुविनिमय स्वरूपाचा व्यापार करतात.

**निर्वाहसदृश शेती** (Quasi Subsistence Farming) – आफ्रिका आणि आग्नेय आशियात वसाहती अधिकाऱ्यांनी महसुलीच्या उद्देशाने निर्वाही शेती करणाऱ्यांवर काही कर लावला. अशा वेळी शेती करणारा समूह एकूण कामाच्या तासांपैकी २५ टक्के वेळ इतरत्र अशा कामासाठी देतो की, ज्यातून तो शासकीय कर, लेव्ही भरू शकतो. यात काही शेतकरी नगदी पिकाचे थोडेफार उत्पादन घेतात किंवा दुसऱ्याच्या शेतावर किंवा अरण्यात काम करायला जातात.

**निमनिर्वाही शेती** (Semi-Subsistence Farming) – निर्वाही शेती करणाऱ्या समूहामधील काही लोक २५ ते ५० टक्के कामाचे तास नगदी पिकाच्या उत्पादनासाठी देतात व त्यामुळे प्राप्त होणाऱ्या अतिरिक्त उत्पन्नात इतर गरजा भागवितात व शासनाचे कर भरतात म्हणून यास 'निमनिर्वाही शेती' म्हणतात.

सायमन्स यांच्या मते 'निर्वाही शेती' व 'व्यापारी शेती' असे शेतीचे दोन ढोबळ प्रकार करणे संयुक्तिक नाही. कारण या दोन्हींदरम्यान शेतीचे प्रकार प्रत्यक्षात दिसून येतात. प्रत्येक शेतकरी, त्याचे कुटुंब किंवा तो लोकसमूह सर्व गरजा पूर्ण होण्यासाठी फक्त स्वतःच्या उत्पादनावर अवलंबून राहू शकत नाही. त्यासाठी तो अल्प प्रमाणात व्यापार करतो. तसेच व्यापारी शेती करणारा शेतकरीही स्वतःच्या गरजा पूर्ण होण्यासाठी काही उत्पादने घेतो.

**(३) पिके** – निर्वाही शेतीत खाद्य पिकांचे उत्पादन प्रामुख्याने घेतले जाते. धान्यपिके, कंदपिके, तेलबिया, भाजीपाला, फळे यांचे उत्पादन घेतले जाते. भात, मका, याम, कॅसाव्हा, टॅपिओका, बटाटे, तंबाखू, अननस, केळी, तीळ ही महत्त्वाची पिके आहेत.

**(४) पशुधन** – निर्वाही शेतीमध्ये प्रत्येक शेतकऱ्याकडे शेती कामासाठी व प्राणिजन्य उत्पादनांसाठी थोडेफार पशुधन असते. गाय, बैल, म्हैस, शेळ्या, कोंबड्या, डुकरे, बदके हे प्राणी पाळले जातात. दूध, मांस, अंडी त्यापासून मिळते. परंतु, त्यांची विशेष काळजी घेतली जात नाही. सघन निर्वाही शेतीत मात्र शेतीपूरक व्यवसाय म्हणून पशुपालन केले जाते. नांगरणी, मळणी, धान्याची वाहतूक यांसाठी बैल, रेडे यांचा वापर केला जातो.

**(५) श्रम आधारित शेती** – शेतीचे लहान लहान आकार, सहज व स्वस्त मनुष्यबळाची उपलब्धता, गरिबी, निरक्षरता यांसारख्या कारणांमुळे निर्वाही शेतीत यंत्रांचा वापर फारसा केला जात नाही. सघन निर्वाही शेतीत काही प्रमाणात यंत्रे, अवजारे वापरली जातात.

**(६) खतांचा वापर** – भटकी शेती व स्थायी निर्वाही शेतीत उत्पादनवाढीसाठी खतांचा वापर केला जात नाही; परंतु सघन निर्वाही शेतीत रासायनिक खते वापरली जातात. गेल्या काही वर्षांत सेंद्रिय व जैविक खतांचाही वापर केला जात आहे. तरीही जागतिक पातळीवर तुलना केल्यास खतांचा वापर मर्यादित प्रमाणावरच केला जातो असे दिसून येते; यामुळे दर हेक्टरी उत्पादन कमी असते.

**(७) मर्यादित व्यापार** – निर्वाही शेतीतील कृषिउत्पादनांचा व्यापार मर्यादित प्रमाणावर होतो. उष्णकटिबंधातील बहुतांश राष्ट्रे कृषिप्रधान असल्याने स्वयंपूर्ण होण्याकडे कल असतो. शिवाय उत्पादनेही सारखीच असतात. उदा. भात, मका, भरड धान्ये, कंदपिके ही सर्वच प्रदेशात होतात. त्यामुळे उत्पादनांचा वाढावा नाही व फारशी मागणी नाही या चक्रात व्यापारास चालना मिळत नाही. कृषीमाल प्रक्रिया उद्योग फारसे नाहीत त्यामुळे नाशवंत कृषीमालाचा फारसा व्यापार होत नाही. तरीही ब्राझील, दक्षिण आशियाई देशांतून व्यापार होतो.

## निर्वाही शेतीतील समस्या

**(१) पर्यावरणीय हानी** – स्थलांतरित शेतीमुळे मोठ्या प्रमाणावर जंगलतोड, मृदा-ऱ्हास होत असल्याने या शेतीवर निर्बंध घालण्यात आले आहेत; तसेच सघन निर्वाही शेतीत सातत्याने पिके घेणे, मुक्तपणे खतांचा व पाण्याचा वापर,

तीच तीच पिके घेणे या कारणांमुळे मृदा नादुरुस्त होतात. याचा परिणाम उत्पादन घटण्यावर होते.

(२) **मर्यादित नफा** – निर्वाही शेतीत व्यापार मर्यादित असतो. बहुतांश उत्पादने जवळपासच्या बाजारपेठेत, देशांतर्गत बाजारात किंवा शेजारील राष्ट्रांना विकली जातात. त्यामुळे नफ्याचे प्रमाण कमी असते. गुणवत्तापूर्ण उत्पादनांपेक्षा अधिकाधिक उत्पादन विशेषत: सघन शेतीत घेतले जात असल्याने कृषीमालाला चांगला भाव मिळण्यात अडचणी येतात.

(३) **अन्नसुरक्षा** – निर्वाही शेतीत अतिरिक्त उत्पादन फारसे होत नाही. अन्नसुरक्षा प्राप्त होण्यासाठी अपेक्षित अन्नधान्यसाठा करणे कठीण असते. दक्षिण आशिया व आग्नेय आशियात दाट लोकसंख्या व मर्यादित शेतीक्षेत्र यामुळे अन्नसुरक्षा (Food Security) ही गंभीर समस्या आहे. पूर, अवर्षण, भूकंप, युद्ध यांसारख्या आपत्तींच्या नंतर अन्नधान्यपुरवठा करण्यात अडचणी उद्भवतात. अशावेळी आयातीशिवाय पर्याय नसतो व त्यासाठी अधिक खर्च करावा लागत असल्याने अर्थव्यवस्थेवर परिणाम होतो.

## व्यापारी शेती : वैशिष्ट्ये व समस्या

ज्या शेतीतील जवळपास सर्व उत्पादन हे विक्री करण्याच्या उद्देशाने घेतले जाते त्या शेतीस व्यापारी शेती (Commercial Farming) म्हणतात. जो शेतकरी पीक व पशुधन हे विक्रीच्या उद्देशाने जोपासतो तो व्यापारी शेतकरी होय व त्याची शेती 'व्यापारी शेती' होय असे डी. व्हिटलसी या अमेरिकी कृषी भूगोलतज्ज्ञांनी म्हटले आहे.

उष्णकटिबंधात व्यापारी शेती तीन स्वरूपात आढळते. मळ्याची शेती, विस्तृत व्यापारी शेती व मिश्र शेती हे ते तीन प्रकार होत. उष्णकटिबंधातील मळ्याच्या शेतीचा प्रारंभ ब्रिटिश, फ्रेंच, डच, स्पॅनिश या वसाहतवादी लोकांनी केला तर विस्तृत व्यापारी शेती व मिश्र शेती ऑस्ट्रेलिया, अर्जेंटिना या देशांमध्ये विसाव्या शतकाच्या प्रारंभी सुरू झाली. मळ्याची शेती श्रमआधारित आहे, तर विस्तृत शेती व मिश्र शेती यंत्राधारित आहे; परंतु, या तीनही प्रकारच्या शेतीतील साम्य म्हणजे यातील उत्पादने विक्रीसाठी किंबहुना निर्यातव्यापारासाठी घेतली जातात.

## वैशिष्ट्ये

(१) **स्थान** – मळ्याची शेती दक्षिण आशिया, दक्षिण व मध्य अमेरिका, आफ्रिका व आग्नेय आशिया या भागातील डोंगरउतारावरील अरण्यांच्या प्रदेशात वसाहतवादी लोकांनी सुरू केली; तर विस्तृत व्यापारी शेती व मिश्र शेती ऑस्ट्रेलिया,

अर्जेंटिना व पॅराग्वे या देशांमध्ये केली जाते.

**(२) शेताचे आकार** - व्यापारी शेतीत भूधारणा मोठी असते. मळ्याच्या शेतीत डोंगरउतारावर साधारणपणे ४० हेक्टर क्षेत्राचा मळा असतो त्यास 'इस्टेट' म्हणतात. आग्नेय आशियातील मळे आकाराने थोडे लहान असतात. विस्तृत व्यापारी शेतीत व मिश्र शेतीस शेतीक्षेत्र १२५ हेक्टर्स किंवा त्यापेक्षा अधिक असते. शिवाय ही शेते जवळपास सपाट असतात.

**(३) यांत्रिकीकरण** - मळ्याची शेती ही व्यापारी शेती असूनही श्रमआधारित असते. मळे डोंगरउतारावर असतात व त्यांचे आकारही योग्य उताराच्या अंगाने वेगवेगळ्या स्वरूपाचे असतात. त्यामुळे यंत्रे चालवणे जिकिरीचे असते. तसेच मळ्याच्या शेतीतील बरीचशी कामे हातानेच करावयासारखी असतात. कुशल व स्वस्त मनुष्यबळही उपलब्ध असते. यामुळे मळ्याची शेती श्रमाधारित असते.

याउलट, विस्तृत व्यापारी शेती व मिश्र शेती यंत्राधारित असते. शेते सलग, सपाट व मोठी असतात. लोकसंख्या विरळ असल्याने मनुष्यबळ महाग असते. एक यंत्र अनेक कामे व अनेक मजुरांचे काम करू शकते.

**(४) भांडवल** - व्यापारी शेतीत मोठी भांडवलगुंतवणूक करावी लागते. मळ्याच्या शेतीतील पिके बहुवर्षीय असतात, तसेच सुरुवातीची काही वर्षे व्यापारी उत्पादन मिळत नाही. मळ्याची आखणी, रोपवाटिका, रोपांची लावणी, कीड व रोगांपासून बचाव करणे, खतपुरवठा, उत्पादनाची तोडणी, संकलन, प्रक्रिया, पॅकिंग व वाहतूक या सर्व बाबींसाठी भरपूर पैसा गुंतवावा लागतो. शिवाय मजुरांसाठी निवास, आरोग्यकेंद्रे, मालाचे संकलन व प्रक्रिया यांसाठी बंदिस्त इमारत व यंत्रे-उपकरणे खरेदी यांसाठीही भांडवल लागते.

विस्तृत शेती व मिश्र शेतीत मोठमोठ्या यंत्रांची खरेदी, देखभाल-दुरुस्ती, साठवणुकीसाठी गोदामे, शीतगृहे, बंदिस्त गोठे, पशुवैद्यकसुविधा, पॅकिंगसुविधा व वाहतूक यासाठी मोठे भांडवल लागते.

**(५) पिके** - व्यापारी शेती एकपिकी (Monoculture) शेती असते. मळ्याच्या शेतीत चहा, कॉफी, कोको, रबर, मसाल्याची पिके, नारळ, अननस, काजू यांचे स्वतंत्र मळे (इस्टेट्स) असतात. एखाद्या प्रदेशाची किंवा राष्ट्राची विशिष्ट उत्पादनात मक्तेदारी होते त्यामुळे त्याचा फायदा होतो. भारताचा चहा, ब्राझीलची कॉफी, मलेशियाचे रबर व अननस यांची व्यापारात मक्तेदारी आहे.

विस्तृत व मिश्र शेतीत गहू, मका, सोयाबीन, अल्फा-अल्फा, क्लोव्हर, लुसर्न अशी चारापिके, फळे, दूध, मांस, अंडी यांचे उत्पादन एकपिकी पद्धतीने किंवा खूप

मोठ्या क्षेत्रात मिश्र पद्धतीने घेतले जाते.

(६) **वाहतूक, विपणन व व्यापार** - व्यापारी शेतीतील उत्पादने विक्रीसाठी असतात. यामुळे मालाची वाहतूक, विपणन व व्यापार सुरक्षित, कार्यक्षम व जलद व्हावे लागते. बहुतांश उत्पादने निर्यात केली जातात. यासाठी उत्पादन- क्षेत्र व किनाऱ्यावरील बंदरे यांच्या दरम्यान उत्तम वाहतूक जाळे असावे लागते. लहान लहान राष्ट्रांमध्ये अशी व्यवस्था निर्माण करणे सहज शक्य असते; पण भारत, ब्राझील, ऑस्ट्रेलियासारख्या राष्ट्रांमध्ये वाहतुकीचे जाळे, त्यांच्यातील समन्वय, कार्यक्षमता आव्हानात्मक असते. उत्तम विपणनासाठी प्रक्रियाउद्योग, उत्कृष्ट पॅकिंग, वाहतूक-साधनांमधील खास सोयी, मध्यस्थ दलाल यांच्यातील उत्तम संपर्क, बाजारपेठेविषयी अद्ययावत माहिती, नवीन बाजारपेठांचा शोध यांची आवश्यकता असते.

जागतिकीकरणामुळे व्यापारात आमूलाग्र बदल झाले आहेत. राष्ट्रा-राष्ट्रांदरम्यानचे करार, सहकार्य, सामंजस्य, संघटना यांमुळे कृषीमाल व्यापारावर प्रभाव पडला आहे.

## व्यापारी शेतीतील समस्या

(१) **पर्यावरणीय हानी** - मळ्याच्या शेतीसाठी 'इस्टेट' तयार करताना डोंगर- उतारावरील जंगलातील वृक्षांची तोड केली जाते. यामुळे जंगलांचे क्षेत्र कमी होते. शिवाय उतारावरील मृदा उघडी पडल्याने तिचा ऱ्हास होतो. विस्तृत शेतीत व मिश्र शेतीत खतांचा वापर मुक्तपणे केला जातो. त्याचप्रमाणे कीडनाशकेही अधिक वापरली जातात; त्यांचे अंश मृदेत जमा होतात व मृदेची हानी होते.

व्यापारी शेती एकपिकी असल्याने मृदेतील विशिष्ट घटकांचा ऱ्हास होत राहतो. जंगलतोड व मृदाहानी हे व्यापारी शेतीचे दुष्परिणाम होत.

(२) **वातावरणीय आपत्तींचा परिणाम** - व्यापारी शेती केली जाणाऱ्या प्रदेशात चक्रीवादळे, धुळीची वादळे, अवेळी येणारा मुसळधार पाऊस, अवर्षण, गारा अशा अचानक होणाऱ्या हवेतील बदलांचा विपरीत परिणाम होतो. उत्पादनाची गुणवत्ता घसरल्याने निर्यातीवर व मिळणाऱ्या नफ्यावर परिणाम होतो.

(३) **आंतरराष्ट्रीय बाजारातील चढ-उतार** - व्यापारी शेतीचे अर्थशास्त्र निर्यातीशी निगडित असते. आंतरराष्ट्रीय बाजारभावात चढ-उतार झाल्यास, मालाची मागणी घटल्यास शेतकऱ्याचे मोठे नुकसान होते. गहू हे पीक दोन्ही गोलार्धांत होत असल्याने त्याची आंतरराष्ट्रीय बाजारपेठेत सतत आवक होत असते. त्यामुळे मालाचा उठाव न झाल्यास भाव कोसळतात. मागणी घटते. काही वर्षांपूर्वी कॉफीचे भाव खूप

वाढल्याने मागणी घटली होती. त्यामुळे बाजारपेठेचे या शेतीवर नियंत्रण असते असे म्हटले जाते.

**(ब) शेतीप्रकार**

निर्वाही शेती व व्यापारी शेती या दोहोंची मूलभूत उद्दिष्टे भिन्न भिन्न आहेत; परंतु दोन्हींमधील सुयोग्य व सोयीची तत्त्वे-उद्दिष्टे एकत्र करून शेतीचे विविध प्रकार निर्माण झाले आहेत. उष्णकटिबंधातील पुढील शेतीप्रकारांचा विस्ताराने अभ्यास करावयाचा आहे.

(१) भटकी शेती
(२) सघन निर्वाही शेती
(३) व्यापारी विस्तृत शेती
(४) मिश्र शेती
(५) मळ्याची शेती

**(१) भटकी शेती (स्थलांतरित शेती)**

भटकी शेती ही प्रथमअवस्थेतील शेती आहे. या शेतीस स्थलांतरित शेती किंवा अस्थायी शेती असेही म्हणतात. उष्णकटिबंधातील दाट अरण्यांच्या प्रदेशात डोंगराळ भागात या प्रकारची शेती केली जाते.

भटकी शेती प्रदेश (नकाशा ४.१)

**(१) आफ्रिका** - कांगो, झैरे, झिम्बाब्वे, झांबिया, कॅमेरून, गॅम्बिया, केनिया, युगांडा, अंगोला, नायजेरिया, घाना, बेनिन, टोगा, सिएरालिऑन, गिनी, बुरुंडी, रवांडा, टांझानिया, मादागास्कर

**(२) मध्य अमेरिका** - मेक्सिको, होंडूरास, ग्वाटेमाला, निकाराग्वा, कोस्टारिका

**(३) दक्षिण अमेरिका** - व्हेनेझुएला, इक्वेडोर, कोलंबिया, गयाना, सुरिनाम, ब्राझील (ॲमेझॉन खोरे)

**(४) आशिया** - इंडोनेशिया, मलेशिया, फिलीपाईन्स, भारत, श्रीलंका, बांगलादेश, म्यानमार, थायलंड, व्हिएतनाम.

**वैशिष्ट्ये -**

**(१) अस्थायी शेती** - भटकी शेती ही अस्थायी शेती होय. शेती करणारा लोकसमूह तीन ते सात वर्षांनी नवीन जमिनीच्या शोधात स्थलांतरित होतो म्हणून ही 'अस्थायी शेती' होय व या शेतीला स्थलांतरित शेती असेही म्हणतात. पहिली दोन

वर्षे ही शेती केल्यावर जमिनीची उत्पादकता घटू लागते व त्यावर अवलंबून असणाऱ्या लोकांचा निर्वाह होईनासा होतो म्हणून ते स्थलांतर करतात.

**(२) निर्वाही स्वरूप** – या शेतीतून मिळणारे उत्पादन ती शेती करणाऱ्या समूहाच्या निर्वाहापुरतीच असते. ही शेती पूर्णपणे निसर्गाधीन असते. उत्पादनवाढीसाठी कोणतेही प्रयत्न केले जात नाहीत. पिकांची निगा राखली जात नाही; त्यामुळे उत्पादन कमी असते व नंतरच्या हंगामांमध्ये घटत जाते.

**(३) पिके** – भटकी शेती उष्ण, दमट हवामानाच्या, भरपूर पावसाच्या प्रदेशात केली जात असल्याने भात, कंदपिके, भरडधान्ये, काही तेलबिया ही प्रमुख पिके होत. टॅपियोका, याम, कॅसाव्हा, सुरणवर्गीय कंद ही प्रमुख कंदपिके घेतली जातात. आफ्रिकेमध्ये एका शेतीक्षेत्रात ८०–९० टक्के क्षेत्र एखाद्या कंदपिकाच्या लागवडीखाली असते व उर्वरित १० ते २० टक्के क्षेत्र भात, मका, भुईमूग, मिरची, घेवडा यांपैकी एखाद्या पिकाखाली असते.

दक्षिण अमेरिका व इंडोनेशिया, फिलिपीन्स या भागात उतारावरील भातशेती केली जाते व दुय्यम पिके म्हणून भोपळेवर्गीय पिके, सुरण, काकडीवर्गीय पिके घेतली जातात.

दक्षिण आशिया व आग्नेय आशियात भाताच्या एका पिकानंतर मका, ज्वारी, बाजरी, नाचणी, केळी, तीळ ही पिके घेतली जातात.

**(४) लागवडपद्धत** – इतर शेतीप्रकारांच्या तुलनेत स्थलांतरित शेतीप्रकारातील लागवडपद्धत पूर्णपणे भिन्न असते. उष्णकटिबंधीय दाट अरण्यातील डोंगराचा सौम्य उतार ही शेती करणाऱ्या समूहाचा ज्येष्ठ म्होरक्या प्रथम निवडतो. शेती करणारा लोकसमूह किती मोठा वा लहान आहे त्यानुसार त्या उतारावरील शेतीचे क्षेत्र निश्चित केले जाते. साधारणपणे अर्धा ते एक हेक्टर एवढे क्षेत्र असते. त्या निवडलेल्या जमिनीवरील जंगल तोडून स्वच्छ केले जाते. नंतर तो भाग जाळला जातो; म्हणून या शेतीस 'स्लॅश अँड बर्न' म्हणजे 'सपासप कापा व जाळा' पद्धतीची शेती म्हटले जाते.

ब्राझीलमधील ॲमेझॉन खोऱ्यात महाकाय वृक्ष असल्याने ते तोडणे या लोकांकडील हत्याऱ्यांनी शक्य नसते म्हणून असे वृक्ष जमिनीपासून पाच ते सहा फूट उंचीपर्यंत शिल्लक ठेवून फांद्या छाटल्या जातात; अशा वृक्षांना 'पॅड्रेस' (Padraes) म्हणजे ट्रीगाईड्स म्हणतात. असे वृक्ष असणे हे सुपीक जमीन असल्याचे चिन्ह समजले जाते म्हणून ते राखले जातात. आफ्रिकेतून बेनिन या राष्ट्रात ही शेती करणारे लोक मातीची चव बघून सुपीकता ठरवितात व जमिनीची निवड करतात.

जमीन जाळल्याने पोटॅश या मूलद्रव्याचा पुरवठा होतो व जमिनीतील तण,

नकाशा क्र. ४.१ भटकी शेती (स्थलांतरित शेती)

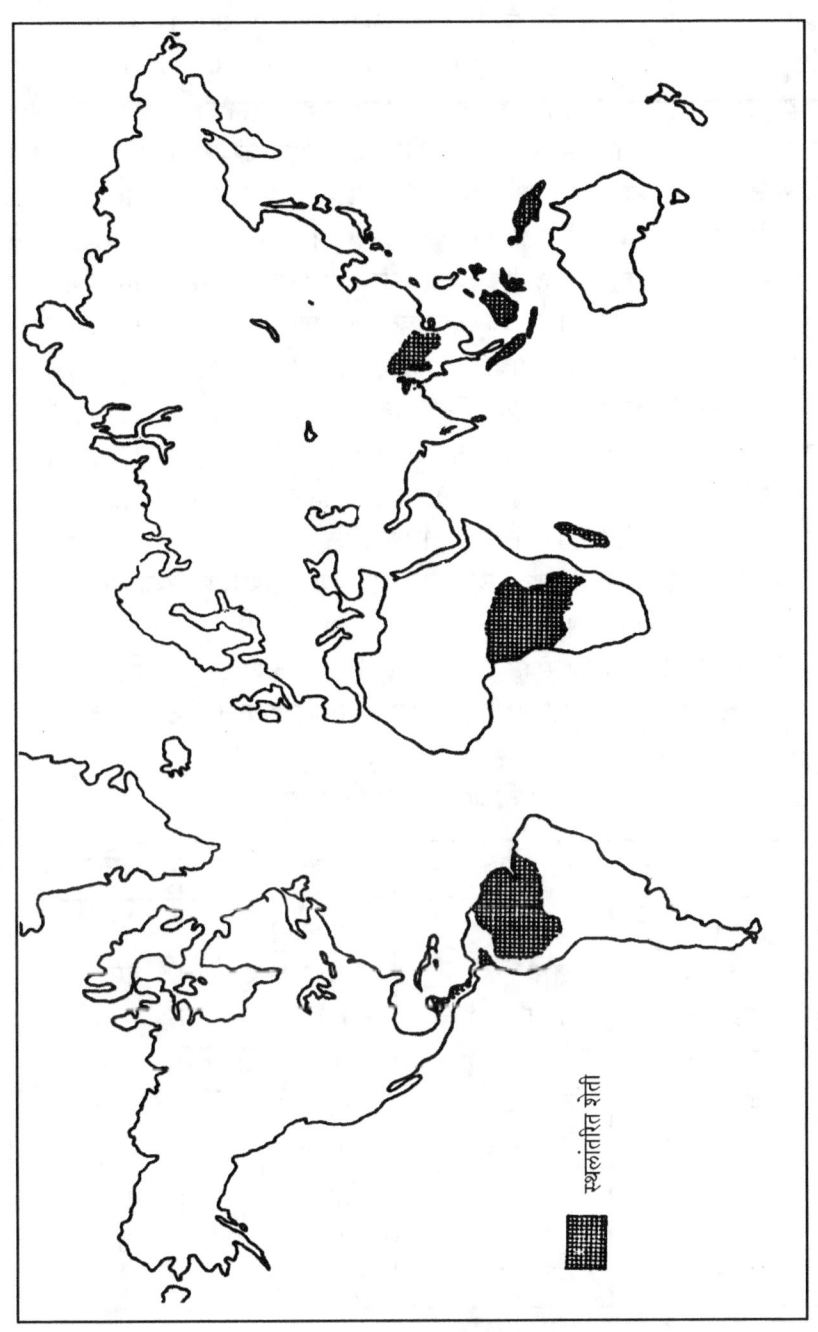

स्थलांतरित शेती

किडी, बुरशी नष्ट होते असे मानले जाते. त्यानंतर जाड काठ्या, लोखंडी कांब अशा साधनांनी जमीन उकरून सैल केली जाते. अशा जमिनीत बी फेकून पेरणी करतात किंवा कंद टाकले जातात. अशा पेरणीनंतर तो लोकसमूह जंगलात शिकारीसाठी कंदमुळे, फळे गोळा करण्यासाठी निघून जातो. पिकाची निगा व रक्षण केले जात नाही. उष्ण, दमट हवामानामुळे पिकावर कीड पडते, बुरशीजन्य रोग पसरतात. शिवाय पीक तयार होत आल्यावर पक्षी, प्राणी पिकांची नासधूस करतात. जंगलात गेलेला लोकांचा गट पीक तोडणीसाठी परत येतो आणि जे काही उत्पादन हाती लागते ते आपसात वाटून घेतात. दोन ते तीन वर्षानंतर उत्पादन इतके घटते की निर्वाह होणे शक्य होत नाही. जोरदार पाऊस व उघड्या पडलेल्या मृदा यांमुळे मृदाधूप वेगाने होते. लोकसमूह नवीन जमिनीच्या शोधात स्थलांतर करतो. भटकी शेती चक्रीय स्वरूपाची असते. एकदा सोडून दिलेल्या जमिनीवर परत शेती करण्यासाठी हे लोक येतात. हा कालावधी पाच ते सात वर्षांचा असतो तर काही भागांत तो वीस वर्षांइतका दीर्घही असतो. ईशान्य भारतात यास 'झुमिंग' (Jhuming) किंवा झूमसायकल (Jhumcycle) म्हणतात. आफ्रिकेतील गॅम्बिया, घाना, सिएरा, लिओन येथे वस्ती करून राहिलेल्या गावसदृश झोपड्यांभोवती छोट्या छोट्या जमिनीच्या तुकड्यांवर अशी शेती करतात त्यांना 'इनफार्म' शेती म्हणतात.

(५) **भिन्न भिन्न स्थानिक नावे** – स्थलांतरित शेतीस भिन्न भिन्न प्रादेशिक नावे आहेत. इतर शेतीप्रकारांच्या तुलनेत हे एक आगळेवेगळे वैशिष्ट्य समजले जाते.

**तक्ता क्र. ४.२**

**भटकी शेती : स्थानिक नावे**

| देश | स्थानिक नाव | देश | स्थानिक नाव |
|---|---|---|---|
| श्रीलंका | चेन्ना | व्हिएतनाम | रे |
| मलेशिया | लडांग | बांगलादेश | झुम |
| इंडोनेशिया | ह्यूमा | कांगो | मसोले |
| म्यानमार | तुंग्या | **भारत–राज्ये** | **नाव** |
| थायलंड | तामराई | केरळ | कुमरी |
| फिलीपीन्स | कान्गिन् | मध्य प्रदेश | बेवार, पेंडा |
| मेक्सिको | मिल्पा | ओरिसा | पोडू, डुंगर |
| ब्राझील | रोका | आंध्र प्रदेश | पेडा |
| व्हेनेझुएला | कॉनूको | ईशान्य राज्ये | झूम |

**(६)** **अल्पकाळ लागवडीखाली व दीर्घकाळ पडीक** – भटक्या शेतीतील जमिनीत दोन ते तीन वर्षे लागवड केली जाते. त्यानंतर उत्पादन घटत असल्याने त्यावर अवलंबून असणाऱ्या लोकांचा निर्वाह होऊ शकत नाही. अशी जमीन पाच ते सात वर्षे व क्वचित वीस वर्षे पडीक ठेवतात. मृदा लागवडीयोग्य झाल्या की तोच समूह परत त्या ठिकाणी शेती करतो. अशी ही चक्रीय पद्धत असते. ईशान्य भारतात यालाच झूमसायकल म्हणतात. स्थलांतरित शेतीतील जमीन पडीक ठेवण्याचा पर्याय अधिक नैसर्गिक आहे असे काही अभ्यासक मानतात. त्यांच्या मते उत्पादनात घट येऊ नये म्हणून खतपुरवठा करून एकाच जमिनीतून पिके घेत राहणे हा अनैसर्गिक उपाय होय. तसेच भटकी शेती सामूहिक शेती असते. शेतीची मालकी, शेतीतील सर्व कामे करण्यापासून ते आलेले उत्पादन समूहाने वाटून घेणे असे सर्व काही सामूहिक पद्धतीने केले जाते. सामाजिक दृष्ट्या ते उपयुक्त ठरते.

**(७)** **वर्तमान स्थिती** – आफ्रिका, आशिया व दक्षिण आणि मध्य अमेरिकेत ही शेती मोठ्या प्रमाणावर विखुरलेली आहे; पण त्यातील काही प्रदेशांमध्ये मळ्याची शेती केली जाते. चहा, कॉफी, कोको, रबर यांचे मळे आग्नेय व दक्षिण आशिया, उत्तरमध्य आफ्रिका व दक्षिण अमेरिकेत आहेत. स्थलांतरित शेतीमुळे जंगलतोड, मृदाधूप या समस्या निर्माण होतात; म्हणून या शेतीवर निर्बंध घालण्यात आले आहेत. ही शेती करणाऱ्या लोकसमूहास एकाच ठिकाणी राहण्यास प्रवृत्त केले जाते. त्यांना पशुपालन, मळ्याच्या शेतीतील कामाचे प्रशिक्षण देणे व काम देणे, पिकांचा क्रम ठरवून देणे, आरोग्य–शिक्षण सुविधा असे उपाय योजले जातात.

## सघन निर्वाही शेती (Intensive Subsistence Farming)

सघन निर्वाही शेती हा शेतीप्रकार मोसमी आशियाची वैशिष्ट्यपूर्ण शेती म्हणून ओळखला जातो. दाट लोकसंख्या व मर्यादित शेतीक्षेत्र असलेल्या दक्षिण व आग्नेय आशियात या प्रकारची शेती केली जाते. दाट लोकसंख्या व वाढती लोकसंख्या यांमुळे अन्नधान्याची मागणी मोठी असते. त्यामुळे उपलब्ध लागवडीयोग्य जमिनीतून अधिकाधिक उत्पादन घेण्याचे प्रयत्न केले जातात. मर्यादित शेतीक्षेत्रातून प्रयत्नपूर्वक अधिक उत्पादन घेण्याच्या पद्धतीस सघन शेती म्हणतात; पण जेव्हा या पद्धतीच्या शेतीमधून प्राप्त होणारे उत्पादन त्या प्रदेशातील लोकसंख्येची गरज भागवण्यापुरतेच प्राप्त होत असते तेव्हा अशा शेतीस सघन निर्वाही शेती असे म्हटले जाते.

**दक्षिण आशिया** – पाकिस्तान, भारत, बांगला देश, म्यानमार, थायलंड, श्रीलंका

**आग्नेय आशिया** - मलाया, लाओस, कंबोडिया, व्हिएतनाम, इंडोनेशिया, फिलिपीन्स, दक्षिण चीन व तैवान

## वैशिष्ट्ये

**(१) सघन शेती पद्धती-मर्यादित** - लागवडीखालील क्षेत्रातून अधिकाधिक उत्पादन घेण्याच्या दृष्टीने केली जाणारी शेती म्हणजे सघन (सखोल) शेती होय. चांगले उत्पादन यावे म्हणून उत्तम बी-बियाणांचा वापर, खते, कीडनाशके, जलसिंचन यांचा उपयोग करून घेतला जातो. वर्षभरात दुबार-तिबार पिके घेतली जातात. बहुपीक पद्धती, आंतरपिके घेणे, पिकांचा क्रम यांचा अवलंब केला जातो. पाणथळीच्या जमिनी, पडीक जमिनी प्रयत्नपूर्वक लागवडीयोग्य केल्या जातात. डोंगरउतारावर पायऱ्या-पायऱ्यांची शेती केली जाते. शेताच्या सीमा लहान चिंचोळे बांध घालून, पायवाट ठेवून निश्चित केल्या जातात.

**(२) अल्पभूधारकता व अल्पभूधारणा** - दाट लोकसंख्या व मर्यादित लागवडीयोग्य क्षेत्र यामुळे भूधारणा कमी असते यास अल्पभूधारणा म्हणतात. दक्षिण आशिया व आग्नेय आशियात हे प्रमाण एक ते दोन हेक्टरपर्यंत असले तरी बांगला देश, इंडोनेशिया, फिलिपिन्स, व्हिएतनाम यांसारख्या लहान क्षेत्रफळांच्या राष्ट्रांमध्ये ते अर्धा हेक्टर ते एक हेक्टरपर्यंत आढळते.

मोसमी आशियातील हिंदू, बौद्ध व इस्लाम धर्मीयांमध्ये वारसाहक्कानुसार मालमत्तेची वाटणी होते. यामुळे वारसांना मिळणाऱ्या जमिनीचे विभाजन होते व त्यामुळे शेते लहान लहान तुकड्यांत विभागली जातात. प्रत्येक शेतकऱ्याकडे जमिनीचे अल्प प्रमाण असते म्हणून यास 'अल्पभूधारकता' म्हणतात. मोसमी आशियात साठ टक्के शेतकऱ्यांकडे ०.४ हे ते १.० हेक्टर शेती आहे. परंतु, बी. एच. फार्मर यांच्या मते श्रमाधारित भातशेती असणाऱ्या प्रदेशात अशी लहान शेते तोट्याची ठरत नाहीत. भातखाचरे लहान सपाट व बंदिस्त असतात, त्यात पाणी साठवून मजुरांना काम करणे सोयीचे ठरते. तरीही आर्थिक तत्त्वानुसार लहान शेती म्हणजे नफाही कमी हे सूत्र मान्य करावे लागते.

भारत, चीन या देशांमध्ये जमीन सुधार योजना मोठ्या प्रमाणावर राबविल्या जात आहेत. शेतजमिनीचे संलग्नीकरण, सामूहिक शेती, सहकारी शेती व गट-शेती यांसारख्या उपाययोजनांमुळे काही प्रमाणात चांगले बदल झाले आहेत.

**(३) श्रमाधारित शेती** - मोसमी आशियातील सघन निर्वाही शेती ही श्रम आधारित शेतीचा उत्तम नमुना आहे. दाट लोकसंख्येमुळे स्वस्त, कुशल मनुष्यबळाची उपलब्धता असते. शेताचे आकार लहान असल्याने यंत्राचा वापर करण्यावर मर्यादा

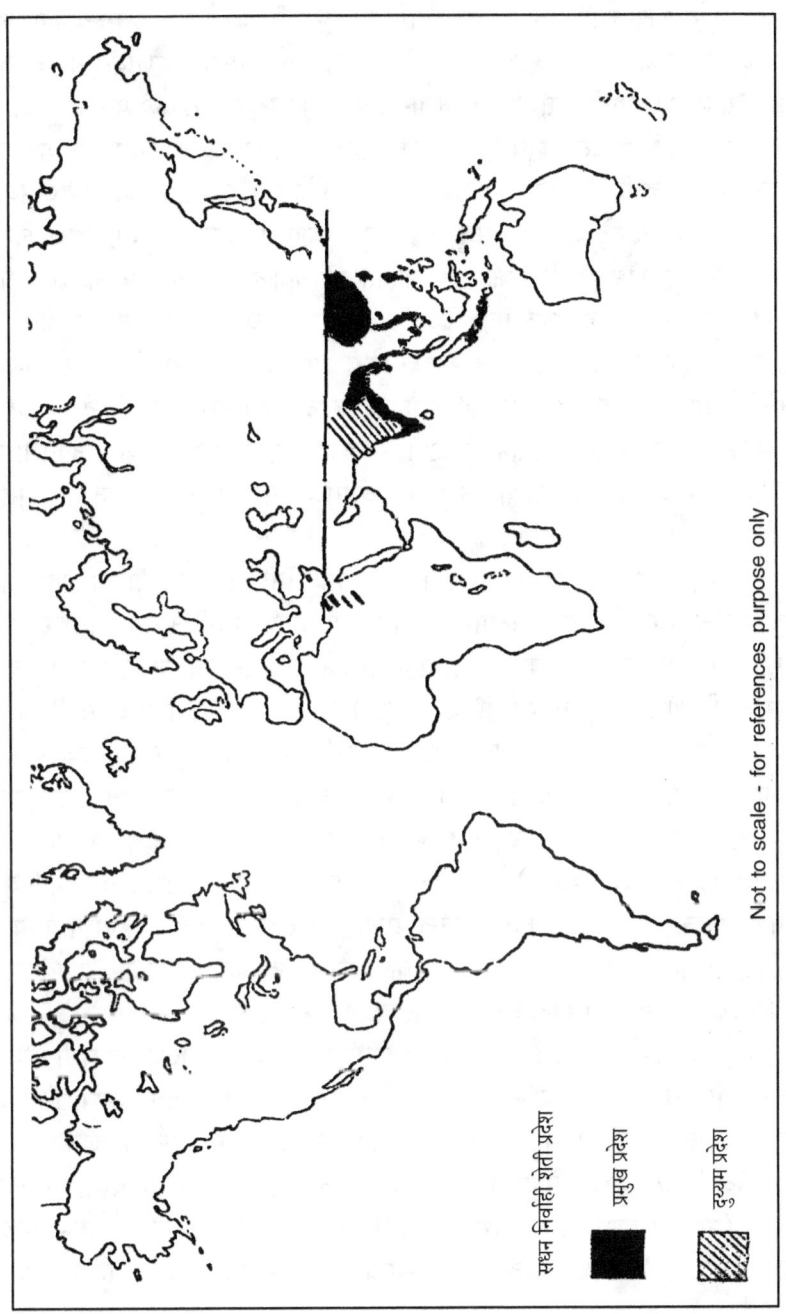

## नकाशा क्र. ४.२ सघन निर्वाही शेती प्रदेश

Not to scale - for references purpose only
प्रमुख प्रदेश
दुय्यम प्रदेश

असतात. यंत्रखरेदी, देखभाल-दुरुस्ती यासाठी आवश्यक असणारे भांडवल शेतकरी गरीब असल्याने त्याच्याकडे नसते. शेती परंपरागत पद्धतीने केली जात असल्याने गुरे व मजुरांच्या साहाय्याने केली जाते. भातशेतीत स्त्री मजुरांचे प्रमाण लक्षणीयरीत्या जास्त असते. ग्रामीण भागातील रोजगार पुरवणारे क्षेत्र म्हणून सघन शेतीकडे पाहिले जाते.

**(४) मर्यादित पशुपालन** - सघन निर्वाही शेतीप्रकारात पशुधनाला महत्त्व असते. गायी, म्हशी, बैल, रेडे, शेळ्या, मेंढ्या, कोंबड्या, डुकरे, बदके असे अनेक प्रकारचे प्राणी पाळले जातात. परंतु, त्यापासून व्यापारी स्वरूपाचे विपुल उत्पादन मिळण्याच्या दृष्टीने फारसे प्रयत्न केले जात नाहीत. पशुधनाच्या चाऱ्याची किंवा खाद्याची विशेष व्यवस्था असतेच असे नाही. दूध, अंडी, मांस यांचे थोडेफार उत्पादन होते ते शेतकऱ्यांच्या गरजेपुरते होते. पशूंची संख्या मोठी असूनही मिळणारी उत्पादने सामान्य दर्जाची व अपुरी असतात. गेल्या काही वर्षांत या उत्पादनांचा दर्जा व प्रमाण वाढण्यासाठी प्रयत्न केले जात आहेत; त्यातून कुक्कुटपालन, शेळीपालन असे शेतीपूरक व्यवसाय सुरू झाले आहेत. आग्नेय आशियात भातखाचरांमध्ये साठवलेल्या पाण्यात मासेमारी केली जाते.

**(५) खतांचा वापर** - सघन निर्वाही शेती केली जाणाऱ्या प्रदेशात लोकसंख्येचा भार अधिक असल्याने अन्नधान्याची मागणी मोठी असते. शेतकरी दर हेक्टरी जास्त उत्पादन मिळविण्यासाठी व सातत्याने पिके घेता यावीत म्हणून खतांचा वापर करतो. शेणखत, कम्पोस्ट, हिरवळीचे खत ही सेंद्रिय खते पूर्वापार वापरली जात आहेत. विसाव्या शतकात रासायनिक खते वापरली जाऊ लागली. त्यात नायट्रोजन, फॉस्फरस व पोटॅशयुक्त (NPK) खते मुख्यत्वे वापरतात. या खतांच्या चांगल्या परिणामकारकतेसाठी जलसिंचनाची गरज असते. मर्यादित जलसिंचन व बेभरवशाचा पाऊस तसेच खतांचा सढळपणे केलेला वापर यामुळे या खतांचे विपरीत परिणाम दिसू लागले आहेत. १९८० नंतर जैविक खते वापरली जाऊ लागली आहेत. ऱ्हायझोबियम, अझोला, अॅझॅटोबॅक्टर ब्लू-ग्रीन अल्गी ही काही जैविक खते होत. याशिवाय बोनमील, गांडूळखत, लेंडीखत ही खते वापरली जातात.

**(६) अनेकविध पिके** - सघन निर्वाही शेतीचे अनेकविध प्रकारची पिके घेणे हे आगळेवेगळे वैशिष्ट्य आहे. धान्यपिके, तेलबिया, नगदी पिके, अखाद्य पिके घेतली जातात. या शेतीत भातशेतीला अनन्यसाधारण महत्त्व असल्याने भातशेतीप्रधान सघन निर्वाही शेती व इतर पिकांची सघन निर्वाही शेती असे दोन उपप्रकार केले जातात.

**(अ) भातशेतीप्रधान सघन निर्वाही शेती** - भाताची दोन ते तीन पिके ज्या प्रदेशात घेणे शक्य असते त्याचा समावेश यात होतो. मोसमी आशियातील

किनारपट्ट्यांची मैदाने, त्रिभुज प्रदेश व पूरमैदाने यांचा यात समावेश होतो. येथील लोकांच्या जीवनात तांदुळाला अनन्यसाधारण महत्त्व असते म्हणून 'राईस इज लाइफ' असे म्हटले जाते. उष्ण, दमट हवामान, भरपूर पाऊस, सपाट गाळाच्या मृदा, स्वस्त मनुष्यबळ अशा अनुकूल घटकांमुळे भात हेच प्रमुख पीक ठरले आहे. भाताचे दर हेक्टरी उत्पादन भरपूर असते. सुधारित बियाणे, पुनर्रोपणपद्धती, खतांचा वापर, मुबलक पाणी व सुयोग्य हवामान यामुळे दर हेक्टरी ६००० किलो उत्पादन मिळते. म्यानमार, थायलंड, व्हिएतनाम या राष्ट्रांमधून तांदुळाची निर्यात होते म्हणून या प्रदेशास 'राइस बाऊल' म्हणतात. इरावदी, मेनाम व मेकाँग या तीन नद्यांची पूरमैदाने व त्रिभुज प्रदेश यांचा यात समावेश होतो.

**(ब) इतर पिकांची सघन निर्वाही शेती** – मोसमी आशियातील किनाऱ्यापासून दूर असलेल्या प्रदेशात पावसाचे प्रमाण कमी होते व हवामानात बदल होतो त्यामुळे भाताऐवजी गहू व इतर पिके घेतली जातात. पाकिस्तान, भारत, म्यानमार, थायलंड व व्हिएतनाम या देशांमधील व्यापक पट्टा या प्रकारच्या शेतीखाली आहे. गहू, मका, ज्वारी, बाजरी, बार्ली, कडधान्ये, तेलबिया, ऊस, कापूस, भाजीपाला, फळे अशी अनेकविध पिके घेतली जातात. या प्रदेशात वार्षिक सरासरी पर्जन्य कमी असते, अवर्षण असते परंतु जलसिंचनाच्या सुविधा काही प्रमाणात विकसित झालेल्या असल्याने उत्पादन चांगले होते.

आशिया खंडाच्या दक्षिण, आग्नेय व पूर्व भागात ही वैशिष्ट्यपूर्ण शेती केंद्रित झालेली असल्याने या शेतीस पौर्वात्य शेती (Oriental Agriculture) असेही म्हटले जाते.

### (७) सघन निर्वाही शेतीतील समस्या –

(१) मोसमी पावसाची अनिश्चितता, अवर्षणप्रवणता, चक्रीवादळे, गारपीट, अवकाळी पाऊस, पूर अशा वातावरणीय आपत्तींमुळे शेतीउत्पादन घटते.

(२) सातत्याने, वर्षानुवर्षे पिके घेणे, खते व पाणी यांचा मुक्तपणे वापर यांमुळे काही भागात मृदा व जल प्रदूषण झाले आहे.

(३) गरिबी, अज्ञान, भांडवलाची कमतरता, बेरोजगारी, स्थलांतर यांसारख्या सामाजिक व आर्थिक समस्या शेतीवर विपरीत परिणाम करतात.

(४) जागतिकीकरण, मुक्त व्यापार यामुळे या प्रदेशातील कृषीमालाला गुणवत्ता व किंमत यासाठी स्पर्धा करावी लागत आहे.

(५) वाढती लोकसंख्या व मोठी मागणी यामुळे अन्नसुरक्षा धोक्यात आली आहे.

## विस्तृत व्यापारी शेती (Extensive Commercial Farming)

विरळ लोकसंख्या व विपुल शेतीयोग्य जमीन असलेल्या प्रदेशात विस्तृत व्यापारी शेती हा अर्वाचीन शेतीप्रकार आढळतो. या शेतीप्रकारात शेताचे आकार मोठे असतात व त्यातील उत्पादने पूर्णपणे विक्रीसाठी असतात म्हणून या शेतीस 'विस्तृत व्यापारी' शेती म्हणतात. वास्तविक या शेतीचा प्रदेश उष्णकटिबंधाच्या सीमावर्ती भागात आहे; कारण याचे बहुतांश क्षेत्र मध्यकटिबंधात आहे. या शेतीच्या प्रदेशात लोकसंख्या विरळ असल्याने दरडोई शेतीक्षेत्र मोठे असते तसेच शेताचे आकार मोठे असतात त्यामुळे यंत्रांच्या साहाय्याने ही शेती केली जाते.

### विस्तृत व्यापारी शेतीप्रदेश

उष्णकटिबंधातील उत्तर गोलार्धातील प्रदेशात या प्रकारची शेती आढळत नाही तर दक्षिण गोलार्धात या शेतीचे मर्यादित क्षेत्र आढळते. दक्षिण गोलार्धात खंड-प्रदेश दक्षिणेकडे निमुळते होत जातात त्यामुळे या शेतीच्या प्रदेशाचा विस्तार मर्यादित होतो व किनारपट्टीपर्यंत ते आढळतात. कारण किनारपट्टीजवळून वाहणाऱ्या उष्ण प्रवाहामुळे हवामानात बदल झालेला असल्याने मर्यादित पाऊस, उष्ण, कोरडे हवामान निर्माण झाले आहे.

**(१) ऑस्ट्रेलिया** – पूर्व व आग्नेय ऑस्ट्रेलियातील न्यू साउथ वेल्स प्रांतातील 'डाउन्स'चा प्रदेश.

**(२) दक्षिण अमेरिका** – पॅराग्वे व उत्तर मध्य अर्जेंटिनातील 'पंपास' प्रदेश.

**(३) आफ्रिका** – दक्षिण आफ्रिकेतील 'व्हेल्ड' प्रदेश.

### वैशिष्ट्ये

**(१) शेताचे मोठे क्षेत्र** – विस्तृत व्यापारी शेतीचे महत्त्वाचे वैशिष्ट्य म्हणजे शेताचे मोठे आकार हे होय. स्वस्त व मुबलक जमीन उपलब्ध असल्याने सलग, मंद उताराचा जमिनीचा मोठा पट्टा प्रत्येक शेतकऱ्याकडे असतो. विरळ लोकसंख्येमुळे दरडोई शेतीक्षेत्रही मोठे असते. शेताचे क्षेत्र साधारणपणे २०० हेक्टर्स किंवा अधिक असते. त्यामुळे वस्त्या दूरदूर व लहान लहान असतात. परंतु, त्या नियोजनबद्ध व सर्व सोयी-सुविधांनी युक्त असतात.

**(२) यंत्राधारित शेती** – मोठे शेतीक्षेत्र व विरळ लोकसंख्या यामुळे विस्तृत व्यापारी शेती यंत्राच्या साहाय्याने केली जाते. ट्रॅक्टर्स, हार्वेस्टर्स, कंबाईन्स अशी मोठी व महाग यंत्रे वापरली जातात. नांगरणी, पेरणीपासून मळणी व धान्य पोत्यात भरेपर्यंत

नकाशा क्र. ४.३ विस्तृत व्यापारी शेती प्रदेश

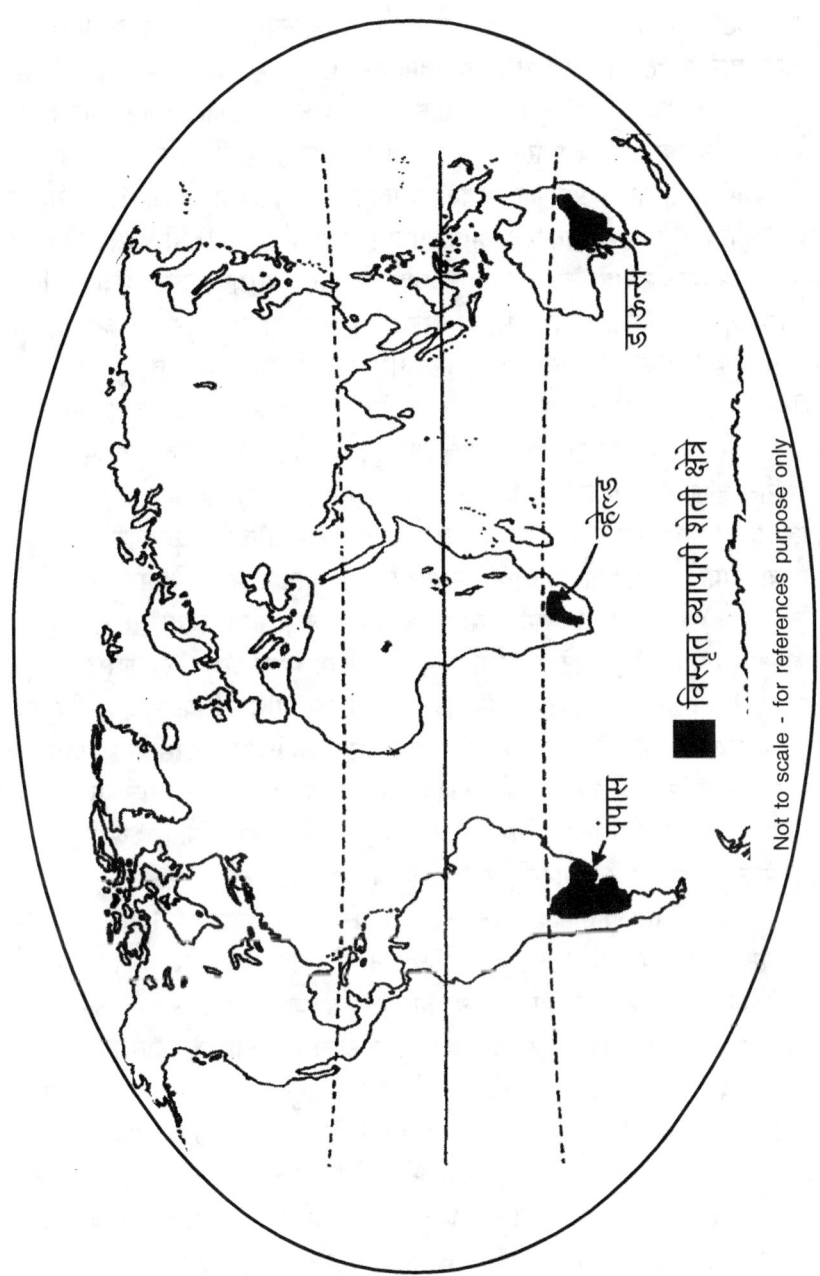

सर्व कामे एका यंत्राच्या साहाय्याने एक किंवा दोन माणसे करू शकतात. यंत्रांची देखभाल, दुरुस्ती व यंत्रे सुरक्षित ठेवण्यासाठी मोठी व बंदिस्त इमारत बांधलेली असते. धान्य साठविण्यासाठी कोठारे, गोदामे व टाक्या बांधलेल्या असतात. मजुरांना यंत्राचे तांत्रिक ज्ञान असते त्यामुळे मनुष्यबळ महाग असते.

(३) **पिके** – विस्तृत व्यापारी शेती एकपिकी (Monoculture) शेती होय. गहू हे सर्वात महत्त्वाचे व प्रमुख पीक असले तरी मका, बार्ली, ओट्स, सोयाबीन, फ्लॅक्स ही पिके काही प्रमाणात घेतली जातात. या शेतीच्या प्रदेशातील हवामान उष्ण, कोरडे, निमशुष्क प्रकारचे आहे. पावसाचे प्रमाण ५० सें.मी.पर्यंत असते व वारंवार अवर्षण असते. जलसिंचनाचा अभाव आहे. या प्रदेशातील मृदा सुपीक, काळ्या कसदार, चर्नेझोम गटातील असल्याने शेतीस अत्यंत अनुकूल आहेत. या प्रदेशात 'स्प्रिंग व्हिट' म्हणजे वसंत ऋतूतील गव्हाचे उत्पादन होते. अर्जेंटिना व ऑस्ट्रेलियात नोव्हेंबर–डिसेंबरमध्ये गहू तयार होऊन निर्यात केला जातो. ब्यूनॉस आयर्स, मेलबर्न, सिडनी येथून निर्यात होते. गव्हाचे उत्पादन दोन्ही गोलार्धात होत असल्याने जागतिक बाजारपेठेत गव्हाची आवक सतत होत असते. त्यामुळे बाजारभावात चढउतार होत असतात म्हणून योग्य बाजारभाव मिळेपर्यंत गहू कोठारांमध्ये काळजीपूर्वक साठवून ठेवावा लागतो; काही शेतकऱ्यांकडे गायी, मेंढ्या, घोडे असे प्राणी असतात.

(४) **दर हेक्टरी कमी उत्पादन** – विस्तृत व्यापारी शेतीत दर हेक्टरी उत्पादन कमी असते; परंतु, क्षेत्र मोठे असल्याने एकूण उत्पादन भरपूर असते. लोकसंख्या कमी असल्याने मागणी कमी असते म्हणून सघन शेतीप्रमाणे अधिकाधिक उत्पादन घेण्याचे शेतकरी प्रयत्न करत नाहीत. यांत्रिकीकरणामुळे उत्पादनखर्च कमी असतो. या प्रदेशात गव्हाचे दर हेक्टरी उत्पादन १७ क्विंटलपेक्षा जास्त नसते तर सघन शेतीतील गव्हाचे दर हेक्टरी उत्पादन याच्या तिप्पट असते. असे असूनही मोठे क्षेत्र व मागणी कमी यामुळे अतिरिक्त उत्पादन होते म्हणून निर्यातीशिवाय पर्याय नसतो.

(५) **भांडवल** – ही शेती व्यापारी स्वरूपाची असल्याने विपुल उत्पादन तत्त्वानुसार मोठी भांडवलगुंतवणूक करावी लागते. यंत्रखरेदी, देखभाल, दुरुस्ती, साठवणुकीसाठी कोठारे, गोदामे, टाक्या बांधणे, तंत्रकुशल मनुष्यबळाचा मजुरीवरील खर्च, खते व कीडनाशकांची खरेदी, थेट वाहतुकीचा खर्च यांमुळे शेतकऱ्यास स्थिर भांडवल व खेळते भांडवल दोन्ही मोठ्या प्रमाणात गुंतवावे लागते. योग्य भाव न मिळाल्यास किंवा अवर्षणामुळे उत्पादन घटल्यास शेतकरी आर्थिक संकटात सापडतो.

(६) **बाजारपेठ** – विस्तृत व्यापारी शेतीतील उत्पादने निर्यातीसाठी असतात. परंतु, उष्णकटिबंधातील या प्रकारच्या शेतीचे प्रदेश दक्षिण गोलार्धात असल्याने उत्तर गोलार्धातील जागतिक बाजारपेठेपासूनचे दूरत्व यामुळे वाहतूकखर्च अधिक असतो.

स्पर्धात्मक बाजारपेठेत मालाचा भाव कमी राखण्यासाठी उत्पादनखर्च किमान राखण्याचे सर्वतोपरी प्रयत्न करावे लागतात. गव्हाच्या उत्पादनात अनेक देश स्वयंपूर्ण झाल्याने मागणी कमी-जास्त होत असते म्हणूनच आता सोयाबीन, मका, ओट्स या पिकांखालील क्षेत्र व उत्पादन वाढत आहे.

## (७) विस्तृत व्यापारी शेतीतील समस्या

**(१) अवर्षणाचा धोका** - खंडांतर्गत स्थान, पर्जन्याची चलनशीलता, किनारपट्टीजवळून वाहणाऱ्या उष्ण प्रवाहाचा परिणाम यामुळे या शेतीच्या प्रदेशात अवर्षणाची वारंवारिता अधिक असते. त्याचा परिणाम उत्पादन घटण्यात होतो. जलसिंचनाचा अभाव असल्याने आवश्यक तितकेच क्षेत्र लागवडीखाली आणणे, पीक विमा योजना स्वीकारणे असे उपाय योजले जातात.

**(२) बाजारभावातील चढउतार** - या शेतीतील उत्पादने निर्यातीसाठी असल्याने आंतरराष्ट्रीय बाजारपेठेतील चढ-उताराचा फटका येथील शेतकऱ्यास बसतो. त्यामुळे बाजारपेठेवर लक्ष ठेवणे, माहिती मिळवत राहणे व योग्य भाव मिळेपर्यंत माल साठवून ठेवणे आवश्यक असते. यामुळे शेतकऱ्यास परतावा लवकर मिळत नाही व आर्थिक संकट ओढवते. शेतकरी कर्जबाजारी होतो.


**मळ्याची शेती** (Plantation Agriculture)

उष्णकटिबंधीय प्रदेशातील देशांमध्ये परकीय वसाहतवादी लोकांनी सुरू केलेल्या व्यापारी नगदी पिकांच्या शेतीस 'मळ्याची शेती' म्हणतात. अठराव्या शतकाच्या पूर्वार्धात ब्रिटिश, फ्रेंच, डच, स्पॅनिश व पोर्तुगीज लोकांनी दक्षिण व आग्नेय आशिया, आफ्रिका, मध्य व दक्षिण अमेरिका, कॅरिबियन द्वीपसमूहाच्या निरनिराळ्या भागात वसाहती स्थापल्या. मळ्याच्या शेतीतील उत्पादनांना समशीतोष्ण कटिबंधात विशेषत: युरोपीय राष्ट्रांमध्ये पर्यायी उत्पादने उपलब्ध नसल्याने या उत्पादनांच्या व्यापारास मोठी संधी होती. व्यापार करण्याच्या उद्देशाने या शेतीचा प्रारंभ झाला. चहा, कॉफी, कोको, रबर, तंबाखू, कापूस, केळी, अननस, नारळ, मसाल्याचे पदार्थ, तेल्याताड ही मळ्याच्या शेतीतील उत्पादने होत. यातील बहुतांश उत्पादनांवर प्रक्रिया केल्याशिवाय ती निर्यात करणे शक्य नसते म्हणून या शेतीच्या अनुषंगाने मळ्याजवळच प्रक्रिया उद्योगही उभारले गेले हे या शेतीचे वैशिष्ट्य आहे.

### मळ्याच्या शेतीचे प्रकार

**(१) आशिया** - (अ) दक्षिण आशिया - भारत, बांगलादेश, श्रीलंका, म्यानमार

(ब) आग्नेय आशिया – मलाया, थायलंड, इंडोनेशिया, फिलिपीन्स, तैवान

**(२) आफ्रिका** – (अ) पूर्व आफ्रिका – केनिया, युगांडा, टांझानिया

(ब) पश्चिम आफ्रिका – अंगोला, कांगो, कॅमेरून, नायजेरिया, घाना, टोगो, आयव्हरीकोस्ट, गिनी

(क) दक्षिण आफ्रिका – साउथ आफ्रिका

**(३) दक्षिण अमेरिका** – ब्राझील, व्हेनेझुएला, फ्रेंच गयाना, कोलंबिया

**(४) मध्य अमेरिका** – पनामा, ग्वाटेमाला, होंडूरास, कोस्टारिका

**(५) कॅरिबियन बेटे** – क्यूबा, जमाइका, त्रिनिदाद, पोर्टोरिको

**वैशिष्ट्ये**

**(१) मळे (इस्टेट्स)** – मळ्याच्या शेतीतील शेताला 'इस्टेट्स' (मळा) म्हणतात. डोंगरउतारावर काळजीपूर्वक व तज्ज्ञांच्या सल्ल्याने निवडलेले व निश्चित आरेखित केलेले क्षेत्र म्हणजे मळा (इस्टेट) होय. हे मळे मोठ्या क्षेत्रफळाचे म्हणजे सुमारे ४० हेक्टर्स किंवा त्यापेक्षा अधिक क्षेत्राचे असतात. मलाया, श्रीलंका, भारतात मात्र मळे यापेक्षा लहान आहेत. मलायामध्ये लहान मळ्यांचे संलग्नीकरण करून अधिक पर्याप्त व्यवस्थापन केले जाऊ लागले आहे. ब्राझीलमध्ये मळ्यांना फझेंदा (Fazenda) व मळ्याच्या मालकास फझेंदेईरो (Fazendeiro) म्हणतात.

मळ्याचे स्थान व क्षेत्र निश्चित झाले की तो भाग स्वच्छ केला जातो. काही ठराविक अंतरावरील वृक्ष राखण्यात येतात पण बाकी सर्व भागातील वनस्पती आच्छादन काढून टाकले जाते. जमिनीची नांगरणी करून ती भुसभुशीत झाल्यावर ठराविक अंतरावर एका ओळीत खड्डे केले जातात. त्यात खत व माती टाकून रोपवाटिकेत तयार केलेली रोपे आणून लावली जातात. यास मळा तयार करणे म्हणतात; कारण त्यानंतर बरीच वर्षे त्या मळ्यातून व्यापारी स्वरूपाचे उत्पादन प्राप्त होते म्हणून अत्यंत काळजीपूर्वक व तज्ज्ञांच्या मार्गदर्शनाखाली मळे तयार करतात.

**(२) मळ्याची मालकी व स्थानिक मनुष्यबळ** – मळ्याच्या शेतीचा प्रारंभ वसाहतवादी लोकांनी केल्यामुळे मळ्याची मालकी त्यांच्याकडे होती. या शेतीसाठी आवश्यक असणारी भांडवलगुंतवणूक त्यांचीच होती. स्थानिक लोक मजूर म्हणून मळ्यात कामे करत. पूर्वी भारतातील चहाचे मळे, मलेशियातील रबराचे मळे ब्रिटिशांच्या मालकीचे होते. आफ्रिकेतील कॅमेरून व आयव्हरी कोस्ट येथील मळे फ्रेंच लोकांचे तर ब्राझीलमधील कॉफीचे मळे स्पॅनिश, पोर्तुगीज लोकांचे होते. परंतु, आता बहुतांश राष्ट्रे स्वतंत्र झाल्याने विदेशी लोकांची मालकी क्वचित काही भागांतच आहे.

मळ्याची शेती आधुनिक व व्यापारी स्वरूपाची असूनही श्रमाधारित आहे. उष्ण, दमट हवामानात, मुसळधार पावसात काम करू शकणाऱ्या स्थानिक मनुष्यबळाचे महत्त्व अधिक असते. मळे डोंगरउतारावर असल्याने यंत्रांचा वापर फारसा करता येत नाही. ही पिके बहुवर्षीय असल्याने मळ्याच्या मालकाकडे कायमस्वरूपी कामाला असणारी अनेक मजूर कुटुंबे मळ्याजवळच वस्ती करून राहतात. चहाची योग्य ती पाने खुडणे, कॉफी व कोकोची पक्की फळे तोडणे, रबराचा चीक काढणे ही कामे कुशल अनुभवी मजूर करतात. याबरोबरच मळ्याची देखभाल, राखण, औषधफवारणी, खते देणे अशी अनेक कामे मजुरांकडे असतात. मळ्यात पिकाची लावणी केल्यानंतर तीन ते पाच वर्षांनी उत्पादन प्राप्त होऊ लागते; म्हणून या शेतीत आर्थिक स्थैर्य असावे लागते. उष्णकटिबंधीय देशांमध्ये गरिबी, भांडवलाचा अभाव, शिक्षणाचा अभाव असल्याने परकीय भांडवल व स्थानिक मनुष्यबळ या आधारावर ही शेती विकसित झाली.

१९५० नंतर यातील अनेक राष्ट्रे स्वतंत्र झाल्याने हे चित्र पालटले आहे. काही राष्ट्रांमध्ये स्थानिक भांडवलदार, उद्योगपती यांनी यात गुंतवणूक करून ही शेती एक कृषी उद्योग म्हणून प्रस्थापित केली आहे. ब्राझीलमध्ये कॉफीचे मळे कार्पोरेट क्षेत्राने घेऊन स्थिरस्थावर केले. भारतात टाटा उद्योग– समूहाने चहाचे मळे जोपासले आहेत.

**(३) भांडवली शेती** – मळ्याची शेती व्यापारी व भांडवली स्वरूपाची आहे. बहुवर्षीय पिके, शास्त्रशुद्ध पद्धतीचा अवलंब, निर्यातक्षम उत्पादने, प्रक्रिया उद्योगाची गरज यामुळे या शेतीत मोठी भांडवलगुंतवणूक करावी लागते. या शेतीचा प्रारंभ झाला तेव्हा आफ्रिका, आशिया, मध्य व दक्षिण अमेरिकेतील देश मागासलेले व अविकसित होते. काही भागात लोकसंख्या विरळ होती. गुलाम म्हणून काही लोकांना निरनिराळ्या वसाहतवादी देशांमध्ये नेले गेले व त्यांना मजूर म्हणून राबविले गेले. त्याशिवाय मळ्यापासून थेट बंदरापर्यंत वाहतूकसुविधा, मजुरांसाठी घरे, आरोग्यकेंद्रे व इतर सुविधा, प्रक्रिया केंद्र उभारणी अशा प्रत्यक्ष शेतीव्यतिरिक्त पण त्याच्याशी निगडित बाबींसाठीसुद्धा बरेच भांडवल आवश्यक ठरले.

मळ्याच्या शेतीतील पिके बहुवर्षीय असल्याने त्यांची निगा राखण्याचा खर्च बराच मोठा असतो. उष्ण, दमट हवामानात किडी व रोगांचा प्रादुर्भाव व प्रसार वेगाने होतो. शिवाय एकपिकी शेती असल्याने संपूर्ण पिकावर रोगाचा प्रसार अल्पावधीत होतो. त्यावर लक्ष ठेवण्यासाठी, नियंत्रण मिळविण्यासाठी शास्त्रज्ञ, संशोधक, सल्लागार यांची मदत घ्यावी लागते. उत्पादनावर प्रक्रिया केल्याशिवाय ती निर्यात करता येत नाहीत, त्यामुळे त्या संदर्भातील तंत्रज्ञ, शास्त्रज्ञ, यंत्र खरेदी यांची आवश्यकता असते. पूर्वी युरोपीय राष्ट्रांमधून अशा लोकांना पाचारण करावे लागे व त्याचा खर्चही बराच असे. आता दक्षिण आशियाई व दक्षिण अमेरिकी राष्ट्रांमध्ये स्थानिक तज्ज्ञ उपलब्ध

होऊ शकत असल्याने परिस्थितीत बदल झाला आहे. तरीही एकंदरीत मळ्याच्या शेतीत मोठे आर्थिक व्यवहार करावे लागत असल्याने भरपूर भांडवल लागते.

(४) **सुयोग्य व्यवस्थापन** – निर्यातक्षम, गुणवत्तापूर्ण उत्पादन प्राप्त होण्यासाठी प्रारंभापासूनच शास्त्रशुद्ध व्यवस्थापनासाठी या प्रकारची शेती करावी लागते. मळ्याचे स्थान निवडणे, योग्य वाण-प्रजाती निवडणे, खतांची योग्य मात्रा ठरविणे, किडी व रोगांपासून रक्षण, मालाची खुडणी, संकलन, प्रतवारी करणे, प्रक्रिया व पॅकिंग अशा सर्व स्तरांवर योग्य व्यवस्थापन करून शास्त्रीय ज्ञानाचा अवलंब करून वर्षानुवर्षे या प्रकारची शेती करावी लागते. या शेतीतील उत्पादनांना जागतिक बाजारपेठेत स्पर्धा असते. त्यासाठी उत्तम गुणवत्ता राखण्याबरोबरच पुरवठ्यातील सातत्य व रास्त किंमत यांची सांगड घालावी लागते. यासाठी संशोधन व विकास तसेच तंत्रज्ञान यांना प्राधान्य द्यावे लागते. मळ्याची शेती असणारी राष्ट्रे स्वतंत्र झाल्यावर अशा बाबींकडे प्राधान्याने लक्ष द्यावे लागले. त्या त्या राष्ट्रातील शास्त्रज्ञ, संशोधक, तंत्रज्ञ, व्यवस्थापक निर्माण होईपर्यंत या शेतीवर विपरीत परिणाम झाला; परंतु आता मात्र या अडचणींमधून मार्ग काढत मळ्याची शेती पुन्हा स्थिरावली आहे. भारत, ब्राझील, मलाया व श्रीलंका यांनी ते साध्य करून दाखविले आहे.

(५) **पिके** – मळ्याची शेती ही एकपिकी (monoculture) शेती आहे. म्हणूनच या मळ्यांना 'टी इस्टेट', 'कॉफी इस्टेट' असे पिकांच्या नावे संबोधले जाते. प्रत्येक पिकाचे सलग असे कित्येक हेक्टर्सचे क्षेत्र असते. यामुळे विशिष्ट पिकांची मक्तेदारी दिसून येते. भारताचा चहा, मलायाचे रबर, ब्राझीलची कॉफी जगप्रसिद्ध आहे. पुढील तक्त्यात राष्ट्रे व त्याची महत्त्वाची उत्पादने यांचा तक्ता असा एकाधिकार दर्शविते.

तक्ता क्र. ४.३ मळ्याची शेती : देश व उत्पादन

| देश | प्रमुख उत्पादन | देश | प्रमुख उत्पादन |
|---|---|---|---|
| ब्राझील | कॉफी, कोको | नायजेरिया | तेल्याताड |
| व्हेनेझुएला | कोको | इंडोनेशिया | रबर, नारळ, केळी |
| कॅरिबियन बेटे | ऊस, केळी | मलाया | रबर, अननस |
| टोगो | कॉफी | तैवान | ऊस |
| बांगला देश | चहा, ताग | श्रीलंका | चहा |
| घाना | कॉफी, कोको | भारत | चहा, मसाल्याचे पदार्थ, कॉफी |
| युगांडा | कापूस | फिलिपिन्स | नारळ |

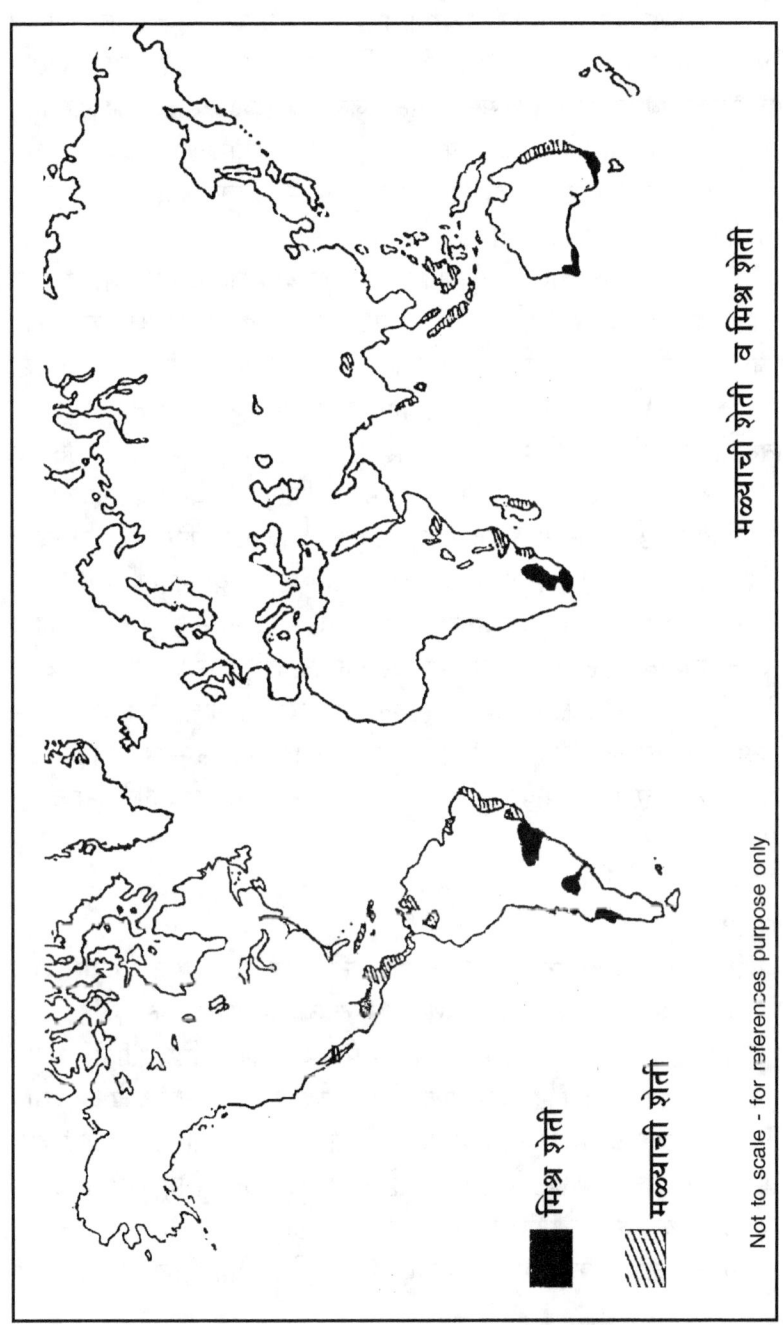

नकाशा क्र. ४.३ मळ्याची व मिश्र शेती प्रदेश

मळ्याची शेती व मिश्र शेती
मिश्र शेती
मळ्याची शेती
Not to scale - for references purpose only

**(६) मळ्याच्या शेतीतील समस्या** -

**(१) हवामान व मानवी कार्यक्षमता** - उष्ण, दमट हवामानाचा मानवी आरोग्य व कार्यक्षमता यांच्यावर परिणाम होतो. हिवताप, दमा, रक्तक्षय अशा विकारांनी मजुरांचे आरोग्य बिघडते. वैद्यकीय सुविधा मळ्याजवळ उपलब्ध करून द्याव्या लागतात. परंतु, डोंगराळ, दुर्गम, जंगलांनी व्यापलेल्या मळ्याच्या शेतीप्रदेशात अशा सुविधा पुरविणे म्हणजे आव्हान असते. पूर्वी या शेतीत गुलामांना राबवले जाई, तेव्हा त्यांच्या अनारोग्याकडे लक्ष दिले जात नसे.

**(२) पर्यावरण ऱ्हास** - जंगलतोड, मृदाधूप या मळ्याच्या शेतीमुळे निर्माण होणाऱ्या गंभीर समस्या आहेत. एकपिकी शेतीमुळे मृदेतील विशिष्ट पोषण मूल्ये कमी होत जातात. पर्यायाने खतांची मात्रा वाढवावी लागते. जंगलतोडीमुळे मृदा उघड्या पडतात. जोरदार पावसाने उतारावरील मृदाथर वाहून जातो. एकपिकी शेतीमुळे एखाद्या वृक्षावर, रोपावर, वेलीवर कीड किंवा रोग पडला तर आजूबाजूला मोठ्या क्षेत्रात तेच पीक असल्याने अल्पावधीत कीड पसरते. यासाठी कीडनाशके वापरावी लागतात व त्यामुळे मित्र किडींचा-किटकांचाही नाश होतो. श्रीलंकेत कॉफीचे मळे उद्‌ध्वस्त झाल्याने पूर्णच काढून टाकावे लागले व नव्याने लागवड करावी लागली.

**(३) आर्थिक व व्यवस्थापकीय समस्या** - मळ्याची शेती ही 'परकीय' शेती आहे. विसाव्या शतकात या प्रदेशातून वसाहतवादी निघून गेले. अनेक राष्ट्रे स्वतंत्र झाली; परंतु स्थानिक लोकांकडे अपुरे भांडवल व शास्त्रीय ज्ञानाचा अभाव असल्याने उत्पादनात घट येऊ लागली. यातही लहान मळेधारकांचे अधिक नुकसान झाले.

१९५० नंतर हळूहळू सकारात्मक बदल होत गेले व मळ्याच्या शेतीचे पुनरुज्जीवन झाले.

## मिश्रशेती

मिश्रशेती ही वास्तविक समशीतोष्णकटिबंधातील सघन परंतु व्यापारी शेती आहे. याचाच अर्थ उष्णकटिबंधात यथार्थ स्वरूपाची मिश्रशेती केली जात नाही. विविध पिके व पशुपालन यांची योग्य प्रमाणात सांगड घालणे हे मिश्रशेतीतील प्रमुख तत्त्व असते. उष्णकटिबंधात निरनिराळ्या कारणांमुळे व्यापारी पशुपालन व दुग्धव्यवसाय समशीतोष्णकटिबंधातील या व्यवसायासारखा विकसित झालेला नाही. मिश्रशेती प्रगत देशातील शेती आहे. उष्णकटिबंधात प्रगत राष्ट्रे अत्यल्प आहेत. ऑस्ट्रेलिया, सिंगापूर, साऊथ आफ्रिका व अर्जेंटिनाचा काही भाग या प्रकारचे आहेत. शहरीकरण, उद्योगप्रधानता, दाट लोकसंख्या असलेल्या परिसरात मिश्र शेती दिसून येते. पशुखाद्य

म्हणून चारा पिके, शहरी बाजारातील मागणी व शेतकऱ्याच्या निर्वाहासाठी आवश्यक असणारी पिके यांचा समन्वय मिश्र शेतीत असतो. उष्णकटिबंधाच्या सीमावर्ती प्रदेशात अल्प प्रमाणात ही शेती आढळते.

**मिश्र शेती प्रदेश**

**(१) दक्षिण अमेरिका** – अर्जेंटिनातील 'लाप्लाटा' पंपास प्रदेश

**(२) ऑस्ट्रेलिया** – पूर्व व आग्नेय ऑस्ट्रेलिया

**(३) आफ्रिका** – साउथ आफ्रिका

**(४) मध्य अमेरिका** – मेक्सिको

**वैशिष्ट्ये**

**(१) धान्यपिके, चारापिके, पशुधन यांचा समन्वय** – मिश्र शेतीत सघन शेती व व्यापारी शेती यांचा समन्वय असतो. दाट लोकसंख्येच्या नागरी व औद्योगिक शहरांमधील ग्राहकांच्या मागणीनुसार उत्पादने घेणे हे या शेतीचे वैशिष्ट्य आहे. शहरालगतचे शेतीभूखंड लहान लहान असतात. त्यामुळे सघन शेती, पद्धतीतील तत्त्वांचा अवलंब केला जातो परंतु त्याचबरोबर बहुतांश उत्पादने विक्रीसाठी असतात म्हणून मोठी भांडवलगुंतवणूक गुणवत्तापूर्ण उत्पादन या व्यापारी शेतीतील तत्त्वांचाही अवलंब केला जातो. यासाठी शेतकरी धान्यपिके, चारापिके व पशुपालन यांचा मागणीनुसार समन्वय साधतो. मका, बार्ली, ओट्स व गहू ही धान्यपिके, अल्फाअल्फा, लूसर्न, क्लोव्हर ही चारापिके तसेच सोयाबीन, बटाटे, फळे यांचे उत्पादन लहान लहान भूखंडांमध्ये घेतले जाते. मका, ओट्स व चारापिकांच्या उत्पादनानुसार गुरांची संख्या ठरवली जाते. शेतकरी स्वतःच्या निर्वाहासाठी गहू, सोयाबीन, बटाटे, वाटाणे, घेवडा ही पिके घेतो. गुरे, मांस व दूध यासाठी जोपासतात तर मेंढ्या लोकर व मांस यासाठी पाळल्या जातात. ऑस्ट्रेलिया लोकरउत्पादनात अग्रेसर आहे. ऑस्ट्रेलिया व साउथ आफ्रिका येथे स्ट्रॉबेरी, प्लम, चेरी, सफरचंद या फळांच्या बागाही आहेत. सिडनी, मेलबर्न, कॅनबेरा या महानगरांमधून व केपटाऊन, जोहान्सबर्ग, डर्बान, प्रिटोरिया या दक्षिण आफ्रिकेतील शहरांमधून दूध, मांस, फळे यांना दैनंदिन मोठी मागणी असते.

**(२) दूध, दुग्धजन्य उत्पादने** – दुग्धोत्पादन हा मिश्र शेतीचा अविभाज्य भाग आहे. यासाठी विशिष्ट चारापिके घेऊन दुभती जनावरे जोपासली जातात. दूध हे प्रामुख्याने विक्रीसाठीचे उत्पादन असले तरी ते अतिनाशवंत असल्याने काही प्रमाणात टिकाऊ दुग्धजन्य पदार्थांचे उत्पादनही घेतले जाते. ऑस्ट्रेलिया चीज व लोण्यासाठी जगप्रसिद्ध आहे. बंदिस्त गोठे, विशेष पशुखाद्य वापर, दूध काढणी व साठवणी यंत्रे,

पशुवैद्यकीय सुविधा यामुळे उत्तम दर्जा, रास्त किंमत व नियमित पुरवठा शक्य होतो. अर्जेंटिनातील मांस व लोकर यांना ब्यूनॉसआयर्स, साओपोलो, रिओ–दि–जानेरो याबरोबरच उत्तर अमेरिका व युरोपमधूनही मागणी असते. दक्षिण गोलार्धातील या देशांना वाहतूकखर्च अधिक येत असला तरी उत्तम व कार्यक्षम व्यवस्थापनातून उत्पादनखर्च किमान राखून वाहतूकखर्च केला जातो. मिश्र शेतीचा हा उपप्रकार कुरणांची शेती म्हणून स्वतंत्र शेतीप्रकाराइतका महत्त्वाचा ठरत आहे.

**(३) मंडई बागायती** – महानगरांची निर्मिती व मंडई बागायती यांचा अन्योन्य संबंध आहे. शहरीकरण व उद्योगप्रधानता यांमुळे जसजशी मोठी शहरे, महानगरे उदयास आली तसतशी या शहरांच्या परिसरात मंडई बागायती विकसित झाली. शहराभोवतालच्या शेतजमिनी महाग असतात. शहरी नागरिकांकडून उच्च राहणीमानामुळे दूध, अंडी, मांस, फळे, फुले यांची मागणी मोठी असते; म्हणून लहान लहान भूखंडांवर भाजीपाला, फळभाज्या, फळे, फुले यांचे सघन पद्धतीने उत्पादन घेतले जाऊ लागले व दररोज पहाटे हा माल बाजारात पाठविला जाऊ लागला. म्हणून यास 'मंडई बागायती' (Market Gardening) म्हणतात. यासाठी उत्तम, सुरक्षित व कार्यक्षम रस्ते वाहतूक महत्त्वपूर्ण असते.

ऑस्ट्रेलियात कॅनबेरा, सिडनी, मेलबर्नच्या परिसरात उच्च दर्जाची मंडई–बागायती वाढली आहे. येथे कुक्कुटपालन व वराहपालनही केले जाते. मलायात सिंगापूर परिसरात अलीकडच्या काळात मंडई–बागायती विकसित झाली आहे.

### मिश्र शेतीतील समस्या

(१) शहरांच्या वाढत्या विस्ताराचा धोका

(२) जमिनीच्या वाढत्या किमती व भूखंडासाठीची स्पर्धा

(३) नाशवंत, नाजूक कृषीमालाच्या साठवणूक, वाहतुकीच्या समस्या व त्यांचा वाढणारा खर्च.

❑

प्रकरण ५

# उष्णकटिबंधीय शेतीच्या समस्या व भवितव्य

अवर्षण आणि अतीव जलसिंचन
जमीनविभाजन
विपणन

उष्णकटिबंधातील अनेक देश कृषिप्रधान अर्थव्यवस्था असलेले आहेत. तसेच शेतीव्यवसायात खूप मोठी लोकसंख्या गुंतलेली आहे. शेती हे एक रोजगाराभिमुख क्षेत्र असल्याने शेतीच्या समस्या व भवितव्य यांच्याशी या प्रदेशातील लोकांच्या समस्या व भवितव्य निगडित आहे.

उष्णकटिबंधातील शेतीच्या समस्या पुढील घटकांना अनुसरून आहेत –

(१) नैसर्गिक समस्या     (२) आर्थिक समस्या
(३) तांत्रिक समस्या     (४) सामाजिक समस्या

**१) नैसर्गिक समस्या** - भूरचना, हवामान, मृदा व नैसर्गिक आपत्ती या घटकांचा आविष्कार जेव्हा शेतीसाठी प्रतिकूल ठरतो तेव्हा त्याची गणना नैसर्गिक समस्या या गटात केली जाते. पर्वतीय तीव्र उताराचे प्रदेश, अवर्षण, पूर, चक्रीवादळे, मृदाधूप, भूघसर, भूकंप व ज्वालामुखी या लक्षणीय अशा शेतीनिगडित नैसर्गिक समस्या होत.

२) **आर्थिक समस्या** – काही अपवाद वगळता उष्णकटिबंधीय देश विकसनशील व अविकसित आर्थिक गटात समाविष्ट होतात. त्यांमुळे भूधारणा, भांडवल, वाहतूक, विपणन, बाजारपेठ यांच्याशी निगडित आर्थिक समस्यांना या देशांना सामोरे जावे लागते. जागतिकीकरण, मुक्त अर्थव्यवस्था व व्यापार यामुळे या समस्यांचे स्वरूप बदलले आहे आणि काहींनी गंभीर स्वरूप धारण केले आहे.

३) **तांत्रिक समस्या** – विज्ञान व तंत्रज्ञानातील संशोधन व प्रगतीमुळे शेतीतील काही समस्यांचे निराकरण करण्याचे प्रयत्न झाले असले तरी सूक्ष्म जलसिंचन तंत्र, नवीन सुधारित वाणांचा वापर, साठवणुकीच्या सोयी, मालाची हाताळणी, प्रतवारी व पॅकिंग अशा प्रत्येक टप्प्यावर तंत्रज्ञान उपलब्ध असूनही ते प्रत्येक स्तरावर सक्षमपणे वापरले जात नाही.

ऑस्ट्रेलिया, अर्जेंटिना, साउथ आफ्रिका या देशांनी नवीन तंत्राचा वापर करून शास्त्रशुद्ध, आधुनिक शेती यशस्वी केली आहे तर भारत, ब्राझिल, द. चीन यांनी लक्षणीय बदल स्वीकारले आहेत. परंतु आफ्रिकी, मध्य व दक्षिण अमेरिकी देशांमधील काही शेतीप्रदेश तांत्रिकदृष्ट्या मागासलेले आहेत.

४) **सामाजिक समस्या** – गरिबी, निरक्षरता, अज्ञान, पुराणमतवादी मनोवृत्ती, दैववादी धारणा यामुळे उष्णकटिबंधातील अनेक देशांना शेतीतील नवीन विचार, तंत्रे अवगत होण्यात, वापरण्यात अडचणी येतात. वारसाहक्काने होणारे जमिनीचे विभाजन ही वर्षानुवर्षांची सामाजिक समस्या या प्रदेशात आहे. परंतु त्याचे गंभीर आर्थिक परिणाम होतात. शिवाय आहारविषयक सवयी, धर्म, रूढि-परंपरांचा, खाद्यपदार्थांविषयीचा पगडा याचाही शेतीवर परिणाम होतो.

## (अ) अवर्षण व अतीव जलसिंचन

अवर्षण व अतीव जलसिंचन या शेतीच्या पाण्याविषयीच्या समस्या होत. अवर्षणात पाणीटंचाई तर अतीव जलसिंचनात अतिरिक्त पाणी समस्या निर्माण होते. अवर्षण निसर्गनिर्मित असते तर अतीव जलसिंचन मानवनिर्मित आहे. या दोन्हींचा मृदाजलाशी संबंध आहे. अवर्षणात मृदाजलाचे प्रमाण खूप कमी असते त्यामुळे पिके सुकू लागतात तर अतीव जलसिंचनात मृदाजलाचे प्रमाण खूप जास्त झाल्याने पिकांची मुळे सडू लागतात. परंतु या दोन्ही अवस्थांमध्ये मृदेतील क्रिया-प्रक्रियांवर विपरीत परिणाम होतो हे अधिक गंभीर आहे.

# अवर्षण

अवर्षण ही एक वातावरणीय नैसर्गिक आपत्ती आहे. हवेतील बाष्पाचे प्रमाण दीर्घकाळ कमी असणे म्हणजे अवर्षण होय. परंतु यामुळेच बाष्पीभवनाचा वेग वाढून मृदाजलाचा झपाट्याने ऱ्हास होतो व शेतीच्या दृष्टीने ते धोकादायक असते. मृदाजल हा मृदेचा महत्त्वाचा घटक आहे. सामान्यपणे मृदेत पंचवीस टक्के जल व पंचवीस टक्के हवेची आवश्यकता असते. तसेच जर मृदाजल कमी झाले तर त्याची जागा हवा व्यापते आणि मृदाजल वाढले तर हवेचे प्रमाण कमी होत जाते. मृदेतील वायू व जल यांचे प्रमाण असे परस्परसंबंधीय असते.

सरासरीपेक्षा पंचवीस टक्के किंवा त्यापेक्षा अधिक प्रमाणात पर्जन्याचे कमी असलेले प्रमाण, पर्जन्याची चलनशीलता, कोरडी हवा, वेगाने होणारे बाष्पीभवन यामुळे अवर्षण निर्माण होते. परंतु कृषिप्रधान देशांमध्ये पिकाला आवश्यकता असते तेव्हा पाऊस न पडल्यास परंतु नंतर मात्र पाऊस सरासरी इतका झाला तर कृषिज अवर्षण (Agricultural Drought) असते. अवर्षणाचे निकष एखाद्या देशातील किंवा प्रदेशातील हवामानानुसार बदलते असतात. आफ्रिकेतील लिबिया या वाळवंटाच्या सीमेवरील देशात सलग दोन वर्षे पाऊस न झाल्यास अवर्षण पडले असे म्हटले जाते. भारतात हवामानविभागाच्या (IMD) निकषानुसार ७५% पेक्षा कमी पाऊस झाल्यास अवर्षणसदृश परिस्थिती असते व ६०% पेक्षा कमी पर्जन्य झाल्यास तीव्र दुष्काळ (अवर्षण) समजले जाते. याशिवाय कृषिज अवर्षण व कृषिज अवर्षणसदृश स्थिती ही शेतीच्या दृष्टीने अवर्षणस्थिती असते. महिन्यातील अपेक्षित पावसाच्या ५०% किंवा त्यापेक्षा कमी पाऊस झाल्यास कृषिज अवर्षण समजले जाते. मे मध्य ते ऑक्टोबर मध्य या कालावधीत आठवड्यास ५ सें.मी. पेक्षा कमी पाऊस झाल्यास कृषिज अवर्षणसदृश्य स्थिती असते.

उष्णकटिबंधातील अवर्षणप्रवण प्रदेश (नकाशा ५.१)

**(१)** **आफ्रिका** - सहारा वाळवंट व त्याभोवतालचा प्रदेश. विशेषत: 'साहेल' प्रदेश-माली, नायजर, चाड, सुदान, इथियोपिया, सोमालिया.

**(२)** **पश्चिम आशिया** - सौदी अरेबिया व भोवतालचा प्रदेश, इराक, इराण, जॉर्डन, सिरिया.

**(३)** **दक्षिण आशिया** - पाकिस्तान, भारत, म्यानमार, थायलंड या देशांचे खंडांतर्गत प्रदेश.

## नकाशा क्र. ५.१ उष्णकटिबंधातील अवर्षण प्रवण क्षेत्र

Not to scale - for references purpose only

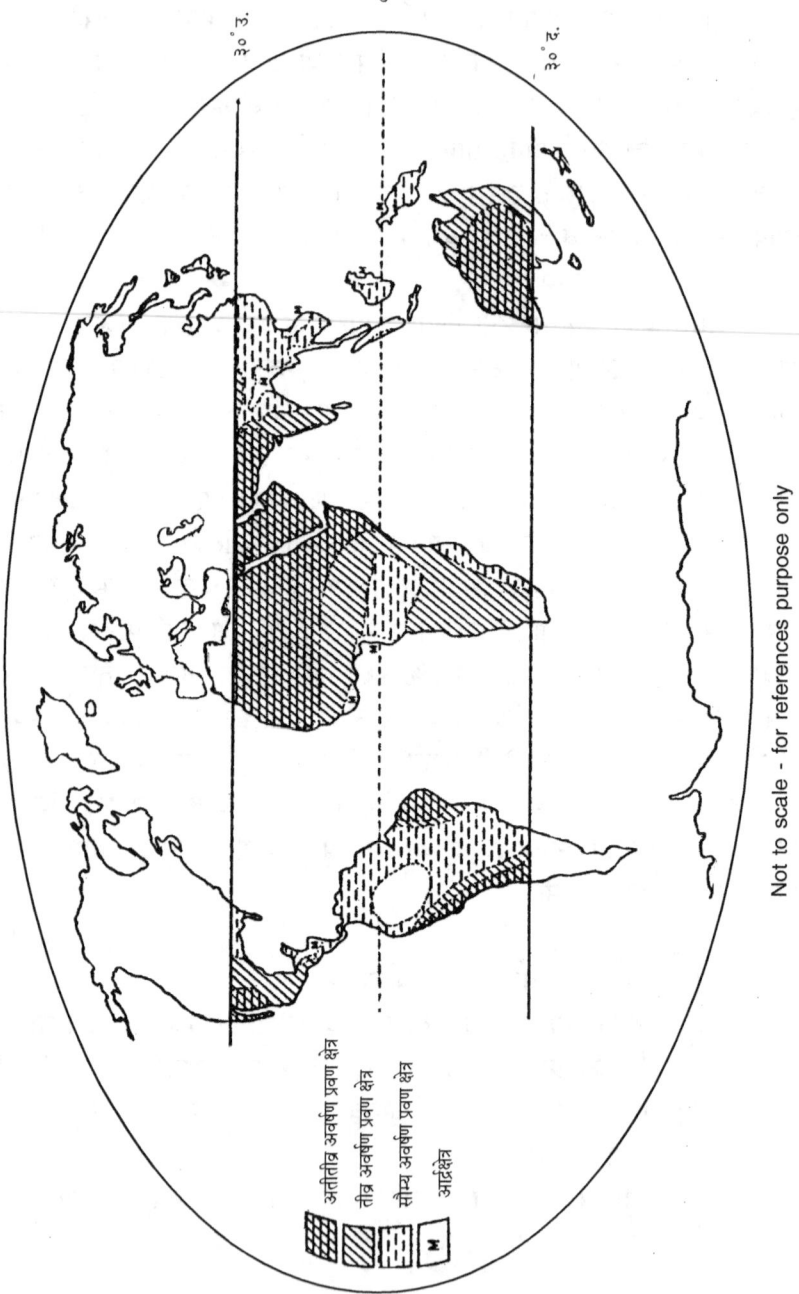

## नकाशा क्र. ५.२ भारत अवर्षण प्रवण क्षेत्र

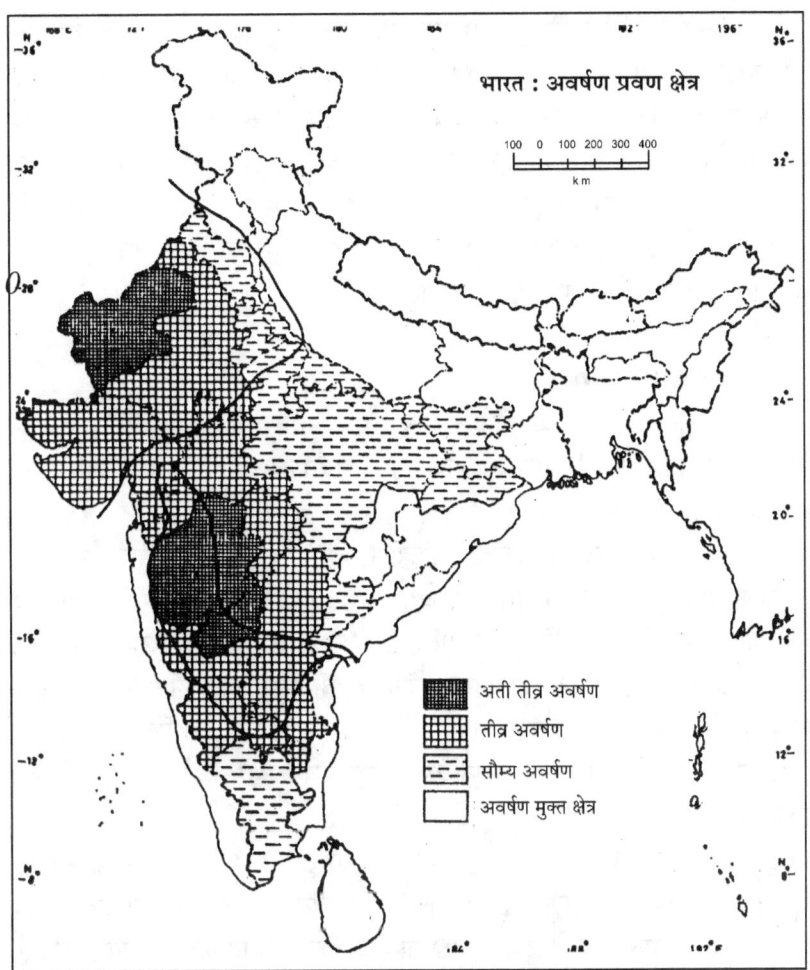

भारत : अवर्षण प्रवण क्षेत्र

अती तीव्र अवर्षण
तीव्र अवर्षण
सौम्य अवर्षण
अवर्षण मुक्त क्षेत्र

Not to scale - for references purpose only

(४) **ऑस्ट्रेलिया** – मध्य ऑस्ट्रेलिया व त्याभोवतालचा प्रदेश

(५) **मध्य अमेरिका** – मेक्सिको

(६) **दक्षिण अमेरिका** – अर्जेंटिना, पॅराग्वे, बोलीव्हिया

दक्षिण आशियातील अवर्षणप्रवण प्रदेशाचे वैशिष्टय म्हणजे तो एक पर्जन्यच्छायेचा व्यापक पट्टा आहे. मोसमी पाऊस प्रतिरोध स्वरूपाचा असल्याने डोंगर व पर्वताच्या एका बाजूस भरपूर पाऊस पडतो व त्याच्या विरुद्ध बाजूस पावसाचे प्रमाण कमी होते व तो चलनशील होतो व अशा भागात वारंवार अवर्षणस्थिती निर्माण होते. दख्खनच्या पठारावरील महाराष्ट्र, कर्नाटक व आंध्र प्रदेशाच्या खंडांतर्गत भागात असा अवर्षणप्रवण पट्टा आहे त्यात महाराष्ट्राच्या बारा जिल्ह्यांचा समावेश होतो. भारताचे तीस टक्के क्षेत्र अवर्षणप्रवण आहे. (नकाशा ५.२)

### अवर्षणाचे परिणाम

ऑस्ट्रेलियन संशोधक टॅनेहिल यांच्या मते अवर्षण हे हळूवारपणे, मंद गतीने आविष्कारित होते. त्याची जाणीव-आकलन होईपर्यंत त्याची तीव्रता वाढलेली असते व त्याचे दुष्परिणाम दिसू लागतात.

कृषी उत्पादनात कमालीची घट होणे, चाराटंचाई, पाणीटंचाई, महागाई, कुपोषण, भूकबळी, कर्जबाजारीपणा, बेरोजगारी, गुन्हेगारी, दारिद्र्य, स्थलांतर हे अवर्षणाचे सामाजिक, आर्थिक परिणाम होत. यांमुळे अर्थव्यवस्था दुरावस्थेत जाते.

अवर्षणाचे मूल्यमापन करण्यासाठी टॅनेहिल, वॉटरसन व कृष्णन यांनी जलसंतुलन (Water Balance) व मृदाजल मापन सूत्र तयार केले आहे. सांख्यिकी पद्धतीचा वापर करून जलसंतुलन व मृदाजलअवस्था जाणून घेता येते. त्यांनी अवर्षणाचे चार प्रकार केले आहेत –

(१) वातावरणीय अवर्षण (Meteorological Drought) – सरासरीच्या ७५ टक्केपर्यंत पाऊस झाल्यास त्यास वातावरणीय अवर्षण म्हणतात.

(२) जलजन्य अवर्षण (Hydrological Drought) – पृष्ठीय जल व भूमिगत जल यांच्या पातळीत लक्षणीय घट होणे म्हणजे अवर्षण होय.

(३) कृषिज अवर्षण (Agricultural Drought) – पिकांना आवश्यक असणाऱ्या मृदाजलाचा तुटवडा म्हणजे कृषिज किंवा मृदीय अवर्षण होय.

(४) पारिस्थितिकी अवर्षण (Ecological Drought) – पारिस्थितिकीची उत्पादकता घटणे व त्यामुळे वनस्पती व प्राणी मृत पावणे.

अवर्षणरोधक उपाय

(१) जलसंधारण.

(२) कोरडवाहू शेती कार्यक्षम करणे.

(३) पीक फेरबदल करणे.

(४) अन्न सुरक्षा.

(५) सार्वजनिक वितरणव्यवस्था कार्यक्षम व गतिमान करणे.

**अतीव जलसिंचन** (Over Irrigation)

जलसिंचनाद्वारे पिकाला दिल्या जाणाऱ्या पाण्यामुळे मृदा दीर्घकाळ जलसंपृक्त राहिल्यास त्यास अतीव जलसिंचन म्हणतात. अशा स्थितीमुळे मृदेतील भौतिक, रासायनिक व जैविक क्रिया बाधित होतात. तसेच पिकांची मुळे सडू लागतात व परिणामी कृषिउत्पादन घटते व मृदा नादुरुस्त होतात.

मृदेतील हवा व पाण्याचे प्रमाण महत्त्वपूर्ण असते. हे सतत बदलत असते. सामान्यपणे हवा व पाणी मिळून मृदेचा जवळपास ५० टक्के भाग व्यापतात. पिकांची मुळे अशा स्थितीत कार्यक्षमतेने पाणी ओढून घेऊ शकतात. विद्राव्य स्थितीतील पोषणद्रव्ये पिकाला मिळतात.

हवा व पाणी एकमेकांचे स्थान व्यापू शकत असल्याने पाण्याचे प्रमाण वाढले की हवेचे प्रमाण कमी होते. मृदेतील सर्व छिद्रे (Porespaces) दीर्घकाळ पाण्याने व्यापली की मृदा जलसंपृक्त होते. अशा वेळी पाण्याचा निचरा होऊ न शकल्यास समस्या निर्माण होतात.

निम ओसाड प्रदेशात व दीर्घकाळ कोरड्या ऋतूच्या कालावधीत बाष्पीभवनाचा वेग जास्त असतो व मृदाजल झपाट्याने कमी होऊन पिके धोक्यात येतात. म्हणून जलसिंचन हा सर्वोत्तम उपाय ठरतो. म्हणूनच उष्णकटिबंधातील महत्त्वाच्या नदी-खोऱ्यांमध्ये जलसिंचनयोजना आखल्या गेल्या व त्याचे चांगले परिणामही दिसून आले. परंतु काही काळाने कालवा जलसिंचन क्षेत्रात अतिजलसिंचनाच्या समस्या निर्माण झाल्या.

जलसिंचनाने पाण्यात मृदेतील विविध घटकद्रव्ये विरघळतात; पण बाष्पीभवनाने पाणी निघून जाते व मृदेच्या वरच्या थरात घटकद्रव्यांचे क्षार जमा होत राहतात व त्याचा एक कठीण थर (Hardpan) तयार होतो. यात प्रामुख्याने कॅल्शियम व सोडियमची सल्फेट्स, क्लोराइडस् व कार्बोनेट्स असतात. मृदेचा सामू (pH) 8.0 किंवा त्यापेक्षा अधिक होतो. यामुळे मृदेची गुणवत्ता कमी होते. काही वेळा जलसिंचन

उपलब्ध झाल्याने शेतकरी अधिक पाणी लागणारी पिके घेऊ लागतात. अधिक जलसिंचन तर अधिक उत्पादन या मानसिकतेतून मुक्तपणे पाणी दिले जाते. अल्पावधीत मृदा अनुत्पादक होऊ लागतात. भारतात ऊस उत्पादकक्षेत्रात अशी स्थिती निर्माण झाल्याचे दिसून येते. उत्तर भारतात कालवा जलसिंचनाचे क्षेत्र अधिक आहे, तसेच बराचसा भाग सखल मैदानी आहे. त्यामुळे पंजाब, हरियाणा, उत्तर प्रदेश यांसारख्या राज्यांमध्ये अतिजलसिंचनाच्या समस्या आढळून येत आहेत. ऑस्ट्रेलिया, मेक्सिको, पाकिस्तान या देशांमध्ये या समस्या आहेत.

**उपाय**

(१) अतिरिक्त पाण्याचा निचरा होण्यासाठी व्यवस्था करणे.

(२) सूक्ष्म जलसिंचनाचा अवलंब.

(३) जिप्समयुक्त खतांचा वापर.

(४) बार्ली, शुगरबीट, टोमॅटो, पालक, व्हीटग्रास अशी क्षारता सहन करू शकणाऱ्या पिकांची लागवड करणे.

(५) मृदपरीक्षण करून मृदाघटक माहीत करून घेऊन योग्य ती काळजी घेणे.

(६) मुक्त जलसिंचन करू नये यासाठी शेतकऱ्यांचे प्रबोधन करणे.

### (ब) जमीन विभाजन (तुकडीकरण) (Land Fragmentation)

उष्णकटिबंधातील काही राष्ट्रांमध्ये वारसाहक्कानुसार जमिनीचे विभाजन होते. हिंदू, मुस्लिम व बौद्ध धर्मीयांची लोकसंख्या अधिक असलेल्या दक्षिण आशियाई देशांमध्ये व अनेक आफ्रिकी आदिवासी जमातींमध्ये वारसाहक्काचा कायदा आहे. या कायद्यानुसार वारसांना जमिनीची मालकी मिळते व त्यासाठी शेतजमिनीचे विभाजन किंवा तुकडे होत जातात. जमीन मालकीची असणे म्हणजे 'संपत्ती व सुरक्षित असणे' अशी भावना असल्याने वारसदार वडिलोपार्जित जमिनीतील आपला हिस्सा स्वतंत्र करून घेतात. असे विभाजन झाले की शेताच्या सीमा आरेखित करण्यासाठी बांध घालणे, पायवाट ठेवणे, कुंपण घालणे, वृक्ष लावणे असे उपाय योजले जातात. पिढ्यान्‌पिढ्या असे चालू राहिल्याने शेतीचे भूखंड लहान, वेड्यावाकड्या आकाराचे होतात. अनेक वेळा एकूण मिळालेली जमीन सलगही नसते. एक तुकडा एका भागात तर दुसरा दूरवर असतो. शिवाय ती एकसारख्या प्रतीची नसू शकते. अशा प्रकारची लहान व विखुरलेली शेती तोट्याची ठरते. शेतीच्या निविष्टा विभागल्या जातात. उदा. दोन ठिकाणी शेती असल्यास जलसिंचनाच्या स्वतंत्र सोयी कराव्या लागतात. शेतीचे व्यवस्थापन त्रासदायक होते. त्यामुळे काही क्षेत्र दुर्लक्षित राहते. शेतजमिनीच्या

वाटणीमध्ये समाधानकारक तोडगा न निघाल्यास कायदेशीर दावे–प्रतिदावे चालू राहतात व जबाबदारीने शेती केली जात नाही. शेतकरी जमीन तारण ठेवतो परंतु कर्जफेड करू न शकल्याने सावकार व वित्तीय संस्था जमीन ताब्यात घेतात.

कृषी व्यवसायात जोखीम (Risk) पत्करावी लागते. शेतीक्षेत्र मोठे असल्यास जोखीम घेणे शक्य असते; परंतु लहान शेतीक्षेत्रामुळे शेतकरी कोणतीच जोखीम पत्करत नाही. अशा वेळी शेती नवता आणणे, बदल करणे अत्यंत कठीण असते.

जमीन विभाजनाची ही सामाजिक पद्धती मुख्यत्वे सघन निर्वाही शेतीत दिसून येते. स्थलांतरित शेती सामूहिक मालकी (Community Ownership) असते आणि व्यापारी शेती, मळ्याची शेती यांमध्ये विपुल उत्पादनतत्त्व असल्याने शेतीक्षेत्र मोठे असते. दाट लोकसंख्या, मर्यादित लागवडीयोग्य क्षेत्र, कृषिप्रधानता असलेल्या दक्षिण आशियाई देशांमध्ये या सामाजिक पद्धतीने सामाजिक व आर्थिक समस्या निर्माण केल्या आहेत. पुढील तक्त्यात दक्षिण आशिया व आग्नेय आशियातील काही देशांमधील शेताचे सरासरी क्षेत्र दिले आहे.

### तक्ता क्र. ५.१ – सरासरी भूधारणा

| देश | शेताचे सरासरी क्षेत्र हेक्टर |
|---|---|
| भारत | १.३ |
| पाकिस्तान | १.५ |
| बांगला देश | ०.४ |
| श्रीलंका | १.० पेक्षा कमी |
| थायलंड | २.७५ |
| म्यानमार | २.५ |
| इंडोनेशिया | १.० |
| फिलिपिन्स | १.५ |

काही कृषिशास्त्रज्ञांच्या मते चार ते पाच माणसांच्या कुटुंबासाठी चार ते पाच हेक्टर क्षेत्र आवश्यक असते; परंतु वरील तक्त्यावरून असे दिसून येते की दक्षिण आशियातील देशांमध्ये भूधारणा (Landholding) फारच कमी आहे.

लहान भूधारणा ही समस्या मोठी लोकसंख्या, जमिनीचे विभाजन यांमुळे निर्माण झाली आहे. यासाठी अनेक देशांमध्ये जमीनसुधारणा कायदे व योजना कार्यान्वित केल्या आहेत. त्यात सामूहिक शेती, गट शेती, सहकारी शेती, जमीन संलग्नीकरण, कसेल त्याची जमीन व कूळकायदा इत्यादींचा समावेश आहे. या उपाययोजनांमुळे जमीनविभाजनाची समस्या सौम्य होऊन काही प्रमाणात निराकरण होत आहे.

## (क) विपणन (Marketing)

उष्णकटिबंधातील देशांमधून विविध प्रकारची कृषी उत्पादने होतात; परंतु त्यांचे विपणन प्रगत देशांच्या तुलनेत बरेच मर्यादित आढळते. या प्रदेशातील अनेक देश कृषिप्रधान असूनही विकसनशील अथवा अविकसित असल्याने प्रगत देशांप्रमाणे विपणनकौशल्ये व व्यवस्थापनतंत्र यांचा अभाव आहे. पिकांच्या निवडीपासून ते ग्राहकाची मागणी व ग्राहकाला चांगला माल मिळेपर्यंत आवश्यक असलेली व्यवसायाभिमुखता कमी आढळते. याशिवाय कृषीमालविपणनात काही नैसर्गिक समस्याही आढळतात.

कृषीमालाचे उत्पादन झाले की, ते विकण्याशिवाय शेतकऱ्याकडे पर्याय नसतो. शेतकऱ्याची आर्थिक स्थिती, उत्पादनखर्च, भावातील चढउतार यांमुळे शेतकरी आपले उत्पादन लवकरात लवकर विकण्याचा प्रयत्न करतो. शेतकरी फार मोठ्या प्रदेशात विखुरलेले असतात, तर ग्राहक बाजारपेठेच्या ठिकाणी केंद्रित झालेले असतात. विपणनात ग्राहक व व्यापारी यांच्या तुलनेत शेतकरी वर्गाचे स्थान दुबळे असते. म्हणून उत्पादक ते ग्राहक यादरम्यान विपणनकर्त्यांची म्हणजे मध्यस्थांची साखळी निर्माण होते. शेतकरी, मध्यस्थ व ग्राहक या तीन घटकांच्या दरम्यान योग्य तो समन्वय असल्यास प्रत्येक घटकास योग्य तो आर्थिक मोबदला मिळतो; परंतु प्रत्यक्षात क्वचितच असे दिसून येते. शेतकऱ्याला नेहमी किमान मोबदला मिळतो.

उष्णकटिबंधात अनेक वर्षे निर्वाही शेतीचे प्राबल्य होते. त्यामुळे उत्पादनाचा वाढावा अत्यल्प असल्याने विपणनाचे स्वरूप स्थानिक होते. सघन निर्वाही शेती-उत्पादनात असणारे विपणन स्थानिक व प्रादेशिक स्वरूपाचे असते. अनेक आफ्रिकी व दक्षिण आशियाई देशांमधून देशांतर्गत मागणी व पुरवठा एवढेच कृषीमालविपणनाचे स्वरूप होते. परंतु वसाहतवादी लोकांच्या आगमनानंतर त्यांचा उद्देशच व्यापाराचा असल्याने कृषीमाल विपणनास महत्त्व प्राप्त झाले. मळ्याची शेती, व्यापारी धान्य पिकांची शेती व मिश्र शेतीतील उत्पादने यांच्या विपणनाची व्याप्ती वाढली.

कृषीमालाची नाशवंतता, गुणवत्तापूर्ण उत्पादनाचा अभाव, वाहतूकसुविधांचा

अभाव, साठवणुकीच्या मर्यादित सोयी, प्रक्रियाउद्योगांची कमतरता, बाजारभावातील चढउतार, शासकीय धोरणे व कर या कृषीमालविपणनातील प्रमुख समस्या होत.

**(१) कृषीमालाची नाशवंतता** - उष्ण, दमट आणि कोरडच्या हवामानामुळे कृषीमालाची नाशवंतता ही उष्णकटिबंधातील लक्षणीय समस्या आहे. कृषीमाल मुळातच नाशवंत व मोसमी स्वरूपाचा असतो; परंतु, तापमान जास्त असल्याने तो अल्पावधीतच खराब होतो. भाजीपाला, फळे, फुले, दूध, अंडी, मांस, मासे, लोणी असा दैनंदिन गरजेचा माल विशेष काळजी न घेतल्यास काही तासांतच खराब होतो. उष्ण हवामानात वितंचकांचे व जीवाणूंचे कार्य वेगाने सुरू होते व पदार्थ खाण्यायोग्य राहत नाही. यासाठी शीतकरण, शीतपेट्यांची उपलब्धता आवश्यक असते. अशा मालाची हाताळणी, चढउतार काळजीपूर्वक करावी लागते. जलद, सुरक्षित व कार्यक्षम वाहतूक असल्यास असा माल ग्राहकांपर्यंत सुस्थितीत पोहोचतो.

धान्यविपणनातील समस्या म्हणजे धान्याची होणारी नासाडी व गळती. धान्याला लागणारी कीड, उंदीर-घुशींचा प्रादुर्भाव व अयोग्य पॅकिंगमुळे होणारी गळती यांमुळे विपणन सदोष होते. एका अहवालानुसार दक्षिण आशियाई देशांमधून यांमुळे पंधरा ते पंचवीस टक्के धान्याची नासाडी होते. ऑस्ट्रेलिया व अर्जेंटिनामध्ये मात्र गहू, मका यांचे विपणन उत्तम असते. कारण सहकारी तत्त्वावरील विपणन व 'व्हीट बोर्ड'सारख्या संस्था यांमुळे उत्पादक व ग्राहक दोघांचे हित जपले जाते.

मळ्याच्या शेतीतील उत्पादनांचे विपणन उत्तम पद्धतीने होते. अनेक उत्पादने प्रक्रिया केल्यावरच त्यांचे विपणन केले जाते. तसेच या शेतीत व्यावसायिकता, निर्यातक्षम उत्पादने, चांगले व्यवस्थापन यांमुळे विपणनातील साखळी कार्यक्षम आहे. वसाहतवादी लोकांनी उत्पादनक्षेत्रापासून किनाऱ्यावरील बंदरांपर्यंत वाहतुकीचे व संदेशवहनाचे उत्तम जाळे निर्माण केले व त्याचा फायदा विपणनास झाला.

**(२) गुणवत्तापूर्ण उत्पादनांकडे दुर्लक्ष** - उष्णकटिबंधातील देशांमध्ये सघन निर्वाही शेतीतील उत्पादनांचे विपणन देशांतर्गत बाजारपेठेतच प्रामुख्याने होत असल्याने गुणवत्तेकडे फारसे लक्ष दिले जात नाही. दाट लोकसंख्या, गरिबी यांमुळे सर्व प्रकारचा कृषीमाल विकला जाण्याची हमी असल्याने शेतकरी अधिक उत्पादन काढण्यासाठी जेवढे प्रयत्न करतो तितके गुणवत्तेसाठी करत नाही; परंतु स्पर्धा वाढली व इतर देशांतील कृषीमाल स्थानिक बाजारात येऊन पोहोचल्याने आता मात्र मालाची प्रतवारी व पॅकिंग यांकडे लक्ष देण्यात येऊ लागले. शहरी भागातील ग्राहक भाजीपाला, फळे, फुले, अंडी, मांस, मासे, दूध यांसारख्या नाशवंत मालाच्या ताजेपणासाठी, उत्तम प्रतीसाठी अधिक किंमत द्यायला तयार असतो. त्यामुळे शेतकरी त्याकडे लक्ष देऊ लागले आहेत.

**(३) वाहतूकसुविधांचा अभाव** - दाट अरण्ये, पर्वतीय-डोंगराळ उंचसखल प्रदेश, जोरदार पाऊस, विस्तृत वाळवंटे यांमुळे दक्षिण अमेरिका, आफ्रिका खंडातील बऱ्याच प्रदेशांत वाहतुकीच्या सुविधा अनेक वर्षे नव्हत्याच. ॲमेझॉन खोऱ्यातील घनदाट अरण्ये, कांगो खोरे, सौदी अरेबिया, इराण-इराक वाळवंट, ॲंडीज व हिमालयासारखे दुर्गम पर्वत, सहारा वाळवंट हे उष्णकटिबंधातील प्रदेश वाहतुकीच्या सुविधांपासून वंचित होते. त्यामुळे काही प्रदेशांत शेतीयोग्य जमीन असूनही शेतीचा विस्तार होऊ शकला नाही. ज्या काही प्रदेशांत शेती होते तेथील उत्पादने स्थानिक बाजारातच विकली जातात. ब्राझील व भारतासारख्या खंडप्राय देशात उत्पादक प्रदेश व बाजारपेठा यांच्यातील अंतर जास्त असल्याने भूमार्गांचे जाळे उत्तम असेल तरच कृषीमालविपणन योग्य होऊ शकते. शिवाय थेट वाहतुकीमुळे कमीत कमी वेळात माल बाजारात पोहोचतो. कित्येक भागांत बैलगाड्या, घोडेगाड्या, खेचरे यांचा उपयोग कृषीमाल वाहून नेण्यासाठी केला जातो. एकंदरीत मर्यादित वाहतूक सुविधा, वाहतुकीतील समन्वयाचा अभाव, आधुनिक वाहतूकसाधनांची कमतरता यामुळे कृषीमालविपणनात अडचणी येतात. त्यामानाने श्रीलंका, जावा, सुमात्रा, मादागास्कर, फिलीपिन्स सारखे आकारमानाने लहान असलेले प्रदेश व द्वीपसमूहीय स्थान यांमुळे उत्पादक प्रदेश व बाजारपेठा, किनाऱ्यावरील बंदरे यांच्यातील अंतरे कमी असल्याने वाहतूकमार्गांची घनता चांगली असते. कृषीमालविपणन अशा प्रदेशांत सुकर होते.

**(४) साठवणुकीच्या मर्यादित सुविधा व प्रक्रियाउद्योगांचा अभाव** - कृषीमाल नाशवंत व मोसमी स्वरूपाचा असल्याने सुयोग्य साठवण व प्रक्रियाउद्योग महत्त्वाचे ठरतात. साठवण व प्रक्रियाउद्योग हे शेतीपूरक व्यवसाय उष्णदेशीय प्रदेशांत फारसे नाहीत. वर्षानुवर्षे उत्पादने स्थानिक बाजारपेठेतच विकली जात असल्याने अनेक वर्षे कृषीमालसाठवणुकीचे तंत्र व प्रक्रिया- उद्योग दुर्लक्षित होते. अयोग्य व अनेक वेळा मानवी हाताळणी, चढउतार, उष्ण, दमट व कोरडे हवामान यांमुळे कृषीमाल खराब होण्याचे प्रमाण अधिक आहे. साठवण व प्रकियाउद्योगामुळे सातत्याने पुरवठा, स्थिर किंमत व आर्थिक स्थैर्य मिळते. ऑस्ट्रेलिया, अर्जेंटिना, ब्राझील, साउथ आफ्रिका व भारतात अशा सोयीसुविधा केल्या जात आहेत.

कृषीमालविपणनातील वरील समस्यांव्यतिरिक्त बाजारभावातील चढउतार, शासकीय धोरणे व कर यांचाही विपणनावर परिणाम होतो. १९९० नंतर जागतिकीकरण, संदेशवहनातील क्रांती यामुळे कृषीमालविपणनाचे स्वरूप स्पर्धात्मक झाले आहे.

# उष्णकटिबंधीय शेतीचे भवितव्य

शेती व्यवसाय हा मानवाचा शाश्वत व्यवसाय आहे. उष्णकटिबंधातील अनेक देश कृषिप्रधान अर्थव्यवस्था असलेले आहेत. अशा देशांमधील बहुसंख्यांचा हा प्रमुख व्यवसाय आहे म्हणून शेतीचे भवितव्य महत्त्वपूर्ण आहे.

उष्णकटिबंधातील शेतीच्या ज्या विविध समस्या आहेत त्यांवर विज्ञान तंत्रज्ञानाच्या साहाय्याने व मनुष्यबळाच्या प्रशिक्षण व कौशल्याच्या आधारे मात करणे शक्य आहे. जागतिकीकरण, उदार धोरणे, मुक्त व्यापार यांमुळे प्रगत देश, विविध जागतिक संघटना आदींचे लक्ष उष्णकटिबंधीय देशांकडे जाऊ लागले आहे.

पाण्याचा पर्याप्त वापर व्हावा म्हणून दक्षिण आशियाई देशांनी ठिबक सिंचन तर ऑस्ट्रेलिया अर्जेंटिना, ब्राझीलमध्ये तुषारसिंचनाचा अवलंब केला जात आहे . कोरडवाहू शेतीतील संशोधनामुळे पिकांची विविधता, पिकांचा क्रम यांमुळे अवर्षणातही काही पिके बऱ्यापैकी उत्पादन देतात. याशिवाय विविधता, अन्नसुरक्षा भवितव्याच्या दृष्टीने महत्त्वाची आहे. दरवर्षी महत्त्वाच्या धान्याचा विशिष्ट प्रमाणात साठा करणे म्हणजे अन्नसुरक्षा होय. यामुळे अवर्षण, पूर, भूकंप, युद्ध अशा आपत्कालीन परिस्थितीत हा राखीव साठा उपयुक्त ठरतो.

मेक्सिको, भारत, पाकिस्तान, बांगला देश या देशांमध्ये हरितक्रांतीने काही पिकांच्या उत्पादनात भरघोस वाढ साध्य झाली असली तरी त्यातील त्रुटी दिसू लागल्यावर जैवतंत्रज्ञान, शेतीपूरक व्यवसायविस्तार प्रक्रियाउद्योग व बाजारपेठांचा विस्तार यांद्वारे शेतीचा विकास साध्य करणे आवश्यक झाले आहे. शेतीच्या चांगल्या भवितव्यासाठी ते आवश्यक आहे.

शेतजमिनीचे संलग्नीकरण महत्त्वाचे ठरत आहे. प्रसिद्ध अर्थशास्त्रज्ञ, नोबेल पारितोषिकप्राप्त डॉ. अमर्त्य सेन यांच्या मते 'भूधारणा लहान तर नफाही लहान (कमी).' शेती ही जोखीम पत्करून करावा लागणारा व्यवसाय आहे. जर भूधारणा मोठी असेल तर जोखीम घेणे शक्य होते. पतपुरवठा शक्य होतो व त्यामुळे मिळणारा नफा अधिक असतो. यासाठी जमीन संलग्नीकरण, गटशेती, सामूहिक शेती, सहकारी शेती यांचा अवलंब काही प्रमाणात सुरू झाला आहे. याचा शेतीवर सकारात्मक परिणाम होत आहे.

मळ्याच्या शेतीतील उत्पादनांच्या बाबतीत उष्णकटिबंधीय देशांची मक्तेदारी आहे. कापूस, ताग, रबर, तंबाखू हा औद्योगिक कच्चा माल प्रगत देशांना पुरवला जातो. चहा, कॉफी, कोको, साखर, केळी, नारळ, आंबा, मसाल्याचे पदार्थ यांना निर्यातीत महत्त्वपूर्ण स्थान आहे. त्याचे विपणन आधुनिक पद्धतीने होऊ लागले आहे.

याबाबतीत उष्णकटिबंधाचे वर्चस्व आहे. परकीय चलन मिळवून देणारी ही शेती भवितव्य उज्ज्वल करण्यास साहाय्य करणारी आहे.

प्रगत देश त्यांच्याकडील पक्क्या मालासाठी मोठी बाजारपेठ म्हणून दक्षिण आशियाई देशांकडे पाहू लागले आहेत. त्यांचा कृषीमाल या देशांमधील बाजारपेठांत दाखल होत आहे व स्थानिकांना या स्पर्धेला तोंड देण्यासाठी मालाची उत्तम गुणवत्ता साध्य करावी लागत आहे; याचाच एक भाग म्हणून काही महत्त्वाच्या संघटना कार्य करत आहेत. 'सार्क' (SAARC), एेसियन (ASEAN), लाफ्टा (LAFTA), कॅरिबियन कंट्रीज असोसिएशन (CARIFTA), आफ्रिकन कॉमन मार्केट अशा महत्त्वाच्या संघटनांमधील सामंजस्यामुळे उष्णकटिबंधीय देशांतील शेतीचे भवितव्य उज्ज्वल आहे.

❐

प्रकरण ६

# जलसिंचन

(अ) जलसिंचनाची गरज, उष्णकटिबंधातील जलसिंचनाचे महत्त्व

(ब) जलसिंचनाचे प्रकार : विहिरी, तलाव, कालवे

(क) जलसिंचन पद्धती : ठिबकसिंचन, तुषारसिंचन, प्रवाहीसिंचन

पिकाच्या गरजेनुसार मृदेस पुरविले जाणारे नियंत्रित पाणी म्हणजे जलसिंचन होय. मृदाजलाच्या कमतरतेमुळे पिकाचे होणारे नुकसान होऊ न देणे एवढाच जलसिंचनाचा मर्यादित हेतू होता; परंतु आधुनिक जलसिंचनाचे अनेक उद्देश आहेत. उष्णकटिबंधातील कृषिप्रधान देशांमध्ये अनिश्चित व अनियमित पावसामुळे कृषी उत्पादनात घट येऊ नये म्हणून जलसिंचनाची नितांत गरज असते. अवर्षण व पूर यांपासून होणारे पिकाचे नुकसान टाळणे जलसिंचनामुळे शक्य होते. अधिक उत्पादन देणाऱ्या सुधारित वाणाची लागवड, रासायनिक खतांचा वापर, सातत्याने घेतली जाणारी पिके, शेतीक्षेत्राचा विस्तार साध्य करण्यासाठी जलसिंचनाची गरज निर्माण झाली.

जलसिंचनाची गरज थोडक्यात पुढीलप्रमाणे स्पष्ट करता येते –

(१) अनिश्चित व अनियमित तसेच अपुऱ्या पावसामुळे होणारे पिकाचे नुकसान टाळणे म्हणजे पिकाचे रक्षण करणे.

(२) उत्पादनाची हमी प्राप्त होणे.

(३) लागवडीखालील क्षेत्राचा विस्तार करणे.

(४) सुधारित संकरित वाण (HYV) लागवड, रासायनिक खते व जलसिंचन या त्रिसूत्रीतून उत्पादनवाढ व गुणवत्तापूर्ण उत्पादन साध्य करणे.

(५) अवर्षण व पूर यांपासून पिकाचे रक्षण करणे.

आधुनिक शेतीत जलसिंचन हा तांत्रिक व आर्थिक नियंत्रक (Techno-Economic Determinant) समजला जातो.

**उष्णकटिबंधात जलसिंचनाचे महत्त्व**

उष्णकटिबंधीय प्रदेशात जलसिंचनास अनन्यसाधारण असे महत्त्व आहे. कारण हा प्रदेश शेतीच्या दृष्टीने महत्त्वपूर्ण आहे. अनेक देशांतील लोकांचा शेती हा जीवनाचा मूलाधार आहे. या देशांची कृषिप्रधान अर्थव्यवस्था आहे. या प्रदेशातील तपमान वर्षभर पीकवाढीसाठी अनुकूल असते. त्यामुळे पाण्याची हमी प्राप्त झाल्यास चांगले कृषी उत्पादन प्राप्त होते व आर्थिक स्थैर्य मिळते. उष्णकटिबंधातील बहुतांश प्रदेशात अनियमित, अनिश्चित व अपुरा पाऊस पडतो. तपमान अधिक असल्याने बाष्पीभवनाचा वेग जास्त असतो. मृदाजल व पिकातील पाणी बाष्पीभवन व बाष्पोच्छ्श्वासाने वेगाने कमी होते. याचा परिणाम पीकवाढीवर व उत्पादनावर होतो. जलसिंचनामुळे पिकाचे रक्षणही होते व उत्पादनाची हमी मिळते. मोसमी हवामानप्रदेश, उष्ण, आर्द्र व कोरड्या हवामानप्रदेशात पाऊस विशिष्ट काळात पडतो व दीर्घ कोरड्या ऋतूचा काळ असतो. म्हणून पावसाळ्यातील पाणी साठवून ते कोरड्या ऋतूत जलसिंचनाद्वारे पुरवले जाते.

उष्णकटिबंधात पडणारा पाऊस अनेक वेळा मुसळधार व जोरदार असतो. अशा पावसाचे पाणी लगेच प्रवाही होते. ते जमिनीत झिरपण्यास अवधी मिळत नाही. अशा प्रवाही पाण्याबराबेर कोरड्या सैलसर मृदाकणांचे वहन होते. पाणी अडविणे व जिरविणे आणि त्यांद्वारे मृदा टिकवणे, भूजल पुनर्भरण हे जलसंधारणाचे उपाय जलसिंचनास पूरक ठरतात.

उष्णकटिबंधीय प्रदेशातील सर्वाधिक जलसिंचनाचा प्रदेश म्हणजे दक्षिण आशियाई प्रदेश होय. दक्षिण आशियातील सिंधू, गंगा, ब्रह्मपुत्र, इरावती, मेनाम व मेकाँग या सर्व महत्त्वाच्या नद्यांवरील प्रकल्पांमुळे या प्रदेशातील शेतीला मोठ्या प्रमाणावर जलसिंचन उपलब्ध झाले आहे. अवर्षण व पूर यांसारख्या नैसर्गिक आपत्तीवर काही प्रमाणात नियंत्रण मिळवता आले आहे.

आफ्रिकेतील नायजर, नाइल, ऑरेंज, कांगो, झांबेझी या नद्या व दक्षिण अमेरिकेतील ॲमेझॉन, ओरीनोको, पॅराना या नद्या जलसिंचनाच्या दृष्टीने महत्त्वाच्या आहेत.

विषुववृत्तीय प्रदेशातही जलसिंचनाची गरज असते. या प्रदेशात वर्षभर पाऊस पडत असला तरी सूर्याच्या उत्तरायण व दक्षिणायन स्थितीच्या कालावधीत पावसाचे प्रमाण कमी असते. ज्या महिन्यात ७५ मि.मी. पेक्षा कमी पाऊस पडतो त्या काळात तेथील पिकांना जलसिंचनाची गरज असते. जून व डिसेंबर महिने व त्याच्या जवळपासच्या काही दिवसांत पावसाचे प्रमाण कमी असते. ॲमेझॉनच्या खालच्या खोऱ्यात व श्रीलंकेत अशी स्थिती आढळते. रबर, नारळ व भात पिकांसाठी पाण्याची हमी जलसिंचनामुळे मिळते. श्रीलंकेतील अवर्षणाचा काळ हा सर्वाधिक तपमान व वेगाने वाहणारे वारे या काळाशी संबंधित असतो. अशा काळात बाष्पीभवन अधिक होत असल्याने सर्वच पिकांना जलसिंचन आवश्यक असते. पश्चिम आफ्रिकेत 'हरमाटन' हे उष्ण कोरडे वारे मृदाजल झपाट्याने कमी करतात. ऑस्ट्रेलिया व अर्जेंटिनात बरेचसे क्षेत्र निमओसाड हवामानाचे असल्याने जलसिंचनाची गरज असते.

वरील विवेचनावरून उष्णकटिबंधातील जलसिंचनाचे महत्त्व स्पष्ट होते. १९६०नंतरच्या दशकात मेक्सिको, पाकिस्तान व भारतात हरितक्रांतीचे तत्त्व स्वीकारले गेले. सुधारित वाण, रासायनिक खते व जलसिंचन ही हरितक्रांतीची त्रिसूत्री असल्याने जलसिंचनाचे शेतीतील स्थान अधिक महत्त्वाचे झाले.

## जलसिंचनाचे प्रकार

विहीर, तलाव व कालवे हे जलसिंचनाचे तीन प्रकार होत. प्रत्येक प्रकारचे काही फायदे व काही मर्यादा आहेत. हे प्रकार एकमेकांना पूरक असल्यास जलसिंचन अधिक उपयुक्त ठरते.

**तक्ता ६.१ जलसिंचनाचे प्रकार**

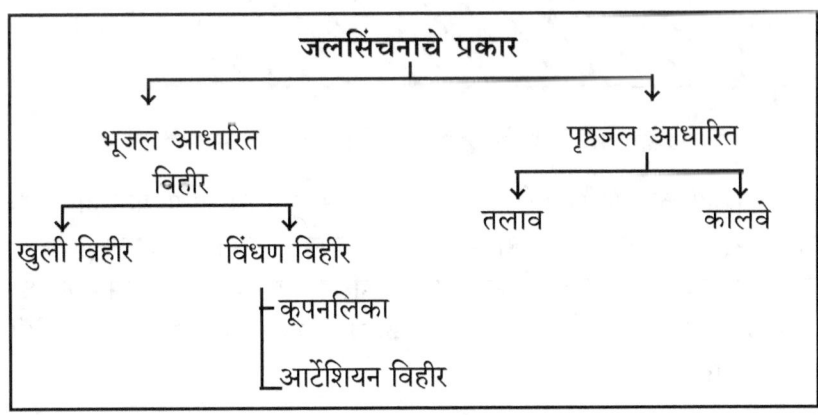

### (१) विहीर जलसिंचन

विहीर हा भूजल आधारित जलसिंचनाचा प्राचीन प्रकार आहे. भूमिगत पाणीसाठा हा विहिरीतील पाण्याचा स्रोत असतो. बहुधा झरा अथवा पाण्याचा झिरप यातून ते विहिरीत जमा होत राहते. होडर यांच्या मते उष्णकटिबंधात खडकाचे विदारण ३० मी. खोलपर्यंत होऊ शकते. त्यामुळे असा विदारित खडक भुसभुशीत होतो व पाणी धरून ठेवू शकतो. विहिरींसाठी ते अनुकूल ठरते. त्याशिवाय वालुकाश्म, चुनखडक, चॉक असे पार्य स्तरित खडक व इतर खडकातील भेगा-संधी, जोड भूमिगत पाण्याच्या दृष्टीने महत्त्वपूर्ण असतात. होडर यांना आफ्रिकेतील सिएरा लोन व गॅम्बिया या देशांमध्ये विदारित खडकात भूमिगत पाणीसाठा व त्यावर अवलंबून असलेल्या विहिरी आढळल्या. विहीर खणणे व पक्की बांधणे याचा खर्च शेतकऱ्याला करणे शक्य असते. उंचसखल व डोंगराळ प्रदेशात शेते लहानलहान असतात. अशा प्रदेशात कालवे काढणे अधिक खर्चाचे असते. तेथे विहीरजलसिंचन उपयुक्त ठरते.

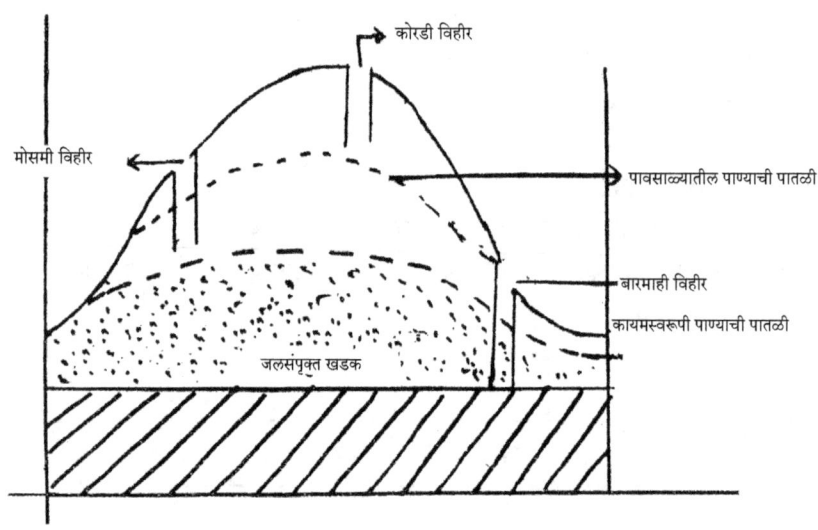

**आकृती ६.१ विहिरी व भूमिगत पाणी पातळी**

विहिरीतील पाणीपातळी, भूजलपातळी व साठा तसेच उपसा यावर अवलंबून असते. भूजलाचे पुनर्भरण होत राहणे अत्यंत आवश्यक असते. विहिरीतून पाण्याचा उपसा विद्युत् पंपाच्या साहाय्याने होऊ लागल्यापासून पाण्याचा उपसा व पुनर्भरण यांचे व्यस्त प्रमाण झाल्याने विहिरीतील पाणीपातळी खालावू लागली आहे व काही विहिरी कोरड्या पडू लागल्या आहेत.

विहिरीतील पाणीसाठा मर्यादित असल्याने मर्यादित शेतीक्षेत्र सिंचनाखाली येऊ शकते. तसेच उन्हाळ्यात भूमिगत पाणीपातळी खोल गेल्याने विहिरीतील पाणीसाठा अत्यल्प राहतो अथवा त्या कोरड्या पडतात. त्यामुळे पिकांना पाण्याची नितांत गरज असतानाच पाण्याची हमी रहात नाही.

सिरिया, जॉर्डन, इराण, सौदी अरेबिया, पाकिस्तान, भारत, म्यानमार, थायलंड, श्रीलंका, बांगला देश, व्हिएतनाम व ऑस्ट्रेलियात विहिरींची संख्या अधिक असून त्या व्यापक क्षेत्रात विखुरलेल्या आहेत. उत्तर भारतात विहिरींची संख्या अधिक आहे. एकूण जलसिंचनाखालील क्षेत्रापैकी सर्वाधिक क्षेत्र विहीरसिंचनाखाली आहे. भारतात ६५ टक्के शेतीक्षेत्र विहीरजलसिंचनाखाली आहे.

विहिरीच्या स्वरूपानुसार त्यांचे खुल्या पक्क्या विहिरी व विंधण विहिरी असे दोन प्रकार आहेत.

**खुल्या विहिरी** – खुल्या विहिरी हा विहिरींचा परंपरागत व प्राचीन प्रकार आहे. खडकांची रचना, भूजलाची खोली, पर्जन्यप्रमाण, लागवडक्षेत्र या घटकांचा प्रभाव खुल्या विहिरींच्या स्थानावर व संख्येवर होत असतो. या विहिरी उघड्या असल्याने पाण्याचे बाष्पीभवन मोठ्या प्रमाणावर होते. तसेच पाण्यात पालापाचोळा, कचरा, माती, सांडपाणी मिसळते व त्यामुळे पाणी दूषित होऊ शकते. निमओसाड व ओसाड पट्ट्यात विहिरींची संख्या जास्त आढळते. कारण अशा भागात पृष्ठीय जलापेक्षा भूजलसाठे महत्त्वाचे ठरतात. उत्तर आफ्रिका, पश्चिम आशिया, दक्षिण आशिया अशा सलग भौगोलिक विभागात अशा विहिरींची संख्या अधिक आहे.

**विंधण विहिरी** – जमिनीला यंत्राच्या साहाय्याने छिद्र पाडून भूजल पातळीपर्यंत जाणे व नलिकेच्या साहाय्याने पंप लावून ते पाणी वर ओढून घेऊन शेतीला देण्यासाठी ज्या विहिरी खणल्या जातात त्यांना विंधण विहिरी म्हणतात. या विहिरी अरुंद व बंदिस्त मुखाच्या असतात. त्यामुळे बाष्पीभवन फारसे होत नाही व पाणी प्रदूषितही होत नाही. साधारणपणे या विहिरी खुल्या विहिरींपेक्षा उपयुक्त ठरतात. गेल्या काही वर्षांत विंधण विहिरी अधिक लोकप्रिय व किफायतशीर ठरल्याने त्यांची संख्या बरीच वाढली आहे. परिणामी पाण्याचा उपसा वाढला व त्यामानाने पुनर्भरण न झाल्याने भूजलपातळी खोल गेली. अनेक विहिरी कोरड्या पडू लागल्या तर काहींमध्ये अत्यल्प व क्षारयुक्त पाणी राहिले आहे. भारतात पंजाब, हरियाणा या राज्यांमध्ये अनेक भागात भूजलपातळी ३० मी. पेक्षा अधिक खोल गेल्याने त्या तोट्याच्या ठरत आहेत. गुजरातमधील काठेवाड (सौराष्ट्र) व महाराष्ट्राच्या काही भागांतही अशीच परिस्थिती आहे. त्याचा विपरीत परिणाम शेतीवर होत आहे.

विंधण विहिरींचा एक वैशिष्ट्यपूर्ण प्रकार म्हणजे आर्टेशियन विहीर होय. (आकृती ६.२) ऑस्ट्रेलियात ग्रेट आर्टेशियन बेसिन (नकाशा ६.१) या प्रदेशात अशा विहिरी प्रथम खोदल्या गेल्या म्हणून त्यांना आर्टेशियन विहीर म्हणतात. अशा प्रकारच्या विहिरींसाठी आकृतीत (६.२) दर्शविल्याप्रमाणे वैशिष्ट्यपूर्ण भौगोलिक रचना आवश्यक असते. पार्य व अपार्य खडकाचे एकाखाली एक असलेले थर, वलीकरण झाल्याने अपनती व अवनतींची निर्मिती, अपनतीच्या उंचवट्याच्या क्षेत्रातील अधिक पाऊस अशा अनुकूल परिस्थितीत आर्टेशियन विहिरी खणल्या जातात.

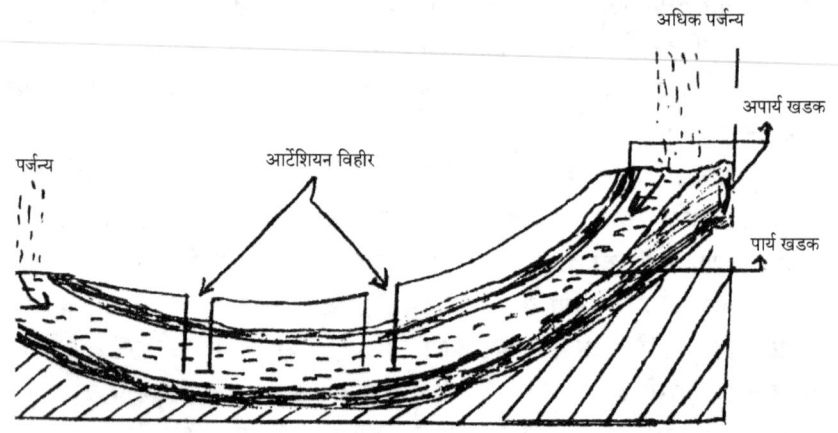

**आकृती ६.२ आर्टेशियन विहिरी व भूरचनात्मक अनुकूलता**

उंचवट्याच्या अपनती क्षेत्रातील पावसाचे पाणी पार्य खडकातून झिरपते व निमओसाड कोरड्या हवामानाच्या अवनतीच्या खडकात जमते. अशा खळग्यांच्या भागात विंधण विहिरी बांधल्यास दाबाखाली खोलवर असलेले पाणी नैसर्गिकरीत्या उसळून वर कारंज्याप्रमाणे येऊ लागते. पूर्वी विद्युत पंप न वापरता या विहिरींचे बाहेर आलेले पाणी साठवून शेतीसाठी वापरले जात असे. या विहिरींमधील पाण्याचे प्रमाण अपनतीच्या प्रदेशातील पावसावर अवलंबून असते. वालुकाश्म, चुनखडक, गोट्याळ असे खडक पार्य असतात, तर गॅनाईट, बेसाल्ट, गॅब्रो, शिस्ट हे अपार्य खडक होत.

ऑस्ट्रेलियातील क्विन्सलंड प्रांत, सौदी अरेबियात रियाधच्या आसपासचा प्रदेश व सहारा वाळवंटाच्या सीमावर्ती भागात या प्रकारच्या विहिरी शेतीसाठी फार उपयुक्त ठरल्या आहेत.

ग्रेट आर्टेशियन बेसिन

मकरवृत्त

**नकाशा ६.१ ऑस्ट्रेलियातील 'आर्टेशियन बेसिन क्षेत्र'**

## (२) तलाव जलसिंचन

पर्वतीय, डोंगराळ व उंचसखल प्रदेशात असलेल्या नैसर्गिक खळग्यांमध्ये पाणी साठून निर्माण होणाऱ्या जलाशयास तलाव म्हणतात. अशा तलावांचे पाणी उपसून शेतीसाठी वापरल्यास त्यास तलाव जलसिंचन म्हणतात. तलावाची उपयुक्तता वाढावी म्हणून त्यास बांधबंदिस्ती करतात. विहिरींप्रमाणेच तलाव जलसिंचन प्राचीन आहे व ते कमी खर्चिक आहे. तलावाच्या तळभागात नैसर्गिक झरे असतात अथवा सभोवतालच्या पर्वत-डोंगरउतारावरून वाहत येणारे पाणी तलावात जमून जलाशय निर्माण होतो. तलावामुळे परिसरातील भूजलपातळी वाढण्यास मदत होते व त्याचा फायदा तेथील विहिरींना होतो. पावसाळा संपण्याच्या काळात तलाव संपूर्ण भरलेला असल्यास अधिक काळ जलसिंचन होऊ शकते. तलावातील पाणी उपसा पद्धतीने काढून घेऊन शेतीस दिले जाते. तलाव खासगी व क्वचित सामूहिक मालकीचे असतात.

तलावाचे क्षेत्र मर्यादित असल्याने जलसिंचनक्षेत्रही मर्यादित असते. तलाव खुला असल्याने बाष्पीभवन मोठ्या प्रमाणावर होऊन पाणीपातळी घटते व उन्हाळ्यात जेव्हा पिकांना नितांत गरज असते तेव्हाच पाणी उपलब्ध नसते. तलावाच्या तळभागावर गाळ जमतो व ते उथळ झाल्याने साठवणक्षमता कमी होते. तलावाच्या पाण्यात

**जलसिंचन / ९१**

पालापाचोळा, कचरा, सांडपाणी मिसळू शकते. जनावरे धुणे, कपडे धुणे, गाड्या धुणे यांमुळे पाणी प्रदूषित होते.

पाझर तलाव, वनतळी, शेततळी, गावतळी हे तलावांचे आधुनिक व अधिक कार्यक्षम रूप होय. श्रीलंका, फिलिपिन्स, द. चीन, व्हिएतनाम, लाओस, कंबोडिया, मलाया, इंडोनेशिया व भारतात तलावसिंचनाचे क्षेत्र व्यापक आहे. भारतात तमिळनाडूत सर्वाधिक क्षेत्र आहे तर महाराष्ट्रात गोंदिया व भंडारा जिल्ह्यात अधिक तलाव आहेत.

## (३) कालवा जलसिंचन

पूर, कालव्याचे सुधारित व कार्यक्षम रूप म्हणजे अर्वाचीन कालवे होत. नदीच्या पुराचे पाणी आसपास पसरून होणारे नुकसान टाळण्यासाठी नदीला समांतर व काटकोनात खोल, अरुंद चर खणले जात. यामुळे पुराचे पाणी या चरातून म्हणजे पूर कालव्यातून वाहत दूरवर जात असे आणि नदीपासून दूर असलेल्या शेतांना पाणी मिळत असे. परंतु पूर ओसरला की काही दिवसांतच हे कालवे कोरडे पडत व पिकांना गरज असताना पाणी उपलब्ध होत नसे. पूर कालव्यांचा उद्देश पूरनियंत्रण हा होता. विज्ञान व तंत्रज्ञानातील प्रगतीमुळे नदीचे पाणी धरण बांधून मोठ्या प्रमाणावर अडविणे शक्य झाले व बारमाही कालवे व वितरिकांचे जाळे निर्माण झाले. यामुळे पूरनियंत्रण, जलसिंचन, वीजनिर्मिती, वाहतूक, पर्यटन, मत्स्यशेती, निव्वळ पेरणीक्षेत्रवाढ असे अनेक उद्देश साध्य झाले.

कालवा जलसिंचनासाठी मोठी भांडवल गुंतवणूक करावी लागते. धरणे, कालवे वितरिका बांधणे, देखभाल, दुरुस्ती, पाणीव्यवस्थापन यासाठी भांडवल तसेच तंत्रज्ञान व प्रशिक्षित मनुष्यबळ आवश्यक असते. विहीर व तलावजलसिंचनाच्या तुलनेत लाभक्षेत्र मोठे असते व पाण्याची हमी असते.

कालवा जलसिंचनामुळे काही समस्याही निर्माण होतात. धरणे व कालवे यांमुळे बरेच मोठे क्षेत्र बांधकामासाठी व पाण्याखाली जाते. काही गावे, वस्त्या, वनक्षेत्र, शेतजमिनी प्रकल्पासाठी अधिग्रहीत केल्या जातात. प्रकल्पग्रस्तांचे पुनर्वसन ही मोठी सामाजिक समस्या निर्माण होते. पाणी उपलब्ध झाल्याने शेतकरी नगदी पिके घेऊ लागतात. यामुळे पाण्याची मागणी वाढते व अन्नधान्याखालील क्षेत्र कमी होते. पाण्याचा मुक्त वापर झाल्याने मृदा नादुरुस्त होतात. धरण व कालवे यात गाळ जमत जातो व साठवणक्षमता कमी होते. नदीच्या खालच्या टप्प्यात पाण्याची उपलब्धता कमी होते यावरून राष्ट्रीय व आंतरराष्ट्रीय पाणी तंटे निर्माण होऊ शकतात.

दक्षिण आशियाई राष्ट्रे, मेक्सिको, व्हेनेझुएला, ब्राझील, उत्तर आफ्रिका व ऑस्ट्रेलियात कालवासिंचन मोठ्या प्रमाणावर आहे. नाईल, टैग्रिस-युफ्रेटिस, सिंधू,

गंगा, ब्रह्मपुत्रा, इरावती, मेनाम, मेकाँग, यांगत्से, रिओग्रँड, रिओ पापालोपॅन, साओसॅन फ्रान्सिस्को, रिओनाझास, ओरिनोको, मरे-डार्लींग अशा अनेक नद्यांवर कालवा जलसिंचन विकसित केले गेले आहे. जगप्रसिद्ध टेनेसी व्हॅली अॅथॉरिटी (TVA) प्रमाणे भारतात दामोदर व्हॅली अॅथॉरिटी (DVA), मेक्सिकोत दक्षिणेकडे रिओपापालोपॅन प्रकल्प (RDVA), ब्राझिलियन टी.व्ही.ए. असे ज्याला संबोधले जाते असा साओसॅन फ्रान्सिस्को नदी खोरे व्यवस्थापन प्राधिकरण कालवा सिंचनासाठी प्रसिद्ध आहेत.

**जलसिंचनपद्धती**

विशिष्ट तंत्रज्ञानाचा व विज्ञानाचा वापर करून पिकाला पाणी देण्याच्या पद्धतीस जलसिंचनपद्धती म्हणतात. विज्ञान व तंत्रज्ञानातील प्रगतीनुसार जगातील निरनिराळ्या प्रदेशात विविध पद्धती विकसित होत गेल्या आहेत. पूर्वी पिकांना पाणी देण्यासाठी सरी पद्धती, पूरसिंचन अशा सढळपणे पाण्याचा वापर करणाऱ्या पद्धती प्रचलित होत्या; परंतु आता पाण्याचा पर्याप्त वापर होण्यासाठी ठिबक व तुषारसिंचनासारख्या सूक्ष्म सिंचन पद्धतींचा पुरस्कार केला जातो. यामुळे पाण्याचा अपव्यय टाळण्याबरोबर जमिनीची नादुरुस्ती, तणांची वाढ यांवर नियंत्रण मिळवता येते. या दृष्टीने प्रवाही सिंचन, ठिबक सिंचन व तुषार सिंचन या तीन सिंचनपद्धतींचा विस्ताराने विचार करावयाचा आहे.

**प्रवाहीसिंचनपद्धती** (Flow Irrigation)

विहीर, तलाव अथवा कालव्यामार्फत उपलब्ध होणारे पाणी, उपसा केल्यानंतर उताराच्या अनुषंगाने शेतात मुक्तपणे सोडून देणे म्हणजे प्रवाहीसिंचनपद्धती होय.ही पृष्ठीय सिंचन पद्धती असल्याने अनावश्यक भागात पाणी जाणे, पाण्याचा अपव्यय होणे, बाष्पीभवनाने पाण्याचा ऱ्हास होणे यांमुळे पाण्याचा कार्यक्षम वापर होत नाही. तरीही उष्णकटिबंधीय प्रदेशात व्यापक क्षेत्रात ही पद्धती प्रचलित आहे. पूर सिंचन, खोरे जलसिंचन, कंकणाकृती सिंचन, सरी व वरंबा सिंचन आणि माथा ते पायथा प्रवाही सिंचन अशी त्याची विविध रूपे आहेत.

**पूरसिंचन पद्धती**

नदीच्या पुराचे पाणी चराद्वारे दूरपर्यंत नेऊन शेतीसाठी वापरण्याच्या पद्धतीस पूरसिंचन पद्धती म्हणतात. नदीतील सामान्य पाणीपातळी लक्षात घेऊन त्यापेक्षा अधिक उंचीवर चर व वितरिका खणल्या जातात; नदीला पूर आल्यावर या चरांमधून व वितरिकांमधून हे वाढीव पाणी शिरते व नदीकाठापासून दूर असलेल्या शेतीला याचा

लाभ होतो. सौम्य उताराच्या मैदानी प्रदेशात या प्रकारचे पूरकालवे काढले जात असत. पूर ओसरल्यावर काही दिवसच अशा कालव्यांना पाणी असते. त्यामुळे कोरड्या ऋतुत जेव्हा पिकांना नितांत गरज असते तेव्हा हे कालवे कोरडे असतात. म्हणून ही सिंचनपद्धती कालबाह्य झाली आहे परंतु ही प्राचीन सिंचनपद्धती असल्याने व आधुनिक कालव्यांची जननी असल्याने या पद्धतीची माहिती असणे आवश्यक ठरते.

इजिप्तमधील नाईल नदीच्या पुराचे नियंत्रण व पाणीवाटप या सिंचनपद्धतीने शतकानुशतके केले गेले. पाकिस्तान व उत्तर भारतातील सिंधू-गंगा मैदान, बांगला देश व दक्षिण चीनमध्येही या प्रकारची सिंचनपद्धती प्रचलित होती.

## खोरे सिंचनपद्धती

नदीखोरे हे सिंचनाचे एकक मानून लहान लहान नद्यांच्या काठाजवळील पसरट व उथळ प्रदेशाला पाणी पुरविणे म्हणजे खोरे सिंचनपद्धती (Basin irrigation) होय. नदीकाठालगतच्या शेतीक्षेत्रात चर व वितरिकांचे जाळे असते व पाणी नियंत्रित करण्यासाठी लाकडी झडपा किंवा दरवाजा बसविलेला असतो. नदीपात्रालगतच्या शेतीला नैसर्गिक उताराच्या अनुषंगाने नियंत्रित पाणी दिले जात असल्याने ही पद्धती अधिक कार्यक्षम असते. इजिप्तमधील नाईल खोऱ्यात शतकानुशतके ही पद्धती अस्तित्वात होती. उन्हाळ्यात बर्फ वितळल्याने नाईल नदीस बरेच पाणी असे. त्यावेळी नदीच्या मधल्या व खालच्या टप्प्यातील पिकांना या पद्धतीने पाणी दिले जात असे; परंतु आता नाईल नदीवर ठिकठिकाणी धरणे बांधल्याने ही पद्धती कालबाह्य झाली आहे. परंतु नदीखोरे एकक मानून पाण्याचे व्यवस्थापन ही संकल्पना त्यातूनच विस्तारली आहे.

## सरी व वरंबा सिंचनपद्धती

सरी (सरा) व वरंबा सिंचन ही मध्ययुगीन काळापासून प्रचलित असलेली पद्धती आहे. शेताची नांगरट करताना नांगराच्या फाळाने माती उकरली गेल्यावर नांगर पुढे सरकवण्यासाठी काही माती दोन्ही बाजूंनी ढकलली जाऊन उंचवटा व खळगा (सरी) तयार होते. शेताच्या एका बाजूकडून थेट दुसऱ्या बाजूपर्यंत लांबच लांब अरुंद उंचवटा व त्याला लागून सरी असते. वरंबा म्हणजे उंचवट्यावर पिकाची लागवड करतात एका बाजूने सरींमध्ये पाणी सोडले जाते. हे दोन्ही बाजूंच्या वरंब्यात झिरपते व रोपाला मिळते. सरीमधून वाहात जाणाऱ्या पाण्याने सर्व शेत भिजते. कमी श्रमात सिंचन हा याचा प्रमुख उद्देश आहे. परंतु पाण्याचा मुक्त वापर, अनावश्यक भागात पाणी जाणे,

तण वाढणे या त्रुटी आहेत. भारतात फार पूर्वीपासून सरी-वरंबा पद्धती प्रचलित आहे.

**कंकणाकृती सिंचन पद्धती** (Ring Irrigation)

फळबागा व वृक्षवर्गीय पिके यांच्यासाठी कंकणाकृती सिंचनपद्धती उपयुक्त ठरते. अशा शेतात लागवड अंतरा-अंतरावर ठराविक ओळींत करतात. झाडाच्या बुंध्याभोवती गोल कंकणाकृती आळे करतात. खोडाच्या भोवती मातीचा उंचवटा असतो, यामुळे खोड कोरडे राहते व त्यावर बुरशी व कीड पसरत नाही. खोडापासून काही अंतरावर वर्तुळाकृती खळगा असतो व त्यात पाणी सोडले जाते. वृक्षाची आडवी पसरलेली बारीक उपमुळे पाणी शोषून घेतात. आंबा, नारळ, लिंबूवर्गीय फळझाडे, रबर अशा बहुवर्षीय वृक्षपिकांना कंकणाकृती आळ्यांमध्ये पाणी सोडून सिंचन करतात. उन्हाळ्यात पाण्याच्या कमतरतेमुळे आळ्यांमध्ये विटांचे तुकडे, वाळू, पालापाचोळा पसरतात यामुळे पाण्याचे बाष्पीभवन कमी होऊन कमी पाण्यात पिके जगवता येतात.

**माथा ते पायथा सिंचनपद्धती**

फिलिपीन्स, इंडोनेशिया, पेरू, द. चीन, ईशान्य भारत या प्रदेशात डोंगराळ प्रदेश अधिक असल्याने डोंगरमाथा ते पायथा सिंचनपद्धती, प्रचलित आहे. यासाठी डोंगरमाथा ते पायथ्यापर्यंत सपाट लांब पायऱ्यांसारखी रचना करून त्यावर पीक लावले जाते. साधारणपणे तीन मीटर रुंदीचा हा पट्टा काही मीटर्स लांब असतो. अशा दोन पायऱ्यांमधील उंचीतील अंतर दहा ते पंधरा मी. पर्यंतही असते. उताराच्या अनुषंगाने माती व पाणी वाहून जाऊ नये म्हणून आधारभिंत बांधतात. डोंगरमाथ्यावर पाणी साठवण्यासाठी पसरट खोल खळगा केलेला असतो. तेथून उताराच्या अनुषंगाने व काटकोनात मार्गिका-वितरिका केलेल्या असतात. यातून नियंत्रित पद्धतीने पाणी सोडतात. फिलीपीन्सच्या ल्यूझॉनबेटावर १५०० मी. उंचीवरील डोंगरमाथ्यापासून उतारावरील आरेखित भात खाचरासाठी या प्रकारची उत्कृष्ट आदर्शवत सिंचनरचना आढळते. येथे बांबूची पन्हाळ तीन ते चार कि.मी. लांब पाणी वाहून नेण्यासाठी वापरतात. मुख्य पन्हाळी उताराच्या दिशेने व वितरिका शेतापर्यंत असतात. वरच्या भागातील शेतापासून क्रमाक्रमाने खालच्या भागातील शेतात पाणी येते. ही श्रमाधारित पद्धत आहे.

**ठिबक सिंचनपद्धती**

ठिबक सिंचनपद्धती ही सूक्ष्म सिंचनपद्धती आहे. पाण्याचा पर्याप्त वापर

होण्यासाठी ही तंत्राधारित आधुनिक सिंचनपद्धती विसाव्या शतकाच्या उत्तरार्धात इस्राएलच्या तंत्रज्ञांनी विकसित केली.

पिकाच्या प्रत्येक रोपाच्या मुळाजवळ थेंब थेंब पाणी देण्याच्या पद्धतीस ठिबक सिंचन म्हणतात. यासाठी शेताजवळ उंच जागी जलकुंभ बांधावा लागतो. जलकुंभापासून शेतापर्यंत व पुढे प्रत्येक रोपापर्यंत विविध व्यासाच्या नलिकांचे जाळे तयार केले जाते. पाण्याचा प्रवाह व गती नियंत्रित करण्यासाठी तोटीसारखा नियंत्रक असतो. त्यामुळे प्रत्येक रोपाच्या मुळाशी थेंब थेंब पाणी पडण्याची व्यवस्था केली जाते. हवेचे तपमान, आर्द्रता व रोपाची वाढीची अवस्था यांनुसार ठिबक संच नियंत्रित करता येते.

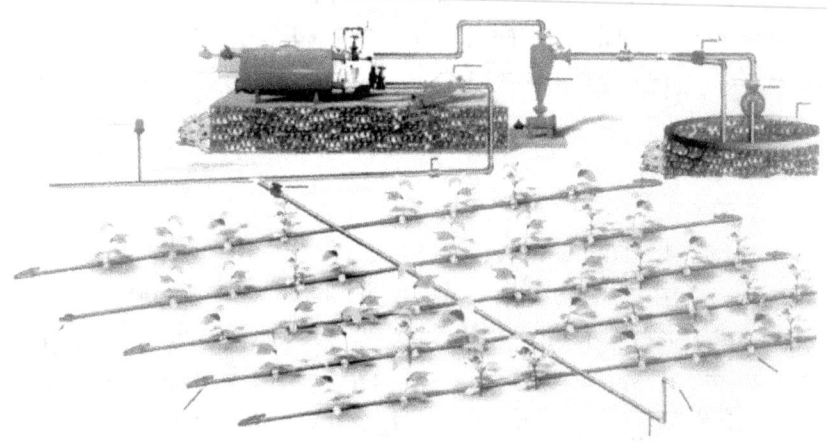

आकृती ६.३ ठिबक सिंचन प्रतिमान

## ठिबक सिंचनाचे फायदे

१.  पाण्याचा पर्याप्त वापर

२.  बाष्पीभवन, अनावश्यक भागात पाणी पोहोचणे यांमुळे होणारा पाण्याचा अपव्यय रोखता येतो.

३.  मुक्त अथवा अनियंत्रित पाणी न दिले जाणे.

४.  पाण्याची बचत झाल्याने ओलिताखालील क्षेत्र वाढते.

५.  प्रवाही मुक्त सिंचनामुळे होणारे मृदेचे नुकसान रोखले जाते.

६.  तण व अनावश्यक वनस्पतींची वाढ रोखली जाते.

## तोटे (मर्यादा)

१.  ठिबक सिंचनासाठीचा प्राथमिक खर्च जास्त असतो. जलकुंभ बांधणे,

नळ्यांची जोडणी, वीज पंप यांसाठी भांडवलगुंतवणूक करावी लागते.

२. शेतकऱ्याला संच वापरण्याची तांत्रिक माहिती करून घ्यावी लागते. त्यामुळे अशिक्षित व अल्पशिक्षित शेतकऱ्यांना अडचणी येतात.

३. ठिबक संचाची देखभाल महत्त्वाची असते अन्यथा नळजोडण्या, तोटी यात घनकण, कचरा, क्षार अडकून पाणी ठिबकण्यात अडचणी येतात.

ठिबक सिंचनाचा खर्च कमी करण्याच्या दृष्टीने भारतातील काही राज्यांतील शेतकऱ्यांनी वैशिष्ट्यपूर्ण बदल केले आहेत. हिमाचल प्रदेश व ईशान्येकडील राज्यांमध्ये 'पिचर' खड्डा व बाबूंचा वापर केला जातो. हिमाचल प्रदेशात नवीन फळझाडांची लागवड करताना फळाच्या रोपाजवळ एक सुरई अथवा छोट्या रांजणासारखा खड्डा करतात. याला 'पिचर' (Pitcher) म्हणतात. याचे तोंड अरुंद लहान असते. प्रथम यात पाणी भरतात व पिचरच्या तोंडावर फरशी अथवा स्लेटचा सपाट दगड ठेवतात. यामुळे बाष्पीभवनाचे पाणी निघून जात नाही. पिचरमधील पाणी झिरपून शेजारीच असलेल्या रोपाच्या मुळांना मिळत राहते. साधारण पंधरा ते वीस दिवस एका पिचरमधील पाणी रोपाला मिळत राहते. त्यानंतर पिचर परत पाण्याने भरतात. एप्रिल ते जून या काळात पाण्याची कमतरता असताना हे तंत्र परिणामकारक ठरले आहे. ईशान्य भारतात पाणी वाहून नेण्यासाठी बांबूची पन्हाळी वापरतात. रोपाजवळ बांबूचे पेर (नोड) येईल अशी काळजी घेतली जाते. त्या पेराच्या ठिकाणी बारीक छिद्र केलेले असते. बांबूची मुख्य पन्हाळी व वितरका ठिबक संचातील नळ्यांचे कार्य करतात. पेराच्या छिद्रातून थेंब थेंब पाणी रोपांना मिळते. काही ठिकाणी पपईचे खोड पोकळ करूनही वापरतात. स्थानिक कच्चा माल वापरून ठिबक सिंचनाचे वैज्ञानिक तत्त्व वापरून कमी खर्चातील हे तंत्रज्ञान आहे.

## तुषार सिंचन

सूक्ष्म जलसिंचनाचा आणखी एक आविष्कार म्हणजे तुषारसिंचन होय. यात तुषारकाच्या साहाय्याने पिकावर पाणी फवारले जाते. विस्तृत व्यापारी शेतीप्रदेशात तुषार सिंचन अधिक उपयुक्त ठरले आहे. शेताचे आकार मोठे, चौरस असतात व सलग सपाट भूखंड असतात. शेताच्या मध्यवर्ती भागात तुषारक बसवून तो चक्राकार फिरतो व शेताचा बहुतांश भाग भिजून निघतो. काही वेळा ठराविक अंतरावर तुषारक बसवलेला, चाके असलेला तुषार संच वापरतात. चाकांमुळे तुषारक शेताच्या एका भागातून दुसऱ्या भागापर्यंत नियंत्रित वेगाने नेला जातो.

तुषार सिंचनासाठी जलकुंभ व नलिकांचे जाळे आवश्यक असते. ठराविक

आकृती ६.४ तुषार सिंचन

दाबाने पाणी येण्यासाठी वीजपंप आवश्यक असतो. तुषारकावरील लहान लहान छिद्रांतून पाणी कारंज्याप्रमाणे फवारले जाते. शेताचा आकार, क्षेत्र व पिकाची गरज यानुसार तुषारकांची संख्या ठरवली जाते.

तुषार सिंचन पद्धती अर्जेंटिना, ऑस्ट्रेलिया, उरुग्वे, ब्राझील या देशांतील विस्तृत व्यापारी धान्यपिकांच्या शेतीसाठी उपयुक्त ठरली आहे. भारतात पंजाब, हरियाणा, उत्तर प्रदेश या राज्यांत काही प्रमाणात तुषार सिंचन आढळते.

### फायदे

१. ही सूक्ष्मजलसिंचनपद्धती असल्याने प्रवाही जलसिंचनापेक्षा पाणी कमी लागते व त्यामुळे पाण्याची बचत होते.

२. तुषारसिंचनात हवेतून पाण्याचा फवारा पिकावर पडत असल्याने आसपास हवेतील आर्द्रता वाढून पिकांना त्याचा अधिक फायदा होतो.

३. स्वयंचलित तुषारकांमुळे सिंचनात नियमितता येते, मनुष्यबळाची बचत होते व शेतकऱ्यास शेतीची इतर कामे करता येतात.

### तोटे

१. शेताच्या अनावश्यक भागात पाणी जाऊ शकते तर काही भागात पीक असूनही पाणी पोहोचत नाही. त्यामुळे लावणी करताना विशेष काळजी घ्यावी लागते.

२. ठिबक सिंचनापेक्षा अधिक पाणी लागते.

३. तुषारकात घनकण, कचरा अडकण्याची शक्यता असते.

४. मोठे, सलग व सपाट शेतीक्षेत्र असेल तरच हे तंत्र किफायतशीर ठरते.

❏

प्रकरण ७

# कोरड्या प्रदेशातील शेती

(अ) कोरड्या प्रदेशातील शेती : व्याख्या, संकल्पना आणि गुणवैशिष्ट्ये

(ब) भारतातील कोरड्या प्रदेशातील शेतीचा विस्तार

जलसिंचनाशिवाय केली जाणारी पर्जन्याधारित शेती म्हणजे कोरड्या प्रदेशात केली जाणारी जिरायती शेती (Rainfed Farming) होय. निमओसाड, कोरड्या हवामानप्रदेशात या प्रकारची शेती केली जाते. जगातील व्यापक प्रदेशात या प्रकारची शेती होते. भौतिक आणि सामाजिक परिस्थितीनुसार या शेतीतील मशागतीच्या पद्धती, पिके व पशुपालन यांत प्रादेशिक विभिन्नता दिसून येते. उष्णकटिबंधातील ज्या प्रदेशात दीर्घ कोरड्या ऋतूचा कालावधी आहे अशा प्रदेशात जिरायती शेती फार पूर्वीपासून प्रचलित आहे.

**व्याख्या**

१. जी शेती पूर्णपणे पर्जन्याधारित असते त्या शेतीस जिरायती शेती म्हणतात.
२. पावसाचे पाणी मृदेत जिरल्याने प्राप्त होणाऱ्या मृदाजलावर जी शेती केली जाते त्या शेतीस कोरड्या प्रदेशातील 'जिरायती शेती' असे म्हटले जाते.

३. दीर्घ कोरड्या ऋतूचा कालावधी असलेल्या प्रदेशातील पर्जन्याधारित शेती म्हणजे 'कोरड्या प्रदेशातील शेती' (Dry Land Farming) होय.

## जिरायती शेती संकल्पना

कोरड्या प्रदेशात पावसावर आधारित केली जाणारी ही शेती, निर्वाही शेतीचा एक स्थानिक प्रकार आहे. ही एक परंपरागत शेती असून जलसिंचन अस्तित्वात येण्यापूर्वीपासून या प्रकारची शेती केली जात आहे. मृदाजलाचा कार्यक्षम वापर करून विविध पिके घेण्याचे तंत्र या प्रदेशातील शेतकऱ्यांनी निर्माण केले आहे.

साधारणपणे शंभर से.मी.पेक्षा कमी पर्जन्य, आठ ते दहा महिन्यांचा पर्जन्यविरहित म्हणजे कोरड्या ऋतूचा कालावधी आणि वीस ते तीस टक्के चलनशील पर्जन्य असलेल्या खंडांतर्गत प्रदेशात जिरायती शेती उत्क्रांत होत गेली आहे. पावसाच्या अनिश्चिततेसोबत कोरड्या हवामानामुळे वेगाने होणारे बाष्पीभवन हा घटक अत्यंत महत्त्वाचा ठरतो. कारण यामुळे मृदेतील, उभ्या पिकातील व हवेतील आर्द्रता कमी होते व जलसिंचनाचा अभाव असल्याने पिकाची निवड, क्रम व हंगाम यांना निर्णायक महत्त्व प्राप्त होते. कोरड्या प्रदेशातील शेती निर्वाही स्वरूपाची असल्याने धान्य पिकांना प्राधान्य असते. मका, ज्वारी, बाजरी, बार्ली, राय अशी भरडधान्ये; मूग, हरभरा, मसूर यांसारखी व इतर कडधान्ये; गहू, सोयाबीन, तीळ, सूर्यफूल, जवस या पिकांना अग्रक्रम असतो. त्याशिवाय कापूस व वाटाणावर्गीय पिकेसुद्धा घेतली जातात.

पावसावर आधारित घेतल्या जाणाऱ्या पहिल्या हंगामात मृदेच्या वरच्या थरातील मृदाजलाचा वापर करणे व त्यानंतरच्या कोरड्या हंगामात मृदेच्या खालच्या थरातील मृदाजलाचा वापर करणे ही कोरड्या प्रदेशातील शेतीची मूलभूत संकल्पना आहे. मृदेतील ओलावा टिकून राहाण्यसाठी धुरळणी करणे, पिकाचे धसकट, पालापाचोळा आच्छादणे, जमीन पडीक ठेवणे, तणाचा वापर खत व आच्छादनासाठी करणे असे अनेक उपाय योजले जाणे हे या शेतीचे व्यवच्छेदक लक्षण समजले जाते.

ऑस्ट्रेलिया व भारतात या प्रकारच्या शेतीत सुधारयोजना विकसित झाल्या आहेत.

## जिरायती शेती प्रदेश

उष्णकटिबंधात खंडांतर्गत प्रदेशात या शेतीचा विस्तार आहे. दक्षिण आशिया, उत्तर आफ्रिका व 'सब साहेल' प्रदेश आणि ऑस्ट्रेलियात या प्रकारची शेती केली जाते.

**ऑस्ट्रेलिया** – क्विन्सलँडचा मध्य व दक्षिण भाग आणि न्यू साऊथ वेल्सचा उत्तर भाग हा सलग पट्टा या प्रकारच्या शेतीचा आहे.

**आफ्रिका** – उत्तर आफ्रिकेतील १०° ते १४° उत्तर अक्षवृत्तीय पट्ट्यातील 'सब साहेल' या नावाने ओळखला जाणारा प्रदेश. यात मुख्यत्वे इथिओपिया, माली, बर्कीन फैहसो या देशांमध्ये या शेतीचे अधिकतर क्षेत्र आहे. त्याशिवाय भूमध्यसागरी किनारपट्टीवरील आफ्रिकी देशांमध्येही खंडांतर्गत भागात ही शेती विखुरलेल्या स्वरूपात आहे.

**दक्षिण आशिया** – मोसमी पाऊस प्रतिरोध स्वरूपाचा असल्याने दक्षिण आशियातील ज्या देशांमध्ये पर्जन्यच्छायेचा प्रदेश व्यापक प्रमाणावर निर्माण झालेला आहे तेथे अशा प्रकारच्या शेतीची परंपरा आहे. भारत, म्यानमार, थायलंड, द. चीन मधील युनान या भागात या शेतीचा विस्तार असला तरी सर्वाधिक क्षेत्र भारतात आहे.

## कोरड्या प्रदेशातील शेतीची गुणवैशिष्ट्ये

### (१) मशागतीची विशेष पद्धत

कोरड्या प्रदेशात केल्या जाणाऱ्या जिरायती शेतीच्या मशागतीच्या पद्धती विशेष प्रकारच्या आढळतात. पावसाचे पाणी जमिनीत जिरण्यासाठी विशेष प्रयत्न केले जातात. तसेच कोरड्या हवामानामुळे मृदा कोरड्या झाल्याने सुटे झालेले मृदाकण वाऱ्याबरोबर वाहून जाऊ नयेत म्हणून विशेष काळजी घेतली जाते.

भारतात व द. चीनमध्ये तसेच म्यानमार, थायलंडमध्ये मान्सूनपूर्व काळात जमीन वीस ते तीस सें.मी. खोलीपर्यंत दोन ते तीन वेळा नांगरतात. यामुळे जमीन मोकळी होऊन भुसभुशीत होते. पहिला पाऊस पडला की तापलेली जमीन हे पाणी शोषून घेते. मोसमी पावसाचे योग्य वेळी आगमन यासाठी महत्त्वाचे असते. पन्नास ते पंचाहत्तर सें.मी. पर्जन्य असलेल्या निमओसाड प्रदेशात हे तंत्र वापरले जाते.

आफ्रिकेतील माली व बर्कीन फैहसो या पश्चिमेकडील देशांमध्ये 'झै' (Zai) तंत्र वापरले जाते. नोव्हेंबर ते मे या काळात शेतात खड्डा घेण्याची ही पद्धत आहे. एक मीटर अंतरावर दहा सें.मी. खोल व तीस ते चाळीस सें.मी. व्यासाचे खड्डे केले जातात. त्या खड्ड्यांच्या ओळीस 'कंटूरबंडिंग' म्हणजे समतल बांध घालतात. या खड्ड्यात वाळलेले तण व सेंद्रिय खत यांचे मिश्रण भरतात. पावसाचे पाणी या खड्ड्यांमध्ये जिरले की बी पेरतात. कोरड्या हवामानामुळे जमीन अत्यंत कठीण व घट्ट झालेली असते. त्यामुळे नांगरट करणे फार कष्टदायक होते. तसेच मृदाकण सुटे होऊन

वाहून जाण्याची शक्यता असते. यावर पर्याय म्हणून 'झै' खड्डे पद्धती आहे.

इथियोपियामध्ये साठ टक्के क्षेत्र पर्वतीय व तीव्र उताराचे आहे. त्यामुळे मृदा व पाणी वेगाने वाहते. अशा भागात मृदा व जलव्यवस्थापन आव्हानात्मक ठरले आहे. या देशात शेतकऱ्यांचे गट केले जातात. त्यांना 'पिझंट असोशिएशन' म्हणातत. अल्प-भूधारक, मध्यभूधारक व व्यापारी पिके घेणारे शासनाच्या आधिपत्याखालील मोठे भूधारक अशा गटांमध्ये या असोसिएशन्स मृदा व जलव्यवस्थापन योजना राबवतात व शेती केली जाते.

### (२) पिकांची निवड

कोरड्या प्रदेशातील जिरायती शेतीत पिकांची निवड करताना विशेष काळजी घेतली जाते. साधारण पन्नास सें.मी. पेक्षा अधिक पाऊस असलेल्या प्रदेशात जमिनीत पावसाचे पाणी खोलवर जिरते व दीर्घकाळ टिकते. अशा प्रदेशात प्रथम घेतल्या जाणाऱ्या हंगामात ज्या पिकांची मुळे खोलवर जात नाहीत व मृदेच्या वरच्या थरातच पसरतात अशी पिके घेतली जातात. ज्वारी, बाजरी, बार्ली, मका ही या गटातील पिके होत. त्यानंतरच्या हंगामात मृदाजल कमी झालेले असते. परंतु मृदेच्या खालच्या थरात ओलावा असतो. म्हणून ज्या पिकांची मुळे खोलवर जातात अशी पिके लावतात. सोयाबीन, तीळ, वाटाणावर्गीय पिके ही अशा प्रकारची पिके आहेत. पहिल्या हंगामात मृदेच्या वरच्या थरातील पाण्याचा वापर करणे व नंतरच्या हंगामात मृदेच्या खालच्या थरातील मृदाजलाचा वापर करणे हे या शेतीचे लक्षणीय वैशिष्ट्य ठरते. या तंत्रामुळे जलसिंचनाविरहित केवळ पर्जन्यआधारित शेती शक्य झाली आहे.

### (३) खाद्य पिकांना महत्त्व

कोरड्या प्रदेशातील शेती निर्वाही स्वरूपाची असल्याने खाद्यपिकांना अनन्यसाधारण महत्त्व असते. गहू, ज्वारी, बाजरी, बार्ली, राय, मका, सोयाबीन, जवस, सूर्यफूल, वाटाणे, मूग, हरभरा, भुईमूग अशी अनेकविध पिके, विशिष्ट क्रमाने घेतली जातात. यातील मका, बाजरी, सोयाबीन, जवस, सूर्यफूल ही पिके अवर्षणप्रतिकारी (Drought resistant) आहेत. या प्रदेशात दुष्काळ वारंवार असतात. त्यामुळे अशा पिकांचे महत्त्व अधिक आहे.

ऑस्ट्रेलियात गहू उत्पादनास प्राधान्य दिले जाते. त्याशिवाय कुरणे व चारापिके यांना स्थान आहे. कारण मेंढीपालन हा या भागातील शेतीचा अविभाज्य भाग आहे. यात वाटाणावर्गीय चारापिकांना 'लेग्यूम पाश्चर' म्हणतात व त्यांना विशेष महत्त्व असते.

कारण मृदेचा नत्रपुरवठा व मेंढी खाद्य असा दुहेरी हेतू साध्य होतो. पिकांची कापणी झाल्यावर त्याचे धसकट शेतातच पसरतात. यामुळे मृदासंरक्षण व संवर्धन होते.

आफ्रिकेतील या प्रकारच्या शेतीचे तीस सें.मी. समवृष्टी रेषेने दोन भाग होतात. तीस ते पन्नास सें.मी. पाऊस असणाऱ्या प्रदेशात गहू आधारित शेती केली जाते. या प्रकारची शेती भूमध्यसागरी किनारपट्टीच्या देशांमध्ये प्रामुख्याने केली जाते. येथे हिवाळी पाऊस असल्याने कोरड्या उन्हाळ्यात मका, सोयाबीन अशी पिके घेतली जातात.

तीस सें.मी. पेक्षा कमी पावसाच्या 'सब साहेल' प्रदेशातील माली, बर्कीना फैहलो व इथियोपिया या देशांमध्ये बार्ली आधारित शेती आहे. कमी पावसामुळे धान्यपिके घेणे जोखमीचे असते. त्यामुळे येथे पशुपालन महत्त्वाचे आहे. बार्ली जनावरांचे खाद्य म्हणूनही वापरले जाते. मृदा  व जलसंधारणासाठी जमीन पडीक ठेवण्याशिवाय पर्याय नसतो. जमीन पडीक ठेवल्याने जे तण, खुरटे गवत उगवते त्यावरही गुरे चारली जातात. जनावरांचे मलमूत्र, लेंड्या यांमुळे जमिनीला खत मिळते.

गहू आधारित शेतीमध्ये पशुपालन केले जात नाही, तर बार्ली आधारित पशुपालक इतर धान्यपिके घेत नाहीत. अशी स्पष्ट विभागणी उत्तर आफ्रिकेत दिसून येते.

भारतात दख्खन पठार व राजस्थान–गुजरात या प्रदेशात तसेच द. चीन, म्यानमार व थायलंडमध्ये सलग तीन वर्षे पिके घेतली जातात. त्यांत ज्वारी, बाजरी, सोयाबीन, मका, नाचणी, मूग, उडीद यांचे मुख्यत्वे उत्पादन घेतले जाते. त्यानंतर बारा ते वीस महिने जमीन पडीक ठेवतात. मृदेचे संवर्धन होण्यासाठी धुरळणी (डस्टिंग) करतात. तसेच पालापाचोळा, पिकाचे धसकट, तुरया शेतात पसरतात. चीनमध्ये अलीकडे प्लॅस्टिक शीट पसरले जाऊ लागले आहेत.

दक्षिण आशियातील जिरायती शेतीतील जोखीम कमी व्हावी म्हणून जलसिंचनास प्राधान्य देण्यात येत आहे. पाणी उपलब्ध असलेल्या भागांमध्ये कापूस, ऊस, फळे, तंबाखू अशी नगदी पिके घेतली जाऊ लागली आहेत.

ऑस्ट्रेलियात धान्यपिके, चराऊ कुरणे व जमीन पडीक ठेवण्याचा काळ यांच्या समन्वयातून मृदाजलाचा कार्यक्षमतेने वापर करून घेतला जातो. यात जमीन पडीक ठेवण्यास प्राधान्य दिले जाते, तसेच चराऊ कुरणांमध्ये 'लेग्यूम पाश्चर' म्हणजे वाटाणावर्गीय कुराणांना महत्त्व असते. मशागतीच्या वेळी पिकाचे अवशेष जमिनीवर पसरले जातात. म्हणूनच ऑस्ट्रेलियातील कोरड्या प्रदेशातील शेतीतूनही गहू व लोकर यांची निर्यात होऊ शकते.

## (ब) भारतातील कोरड्या प्रदेशातील शेती

भारतात कोरड्या प्रदेशात केल्या जाणाऱ्या परंपरागत शेतीस कोरडवाहू शेती, जिरायती शेती व पर्जन्याश्रयी (रेन फेड) शेती अशी वेगवेगळी नावे आहेत. भारतीय किनारपट्टीपासून दूर अंतर्गत भागात दक्षिणोत्तर दिशेने पसरलेला या शेतीचा व्यापक पट्टा आहे. भारतातील निव्वळ पेरणी क्षेत्रापैकी (१४१ द.ल.हे.) ६५ टक्के क्षेत्र (९९ द.ल.हे) पर्जन्याश्रयी शेतीखाली असून त्यातून ४० टक्के अन्नधान्याचे उत्पादन होते.

भारतीय मोसमी पाऊस प्रतिरोध स्वरूपाचा असल्याने पर्जन्यच्छायेच्या प्रदेशाची व्याप्ती लक्षणीय अशी आहे. अशा प्रदेशातच कोरडवाहू शेती केली जाते. कोरडवाहू शेतीप्रदेशनिश्चिती करण्यासाठी पुढील निकष विचारात घेतले जातात –

(१) वार्षिक सरासरी पर्जन्य – ३० सें.मी. ते ७५ सें.मी.

(२) जलसिंचन – एकूण लागवडीखालील क्षेत्राच्या ३०% पेक्षा कमी क्षेत्र जलसिंनाखाली असावे.

(३) पर्जन्य चलनशीलता – २०% पेक्षा जास्त

वरील निकषांच्या आधारे भारतातील कोरड्या प्रदेशातील शेतीचा विस्तार पुढील राज्यांमध्ये आहे –

पंजाब, हरियाणा, पूर्व राजस्थान, पश्चिम व दक्षिण, उत्तर प्रदेश, पश्चिम मध्य प्रदेश, पूर्व गुजरात, महाराष्ट्र पठार विशेषत: मराठवाडा, पश्चिम विदर्भ, कर्नाटक पठार, आंध्र प्रदेशातील रायलसीमा, तेलंगण विभाग, तमिळनाडूचा अंतर्गत प्रदेश असा उत्तर–दक्षिण सलग भौगोलिक पट्टा शेतीखाली आहे. (नकाशा ७.१)

यातील पंजाब, हरियाणा, उत्तर प्रदेश, महाराष्ट्रातील काही जिल्हे या भागात कालवा जलसिंचनामुळे शेतीचे स्वरूप बदललेले दिसून येते. परंतु उर्वरित प्रदेशात ही शेती पर्जन्याश्रयी आहे.

## भारतीय कोरडवाहू शेतीची वैशिष्ट्ये

### (१) पर्जन्याश्रयी शेती

कोरडवाहू किंवा जिरायती शेती ही पूर्णपणे पावसावर आधारित शेती आहे. ज्या प्रदेशात वार्षिक सरासरी ३०–७५ सें.मी. पाऊस पडतो व हवामान उष्ण, कोरडे अशा निमशुष्क प्रदेशात कोरडवाहू शेती हा निर्वाही शेतीचा परंपरागत प्रकार आढळतो. मोसमी पावसाचे जे पाणी मृदेत जिरते त्याचा कार्यक्षम वापर या शेतीत करून घेतला

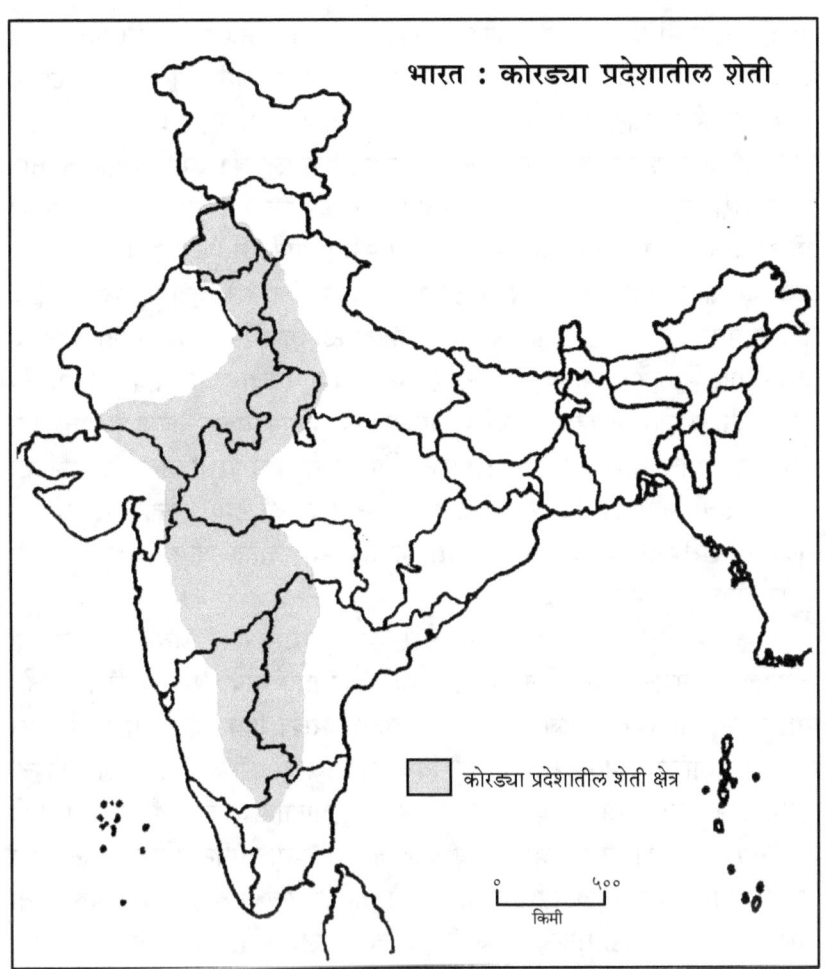

भारत : कोरड्या प्रदेशातील शेती

कोरड्या प्रदेशातील शेती क्षेत्र

Not to scale - for references purpose only

आकृती ७.१ भारत : कोरड्या प्रदेशातील शेती

जातो. यासाठी विशेष पद्धतीने मशागत केली जाते. उन्हाळ्याच्या उत्तरार्धात म्हणजे मे-जूनमध्ये जमिनीची खोलवर नांगरणी करतात. यामुळे जमीन पूर्णपणे मोकळी व भुसभुशीत होते. मोसमी पावसाच्या पहिल्या काही सरी येऊन गेल्याने शेतजमिनीत पाणी खोलवर झिरपते व मुरते. त्यानंतर उघडीप मिळाली की जमीन सपाट करतात किंवा सरी पाडतात, वाफे तयार करतात. या काळात मृदेच्या वरच्या थरातील ओलाव्याचा वापर करून घ्यावयाचा असल्याने ज्या पिकांची मुळे खोल जात नाहीत व वर पसरतात अशा पिकांची लागवड करतात. ज्वारी, बाजरी, भुईमूग, मका, मूग ही यातील मुख्य पिके होत. मोसमी पावसाचे योग्य वेळी आगमन या शेतीसाठी महत्त्वाचे असते. पाऊस उशिरा आल्यास पेरण्या लांबतात व नंतर त्याचा परिणाम पीकवाढीवर व उत्पादनावर होतो. काही वेळा प्रारंभी पाऊस होतो म्हणून पेरण्या केल्या जातात. परंतु नंतर तीन ते पाच आठवड्यांचा काळ पर्जन्यविरहीत गेल्यास पेरणी वाया जाते व दुबार पेरणी करावी लागते. उत्पादनखर्च वाढतो व उत्पादनाची हमी राहत नाही. मोसमी पावसाचा खरीप हंगाम अशा विपरीत परिस्थितीत गेल्यास शेतकऱ्यास रब्बी हंगामावरच पूर्णपणे विसंबून राहावे लागते.

या शेतीचा दुसरा हंगाम नोव्हेंबरच्या सुमारास सुरू होतो. या काळात जमिनीच्या खालच्या थरातील ओलाव्याचा पिकासाठी वापर करून घेतला जातो. मूग, तीळ, सोयाबीन, बाजरी ही या काळातील मुख्य पिके होत. या हंगामातील पिकांसाठी ओलावा टिकून राहण्यासाठी विशेष काळजी घेतली जाते. पिके लावणीपूर्वी नांगरणी न करणे, आधीच्या पिकाचे धसकट, पालापाचोळा जमिनीवर पसरणे (मल्चिंग), धुरळणी करणे असे उपाय केले जातात. पूर्वी जमीन पडीक ठेवली जात असे व त्यामुळे मृदा व जलसंधारण होत असे. हा कालावधी बारा ते वीस महिन्यांचा असतो. तीन वर्षे पिके घेतल्यावर जमीन पडीक ठेवली जाते. परंतु अलीकडे वाढती मागणी पूर्ण करण्यासाठी जमीन पडीक न ठेवता मृदा व जलसंधारणाचे इतर उपाय योजले जातात व सातत्याने पिके घेतली जातात.

### (२) निर्वाही स्वरूपाची शेती

कोरड्या प्रदेशातील शेती निर्वाही स्वरूपाची आहे. पावसाची अनिश्चितता, वारंवार निर्माण होणारी अवर्षणस्थिती, सिंचनाचा अभाव, अशाश्वत उत्पादन, अल्प उत्पन्न, अल्पभूधारक, गरीब शेतकरी यामुळे निर्वाहासाठी अन्नधान्य उत्पादने घेण्याकडे शेतकऱ्याचा कल असतो. ज्वारी, बाजरी, मका, सोयाबीन, सूर्यफूल, तीळ, भुईमूग, तूर, हरभरा, वाटाणे, वाल, उडीद, मटकी, मूग, मसूर अशी अनेक धान्यपिके; कडधान्ये

व गळिताची धान्ये यांचे उत्पादन घेतले जाते. या पिकांचे पोषणमूल्य अत्यंत महत्त्वाचे असून त्यातून कर्बोदके, प्रथिने, स्निग्धांश, खनिजे प्राप्त होतात. अन्नसुरक्षा व पोषणसुरक्षा प्राप्त होते. या शेतीतील पीकविविधता, पीकसंगती, पिकांचा क्रम यातून हे साध्य केले जाते. या शेतीतील काही पिके उदा. सोयाबीन, बाजरी अवर्षणप्रतिकारी असल्याने त्यांचे महत्त्व अधिक आहे.

## (३) समस्याग्रस्त शेती

कोरडवाहू शेती ही परंपरागत असल्याने तिच्यात नवतेचा अभाव दिसून येतो. बेभरवशाच्या कमी पावसाच्या प्रदेशात शेती केली जात असल्याने या शेतीच्या काही भौगोलिक, आर्थिक व सामाजिक समस्या दिसून येतात.

### भौगोलिक वा पर्यावरणीय समस्या

१. कमी व अनिश्चित पाऊस

२. अवर्षणप्रवणता

३. पाण्याचा तुटवडा

४. उष्ण कोरड्या हवामानामुळे मृदाकण सुटे होऊन वाऱ्याबरोबर व पाण्याबरोबर वाहून जाणे.

५. बाष्पीभवनाचा वेग जास्त असल्याने मृदाजलाचा होणारा ऱ्हास व कोरडे पडणारे जलाशय.

६. मोसमी पावसाचे आगमन व निर्गमन यांवर अवलंबून असलेले उत्पादन.

### आर्थिक व सामाजिक समस्या

१. उत्पादनाची हमी नाही.

२. शेतमजूर व शेतकरी दारिद्र्य व कर्जबाजारीपणा या सापळ्यात अडकलेले.

३. पशुधनाचे स्थलांतर व विक्री करावी लागणे.

४. पुरुषांचे कामाच्या शोधात स्थलांतर त्यामुळे स्त्रिया, मुले यांचा चरितार्थ, आरोग्य, सुरक्षितता धोक्यात.

## (४) शेतीसुधार योजना

गेल्या काही वर्षांत कोरडवाहू शेती व शेतकरी यांच्यासाठी विविध प्रकारच्या योजना-प्रकल्प कार्यान्वित करण्यात आले आहेत.

१. मृदा व जल-संधारण योजना, पाणलोटक्षेत्र विकास.

२. शेतीपूरक व्यवसायांची जोड – पशुपालन, कुक्कुटपालन, वनशेती, कुरणांची शेती, मधुमक्षिकापालन, प्रक्रियाउद्योग यांसाठी मार्गदर्शन, प्रशिक्षण व आर्थिक साहाय्य.

३. **शासकीय धोरणे व नियोजन** – वास्तविक या शेतीचा अभ्यास करून त्यातील समस्यांचे निराकरण होण्याच्या दृष्टीने १९२३ पासून प्रयत्न केले जात असल्याचे भारतीय कृषितज्ज्ञांचे मत आहे. त्यानुसार १९५० पर्यंत मृदसंधारण हे प्रमुख उद्दिष्ट होते. त्यानंतर १९६०च्या दशकात मृदाजलाची उपलब्धता व पिकनिवडीचे धोरण ठरविण्यात आले. १९७० नंतर अधिक प्रभावी योजना कार्यान्वित करण्यात आल्या. कारण हरितक्रांतीच्या प्रभावामुळे या शेतीकडे दुर्लक्ष झाले होते. त्यासाठी १९७२ मध्ये हैद्राबाद येथे 'इंटरनॅशनल क्रॉप रिसर्च इन्स्टिट्यूट फॉर सेमी ॲरिड ट्रॉपिक्स' या संशोधनसंस्थेची स्थापना झाली. त्याचप्रमाणे 'ऑल इंडिया कोऑर्डिनेटेड रिसर्च प्रोजेक्ट फॉर ड्राय लँड ॲग्रिकल्चर'ची स्थापना झाली त्याचा फायदा या शेतीला होऊ लागला आहे.

❐

प्रकरण ८

# पाणलोटक्षेत्र व्यवस्थापन

(१) पाणलोटक्षेत्र व्यवस्थापन संकल्पना आणि घटक
(२) पाणलोटक्षेत्र व्यवस्थापन : उद्दिष्टे, मूलतत्त्वे
(३) उष्णकटिबंधीय शेतीतील नमुना उदाहरणे – सी.सी.टी., नालाबंडिंग, के.टी.वियर

उपयोजित भूरूपशास्त्र, जलविज्ञान या विषयांत पाणलोटक्षेत्र व नदीखोरे हे अभ्यासाचे, नियोजनाचे महत्त्वाचे एकक समजले जाते. पाणलोटक्षेत्र हा एक भौगोलिक प्रदेश आहे. त्याचा राजकीय व प्रशासकीय सीमांशी संबंध नसतो. पाणलोटक्षेत्र हे एक एकक मानून त्यातील पाण्याचे व्यवस्थापन करणे म्हणजे पाणलोटक्षेत्र व्यवस्थापन होय.

**पाणलोटक्षेत्र संकल्पना**

(१) भूपृष्ठावरील असा भाग की, ज्याच्या तीनही बाजू नैसर्गिक चढाने वेढलेल्या आहेत आणि त्या क्षेत्रावर पडलेले पावसाचे पाणी त्या क्षेत्रातील ओघळीच्या उताराच्या दिशेने वाहत जाऊन एकत्र होते व बाहेर पडते. अशा या क्षेत्राला पाणलोटक्षेत्र म्हणतात.

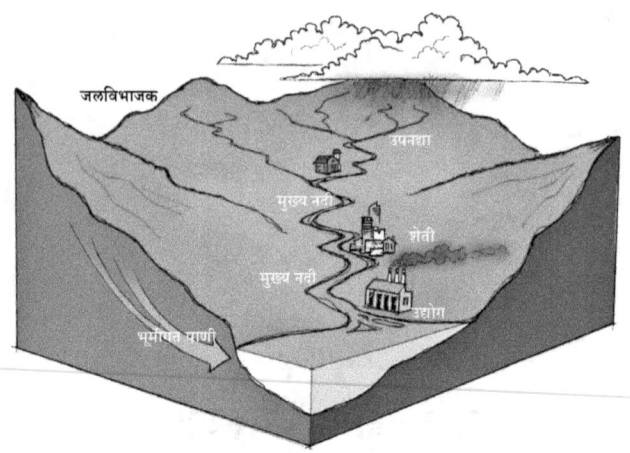

**आकृती ८.१ पाणलोट क्षेत्र**

(२) ज्या एका विशिष्ट भौगोलिक क्षेत्रातील पाणी नैसर्गिकरीत्या वाहात येऊन एका ओघळाद्वारे, ओहोळ-नाल्याद्वारे पुढे वाहात जाते त्या क्षेत्रास पाणलोटक्षेत्र म्हणतात.

(३) उंचवट्याच्या भागावर पडणारे पावसाचे पाणी उताराच्या दिशेने वाहात येऊन धारेच्यारूपाने वाहू लागते त्या सर्व क्षेत्रास 'पाणलोटक्षेत्र' म्हणतात.

साधारणपणे पाणलोटक्षेत्राचा आकार घोड्याच्या नालेसारखा असतो. तीन बाजू चढाच्या, डोंगरमाथ्यापर्यंत जाणाऱ्या आणि एक बाजू खुली, जेथून पाणी वाहून जाते असे पाणलोटक्षेत्राचे स्वरूप असते. पावसाचे पाणी पर्वत किंवा डोंगरमाथ्यावर पडले की, ज्या ज्या बाजूंना उतार असेल त्या त्या बाजूंनी ते वाहू लागते; म्हणजेच पर्वतमाथा किंवा डोंगरमाथा जलविभाजक (वॉटर डिव्हाइड) असतो. जलविभाजकाच्या अनुषंगाने पाणलोटक्षेत्राच्या सीमा निश्चित होतात तसेच दोन किंवा अधिक पाणलोटक्षेत्रे वेगळी होतात. जलविभाजकास 'रिज्' असेही म्हणतात.

पाणलोटक्षेत्राचा आकार सामान्यपणे घोड्याच्या नालेसारखा असला तरी प्रत्यक्षात त्याच्या आकारात व क्षेत्रफळात विविधता आढळते. कोणतेही पाणलोटक्षेत्र दुसऱ्या इतर पाणलोटक्षेत्रासारखे नसते म्हणजेच प्रत्येक पाणलोटक्षेत्र एकमेवाद्वितीय (युनिक) असते.

पाणलोटक्षेत्राच्या आकारावरून त्याचे पुढील तीन प्रकार केले जातात. तळहाताच्या आकाराचे पाणलोट, 'फर्न' वनस्पतीच्या पानांप्रमाणे आकार असलेले पाणलोट व पंखाच्या आकाराचे पाणलोट हे ते तीन प्रकार होत.

पाणलोटाचे क्षेत्रफळानुसार पुढील प्रकार केले जातात –

१.  अतिलघु पाणलोटक्षेत्र – फक्त दहा हेक्टर्सपर्यंतचे क्षेत्रफळ.

२.  लघुपाणलोटक्षेत्र – २०० हेक्टर्सपर्यंतचे क्षेत्र.

३.  उपपाणलोटक्षेत्र – २०० हेक्टर्स ते ४००० हेक्टर्सपर्यंतचे क्षेत्र.

४.  मुख्य पाणलोटक्षेत्र – १२००० हेक्टर्सपर्यंतचे क्षेत्र (नदीखोरे).

पाणलोटक्षेत्राचे जलसंवर्धनासाठी व्यवस्थापन करण्यासाठी लागणारा वेळ व खर्च हा पाणलोटक्षेत्राचा आकार व क्षेत्रफळावरून ठरतो म्हणून यास महत्त्व असते.

## पाणलोटक्षेत्र व्यवस्थापन संकल्पना

पाणलोटक्षेत्राचे सर्वंकष व एकात्मिक व्यवस्थापन करण्यासाठी नियोजनपूर्वक कार्य करणे म्हणजे पाणलोटक्षेत्र व्यवस्थापन होय. आज शेती नियोजनात मृदा, जल, वने इत्यादी संसाधनांचे संवर्धन करण्यासाठी पाणलोटक्षेत्र व्यवस्थापन हे एकक मानले जात आहे. या एकात्मिक स्वरूपाच्या संकल्पनेत मृदा, जल, वने, पिके, पशुधन, पेयजल, रोजगार, लोकसंख्या या घटकांचा संयुक्तपणे विचार करून त्याचे पर्यावरणपूरक व्यवस्थापन करणे म्हणजे पाणलोटक्षेत्र व्यवस्थापन होय.

पाणलोटक्षेत्र व्यवस्थापन करण्यासाठी पाणलोटक्षेत्राचे साधारणपणे तीन भाग केले जातात. – पाणलोटाचा जलविभाजकाकडील वरचा भाग, पाणलोटाचा मध्यम उताराचा मध्यवर्ती भाग आणि पाणलोटाचा सर्वात खालचा त्यामानाने सखल असलेला भाग असे तीन भाग आहेत. –

(१) **पाणलोटाचा जलविभाजकाकडील वरचा भाग** – पाणलोटातील जास्त उंची असलेला हा भाग लक्षणीय तीव्र उतार असलेला असतो. याची रचना आरामखुर्चीच्या वरच्या भागासारखी असते. या भागात पाऊस जास्त असतो. या भागात वने, झाडेझुडपे, गवत असते. वनीकरण करण्यासाठी या भागाला प्राधान्य दिले जाते.

(२) **पाणलोटक्षेत्राचा मध्यवर्ती भाग** – हा भाग पहिल्या भागापेक्षा सौम्य उताराचा असतो. पाणी प्रवाहमार्गाने वाहू लागलेले असते. त्यामुळे काही ठिकाणी बांध घालणे शक्य असते. मृदा हलक्या ते मध्यम प्रतीच्या असतात. फळझाडे, चराऊ कुरणे जोपासणे, अल्प प्रमाणात शेती केली जाते.

(३) **पाणलोटक्षेत्राचा सर्वात खालचा भाग** – वरील दोन्ही भागांतून वाहात आलेले पाणी नाला, ओढा, नदी अशा रूपात वाहात असते. उतार सौम्य

असतो, काही भाग सखल असतो. नाला किंवा ओढा किंवा नदी यांचा संगम असतो. मृदा शेतीयोग्य असल्याने पिके घेतली जातात; नदी वा ओढ्यावर बांध घातलेले असतात.

वरील तीनही भागांमध्ये असणाऱ्या भूभागाच्या चढउतारानुसार-जलविभाजकापासून संगमापर्यंत पाणी अडवण्यासाठी व मुरण्यासाठी विविध उपाय अवलंबले जातात.

**पाणलोटक्षेत्र व्यवस्थापन घटक**

पाणलोटक्षेत्र व्यवस्थापनाचे काही महत्त्वाचे अंगभूत घटक आहेत. पाणलोटक्षेत्र हे एक भौगोलिक प्रादेशिक संधारणाचे क्षेत्र आहे. त्यात काही नैसर्गिक पर्यावरणीय घटक असतात, तर काही सामाजिक, आर्थिक घटक समाविष्ट होतात. प्रत्येक पाणलोटक्षेत्र हे वेगळे व वैशिष्ट्यपूर्ण असल्याने प्रत्येकाचे नियोजन व व्यवस्थापन स्वतंत्रीत्या करावे लागते. तसेच हे व्यवस्थापन राष्ट्रीय स्तरापासून गावपातळीपर्यंत केले जाते. यामुळे पाणलोटक्षेत्रव्यवस्थापनातील घटकांची व्याप्ती वाढत जाते. अंतिमत: आर्थिक तरतूद, लोकसहभाग व व्यवस्थापनामुळे मिळणारे फायदे महत्त्वाचे ठरतात. पाणलोटक्षेत्रव्यवस्थापनाचे अंगभूत घटक पुढीलप्रमाणे आहेत. -

१. पाणलोटक्षेत्राचे भूरूप

२. मृदा

३. वनस्पती आच्छादन

४. शेती व पशुधन

५. लोकसंख्या

६. आर्थिक तरतूद व प्रशासकीय सेवा सुविधा

वरील घटकांपैकी पहिले तीन नैसर्गिक पर्यावरणीय घटक असून उर्वरित तीन सामाजिक-आर्थिक स्वरूपाचे आहेत. या सर्व घटकांची माहिती नकाशे, सर्वेक्षण करून मिळवली जाते. त्यावरून प्रथम आराखडा तयार केला जातो व लोकसहभाग, आर्थिक तरतूद केल्यानंतर कामास प्रारंभ होतो.

**(१) पाणलोटक्षेत्राचे भूरूप** - पाणलोटक्षेत्राच्या व्यवस्थापनातील हा मूलभूत घटक आहे. पाणलोटक्षेत्राची भूरचना, खडक, उतार, हवामान, प्रवाहांचे स्वरूप यांचा यामध्ये समावेश होतो. भूरचनेमध्ये उंची, डोंगरमाथ्याचे स्वरूप, उताराची तीव्रता यांना महत्त्व आहे. डोंगरमाथ्यावर पाऊस पडल्यानंतर वाहून जाणारे पाणी किती वेगाने व किती प्रमाणात वाहात येणार हे उंची व उतारावर अवलंबून असते. या भागातील

खडक अपार्य असल्यास पाणी मुरण्यास प्रतिबंध होऊन बरेचसे पाणी वाहून जाते; परंतु, याउलट खडक पार्य असेल तर पाणी मुरण्यास अनुकूलता असते. भूजलसाठ्यांच्या दृष्टीने ते उपयुक्त ठरते. पाणलोटक्षेत्रातील पावसाचे प्रमाण, कालावधी, बाष्पीभवन, वारा या हवामानघटकांच्या आधारे पृष्ठीय जलाची उपलब्धता कळू शकते. निमशुष्क अवर्षणप्रवण प्रदेशात या घटकांना अनन्यसाधारण महत्त्व आहे; म्हणूनच अशा प्रदेशात पाणलोटक्षेत्र व्यवस्थापनासही महत्त्व असते. दक्षिण आशिया, उत्तर आफ्रिका व ऑस्ट्रेलियात या प्रकारची पाणलोटक्षेत्रे आहेत.

पाणलोटक्षेत्र मोठे असल्यास स्थलनिर्देशक नकाशे महत्त्वाचे ठरतात. नकाशातील मोसमी व बारमाही प्रवाहांची संख्या, घनता, लांबी, क्षेत्रफळ इत्यादी आयाम समजू शकतात व प्रत्यक्ष सर्वेक्षणात त्याचे मोठे साहाय्य होते. पाणलोटक्षेत्र लहान असल्यास प्रत्यक्ष सर्वेक्षण करून सविस्तर माहिती घेतली जाते. पाणलोटक्षेत्राचा भूगोल जाणून घेणे हे प्रत्यक्ष कार्यवाही करण्यासाठी अत्यावश्यक असते.

**(२) पाणलोटक्षेत्रातील मृदा** – पाणलोटक्षेत्र व्यवस्थापन हे एकात्मिक स्वरूपाचे असल्याने पिके, वनशेती यांचे नियोजन करण्यासाठी मृदाप्रकार, मृदाजलधारकता, उत्पादकता यांची माहिती करून घेतली जाते. मृदूसंधारण हा पाणलोटक्षेत्र व्यवस्थापनातील महत्त्वपूर्ण भाग असतो. पिकांचा क्रम, पीक फेरबदल, फळबाग लागवड, कुरणांची लागवड, कोणत्या भागात किती क्षेत्रात करावयाची, खते कोणती व किती प्रमाणात वापरावयाची हे निश्चित करण्यासाठी मृदांचा अभ्यास केला जातो; यासाठी पाणलोटक्षेत्रातील मृदापरीक्षण केले जाते. पाणलोटाच्या वरच्या भागाकडून खालच्या भागाकडे पाण्याबरोबर व वाऱ्याबरोबर मृदाकण वाहून येतात. त्यास प्रतिबंध करावयाचे उपाय पाणलोटक्षेत्र व्यवस्थापनांतर्गत केले जातात.

**(३) वनस्पती आच्छादन** – पाणलोटक्षेत्रात नैसर्गिक वनस्पतीचे आच्छादन कसे आहे हे जल व मृदा संवर्धनासाठी महत्त्वाचे असते. साधारणपणे पाणलोटाच्या वरच्या व मधल्या भागात वनाच्छादन अधिक असावे. ते कमी असल्यास वनीकरणाचे नियोजन केले जाते. सामान्यपणे डोंगरमाथ्यावर व उतारावर वनाचे प्रमाण जास्त असते; पण गेल्या काही वर्षांतील वृक्षतोडीमुळे मृदाधूप वाढली आहे. पावसाचे प्रमाण बदलले आहे, भूजलपातळी खाली गेली आहे; याचा परिणाम शेतीवर होत आहे. वनसंवर्धन, वनीकरण हा पाणलोटक्षेत्र व्यवस्थापनाचा अविभाज्य भाग आहे.

**(४) शेती व पशुधन** – पाणलोटक्षेत्र व्यवस्थापनातील हे सामाजिक व आर्थिक घटक आहेत. शेतीयोग्य जमीन हे शेतकरी कुटुंबाचे शाश्वत संसाधन आहे. पाणलोटक्षेत्रातील कृषीहवामानानुसार व पाण्याच्या उपलब्धतेनुसार पीक संगती,

फेरबदल, क्रम ठरविणे, पशुपालन व कुरणांची उपलब्धता या संदर्भातले निर्णय होतात. दुभती जनावरे पाळणे, शेळी-मेंढी पालन, कुक्कुटपालन असे शेतीपूरक व्यवसाय करण्याचा सल्ला दिला जातो. ग्रामीण भागातील रोजगारासाठी शेती व पशुधन महत्त्वाचे आहे.

**(५) लोकसंख्या** - पाणलोटक्षेत्रातील लोकसंख्या व वस्त्या यांच्या भवितव्यासाठीच व्यवस्थापन करावयाचे असल्याने या भागातील लोकसंख्येची सविस्तर माहिती आवश्यक असते. वस्त्यांचे भौगोलिक स्थान, घनता, प्रकार, प्रमुख व्यवसाय यानुसार पाणलोटक्षेत्र व्यवस्थापनातील लोकसहभाग ठरतो. अतिलघु व लघु पाणलोटक्षेत्रांत लोकसंख्या व गावांची संख्या बरीच कमी असते. तसेच हवामान, मृदा या घटकांत एकजिनसीपणा (होमोजिनस) असतो. त्यामुळे पाणलोटक्षेत्र व्यवस्थापनात सुलभता असते; पण मोठ्या पाणलोटक्षेत्रात वरील सर्व घटकांची व्याप्ती मोठी असते. हवामान, मृदा यांत विविधता असते; अशा पाणलोटक्षेत्र व्यवस्थापनाची सर्व कामे मोठी व अधिक वेळ लागणारी असतात. लोकसहभाग हे पाणलोट कामांमधील महत्त्वाचे सूत्र असल्याने या प्रदेशातील लोकसंख्या हा महत्त्वाचा घटक आहे.

**(६) आर्थिक तरतूद व प्रशासकीय सेवासुविधा** - पाणलोटक्षेत्र व्यवस्थापनाचे विकासकार्यक्रम राबविताना मोठी आर्थिक तरतूद करावी लागते. केंद्रशासन पुरस्कृत व राज्यशासनपुरस्कृत योजनांमधून आर्थिक तरतूद केली जाते. यात 'नॅशनल वॉटरशेड डेव्हलपमेंट प्रोजेक्ट फॉर रेन फेड एरिया'कडून काही निधी, राष्ट्रीय ग्रामीण रोजगार हमी योजनेतील निधी व लोकवर्गणी या माध्यमातून आर्थिक तरतूद केली जाते. लघुपाणलोटासाठी हा निधी तीन वर्षांसाठी तर मोठ्या पाणलोटक्षेत्रासाठी तो पाच वर्षे किंवा अधिक वर्षांसाठी असतो. त्याशिवाय या योजनेत बांधलेले बंधारे, पाझर तलाव, वनतळी, शेततळी, मृदासंवर्धनासाठीच्या उपाययोजना इत्यादींची देखभाल व दुरुस्ती यासाठी स्वतंत्र निधी उपलब्ध करून द्यावा लागतो; पूर व इतर नैसर्गिक आपत्तींमुळे नुकसान झाल्यास अतिरिक्त तरतूद केली जाते. स्थानिक लाभधारकांचे साहाय्यही घेतले जाते. पाणलोटक्षेत्र व्यवस्थापनात सर्वसंबंधित प्रशासकीय सेवांना महत्त्व आहे. आराखडा तयार करणे, निधीची व्यवस्था करणे, प्रत्यक्ष कामे पूर्ण करणे, देखरेख करणे, ग्रामस्थांशी संपर्क साधणे, ग्रामनकाशांमध्ये व इतर दस्तऐवजांत नोंदी करणे, वेळोवेळी मार्गदर्शन, तांत्रिक सल्ला देणे अशी कामे करावी लागतात. प्रशासकीय अधिकारी, कर्मचारी व ग्रामस्थ, लाभधारक यांच्यातील समन्वयास पाणलोटक्षेत्र व्यवस्थापनात अनन्यसाधारण महत्त्व असते.

**पाणलोटक्षेत्र व्यवस्थापनाची उद्दिष्टे व धोरणे**

पाणलोटक्षेत्र व्यवस्थापनाची विविध उद्दिष्टे आहेत. ग्रामीण भागातील शेती, पशुधन, लोकसंख्या व रोजगार हे घटक केंद्रस्थानी मानून काही उद्दिष्टे निश्चित करण्यात आली आहेत. –

१. मृदा व जलसंधारण.
२. अवर्षणावर मात करणे.
३. पूरनियंत्रण.
४. पेयजल उपलब्ध करणे.
५. लागवडीयोग्य नसलेल्या जमिनीवर उपचार.
६. ग्रामीण रोजगार निर्मिती.
७. पर्यावरणसमतोल राखणे.

वरील उद्दिष्टे साध्य करण्यासाठी धोरणात्मक निर्णय घेतले जातात. प्रत्येक देशातील चार विभागांमध्ये समन्वय असावा लागतो. मृदू व जलसंधारण विभाग, वन विभाग, जलसंपदा विभाग, भूजल सर्वेक्षण विभाग यांच्यातील समन्वय राष्ट्रीय व राज्यपातळीवर असावा लागतो. त्यानंतर विभागीय पातळी, जिल्हा, तालुका व गाव-पातळी अशा क्रमाने निश्चित केलेली धोरणे पुढील स्तरांवर अंमलबजावणी करण्यासाठी पाठवली जातात. यासाठी आवश्यक असणारा निधी मध्यवर्ती शासन व राज्य-शासनाकडून उपलब्ध करून दिला जातो. यामध्ये 'युनो'सारख्या जागतिक संघटनांपासून गाव पातळीवरील लोकसहभागातून निधी उपलब्ध होतो. शिवाय १९९१ पासून 'नॅशनल वॉटरशेड डेव्हलपमेंट प्रोजेक्ट फॉर रेन फेड एरिया' (NWDPRA) साहाय्य करत आहेत.

**महत्त्वाची धोरणे**

(१) माथा ते पायथा (रिज् टू व्हॅली) क्षेत्रात जमिनीचा शास्त्रशुद्ध वापर करणे.
(२) पाणलोटक्षेत्रात मूलस्थानी (इन सिटू) पाणी मुरविण्याचे धोरण व तंत्र वापरणे.
(३) जैविक बांध व अभियांत्रिकी बांध-बंधारे यांना प्राधान्य देणे.
(४) शेतीस अयोग्य जमिनीत समपातळी चर, गवतलागवड, शेततळी, पाझर तलाव बांधणे.
(५) भूजल सर्वेक्षण विभागाकडून विंधन विहिरी, विहीरपुनर्भरण उपाय करणे.
(६) सामाजिक वनीकरण विभागाद्वारे रोपवाटिका, वृक्षारोपण, गवतलागवड योजना राबविणे.

वरील उद्दिष्टे व धोरणे अमलात आणण्यासाठी प्रथम पाणलोटक्षेत्राचा आराखडा

तयार करतात. यासाठी ग्रामनकाशे, स्थलनिर्देशक नकाशे, प्रत्यक्ष सर्वेक्षण इत्यादींचे साहाय्य घेऊन आरेखने करतात. पाणलोटातील चढ-उतार, पाणी वाहण्याची दिशा, मृदाप्रकार, पिके, वनक्षेत्र, पाणी अडविण्याच्या संभाव्य जागा दर्शवितात. पाणलोटातील कामाची सुरुवात जलविभाजकापासून केली जाते; कारण पाणलोटातील हा सर्वात उंच भाग असतो. या भागातून वाहणाऱ्या प्रवाहातील पाणी व माती अडविण्यासाठी चेकडॅम, ब्रशवूड डॅम, दगडी बांध, पुनर्भरण चर, नाला बंडिंग ही कामे केली जातात. त्यानंतर क्रमाक्रमाने खालील भागात कामे केली जातात. लहान पाणलोटक्षेत्रासाठी ही कामे दोन ते तीन वर्षांत केली जातात. त्यानंतर त्याचा पूर्ण लाभ मिळण्यासाठी एक ते दोन वर्षे लागतात. पूर्ण झालेले काम टिकण्यासाठी देखभाल, दुरुस्ती यात सातत्य ठेवावे लागते. लाभार्थी, ग्रामस्थ यांच्या सहकार्यातूनच दूर दूर पसरलेली ही कामे टिकून राहू शकतात.

## पाणलोटक्षेत्र व्यवस्थापनातील काही नमुनाकामे

पाणलोटक्षेत्र व्यवस्थापनामुळे पेयजल, शेती, वनसंपदा, रोजगार इत्यादी क्षेत्रांमध्ये आदर्श असे जे बदल काही गावांमध्ये झाले आहेत त्यात महाराष्ट्रातील हिवरे बाजार, राळेगणसिद्धी, मेंढवण, कडवंची, लामकिणी, आडगाव, पळवे यासारख्या शंभर गावांचा समावेश होतो. उष्णकटिबंधातील परिस्थितीतील या गावांच्या पाणलोटक्षेत्रात जी कामे प्रामुख्याने केली गेली त्यापैकी सलग समतल चर, नाला बंडिंग व केटी वेअर या कामांची सविस्तर माहिती घ्यावयाची आहे.

### (१) सलग समतल चर

सलग समतल चर (कंटीन्युअस कंटूर ट्रेंचिंग) म्हणजे डोंगर-उताराला आडव्या दिशेने म्हणजे समोच्चरेषांच्या (कंटूरच्या) अनुषंगाने खोदलेले सलग अरुंद, खोल खड्डे (चर) होय. डोंगरमाथ्यावर पडलेले पावसाचे पाणी उतारावरून थेट खाली वाहून न जाता चरांमध्ये जमा होते व मुरते. पाण्याचा वेग कमी होतो, माती खाली वाहून जाण्यास प्रतिबंध होतो व यामुळे मृदा व जल संधारण होते. (आ. ८.२)

समतल चराची जागा निश्चित करताना पडीक जमीन निवडली जाते. लेव्हल ट्यूबच्या साहाय्याने समपातळीरेषा आखली जाते. नंतर त्या रेषेवर दोन फूट रुंद, दीड फूट खोल (६० सें.मी. x ४५ सें.मी.) चर खोदला जातो. चरातील खोदलेली माती चराच्या दोन्ही बाजूंना बांधाप्रमाणे उंचवटा करण्यासाठी वापरतात. बांधावर गवत, अंतराअंतरावर वृक्ष लागवड करतात. दोन चरातील अंतर उतारावरून ठरविले जाते. उतार पंधरा टक्क्यांपेक्षा अधिक असेल तर दोन चरांमध्ये चार ते पाच मीटर अंतर

ठेवतात. उतार कमी असेल तर हे अंतर दहा मीटरपर्यंत ठेवले जाते. पाऊस पडल्यावर चरात माती व पाणी जमते व मुरते; पण पाऊस सतत पडल्यास चर भरतात व जास्तीचे पाणी चराच्या दोन्ही टोकांकडील खुल्या बाजूंनी बाहेर पडून खालच्या चरात जाते. दोन चरांमधील पाणी बाहेर पडण्याच्या जागा एकाआड एक ठेवतात.

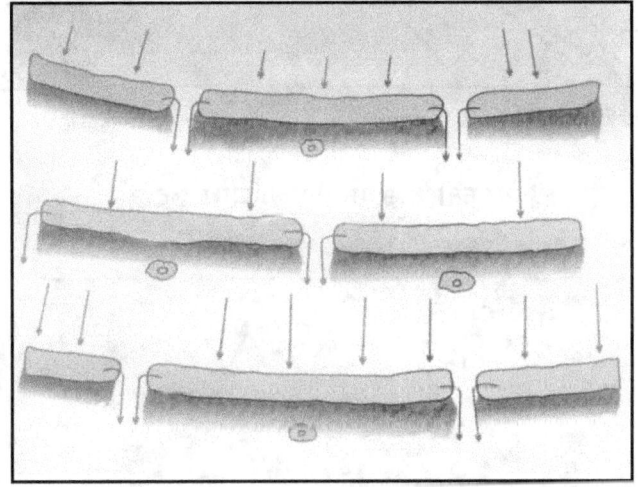

**आकृती ८.२ सलग समतल चर**

यामुळे माती व पाणी बाहेर पडले की, सगळे खाली वाहून जात नाही. चराच्या बांधावर गवत, वृक्षलागवड केली जाते. यामुळे चारा व लाकूडफाटा उपलब्ध होतो. भूजलपातळी वाढते. महाराष्ट्रातील अवर्षणप्रवण क्षेत्रातील अहमदनगर, सोलापूर, उस्मानाबाद जिल्ह्यातील डोंगराळ, उंचसखल प्रदेशात असे समतलचर फार उपयुक्त

ठरले आहेत.

## (२) नालाबंडिंग

लहान मोसमी व बारमाही ओढे, ओहोळ व नाले यांच्यावर प्रवाहाच्या रुंदीएवढा बांध घातला जातो; यास नालाबंडिंग म्हणतात. हा बांध मातीचा, दगडी वा सिमेंटचा असतो.

मातीचा बांध घातल्यास बांधाला स्थानिक उपलब्ध दगडांचे पिंचिंग केले जाते. मातीच्या नालाबांधामागे चार मीटर उंचीचा पाणीसाठा केला जातो. यामुळे दहा हजार घनमीटर इतके पाणी जमू शकते. (आकृती ८.३) जवळपासच्या विहिरीतील पाण्याची पातळी वाढते तसेच आसपासच्या जमिनीत ओलावा राहतो.

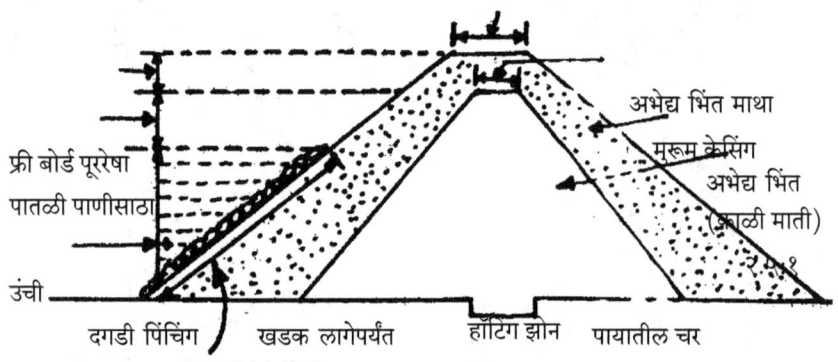

आकृती ८.३ मातीनाला बांध छेद

आकृती ८.४ वनराई बंधारा

काही ठिकाणी मातीचा नालाबांध बांधणे तांत्रिकदृष्ट्या योग्य नसते; अशा ठिकाणी सिमेंटचे नालाबांध घातले जातात. हे जास्त पक्के व दीर्घकाळ टिकणारे असतात. परंतु, मातीच्या बांधापेक्षा खर्च अधिक असतो. याचे फायदे मातीच्या बांधाचे असतात तसेच असतात. नाला बंडिंगचा आणखी एक प्रकार म्हणजे वनराई बंधारा. (आकृती ८.४) वनराई या संस्थेने १९९३ पासून या प्रकारचे बंधारे महाराष्ट्रात बांधले आहेत. पावसाळ्यानंतर लगेचच्या काळात नाल्यातील पाणी संथ होते. अशावेळी तात्पुरत्या स्वरूपाचे रिकाम्या सिमेंटच्या पोत्यांचा वापर करून बांध घातला जातो. यासाठी नाल्याचे काठ उंच असावे लागतात. परंतु, उतार मात्र सौम्य असावा. नाल्याच्या तळभागात दोन मीटर रुंद व अर्धा मीटर खोलीचा पाया खणला जातो. सिमेंटच्या रिकाम्या पोत्यांमध्ये माती व वाळूचे मिश्रण भरून त्यांची तोडे शिवून बंद करतात. अशी पोती आडवी करून एकाशेजारी एक रचतात. दुसरा थर सांधे मोडून रचला जातो. दोन किंवा तीन थर झाल्यावर त्यावर एक मातीचा थर टाकला जातो. त्यामुळे पोत्याच्या दरम्यानच्या सांध्यांमध्ये माती जाऊन ती पक्की बसते व पाणी अडविले जाते. हे बांध फार पक्के नसतात; पण कमी खर्चाचे असतात. ग्रामस्थ, शेतकरी, विद्यार्थी यांच्या श्रमदानातून बांधले जाऊ शकतात.

## (३) के. टी. वियर

कोल्हापूर टाईप बंधारा म्हणजे के. टी. वियर होय. १९३८ साली छत्रपती राजाराममहाराजांनी कोल्हापूरजवळील बावडा येथे पहिला दगडी बंधारा बांधला. याची रचना सामान्य बंधाऱ्यापेक्षा वेगळी आहे. या मूळ संकल्पनेतून आधुनिक के. टी. वियर बांधले गेले आहेत. (आकृती ८.५)

आकृती ८.५ के टी वियर

नदीपात्रात दोन मीटर अंतरावर स्तंभ बांधतात. दोन स्तंभांच्या दरम्यान दोन मीटर बाय (गुणिले) दीड मीटर आकाराचे दरवाजे किंवा झडपा बसविल्या जातात. स्तंभाची उंची, दरवाजांची लांबी, रुंदी, उंची हे प्रवाहाचा अभ्यास करून तांत्रिकदृष्ट्या ठरविले जाते. पूर्वी हे दरवाजे लाकडी असत. आता लोखंडी व स्वयंचलित असतात. पावसाळ्यानंतर दरवाजे बंद केले जातात. यामुळे पाणी अडविले जाते. ते पाणी शेतकरी स्वखर्चाने उपसा करून पिकांना देतात. पाणीवापरासाठी व बंधाऱ्यांच्या देखभाल-दुरुस्तीसाठी पाणीपट्टी आकारली जाते. पावसाळ्यापूर्वी दरवाजे उघडून ठेवले जातात. आता स्वयंचलित दरवाज्यांमुळे पाण्याचे नियंत्रण होते. या पद्धतीचे बंधारे प्रवाहपात्रात ठिकठिकाणी बांधून मालिका तयार केल्यास कमी खर्चात, कमी वेळेत स्थानिक शेतीला पाणी उपलब्ध होऊ शकते. जलाशयाच्या आजूबाजूला असलेल्या विहिरींचे पाणी वाढते.

लहान ओढे, नाले असणाऱ्या व कमी रहदारी असणाऱ्या गावांमध्ये रस्ता बांधताना पुलाखाली असा बंधारा बांधला जातो. लहान व सीमान्त शेतकऱ्यांना त्याचा फायदा मिळतो.

लघुपाटबंधारे योजनेअंतर्गत संपूर्ण महाराष्ट्रात अनेक के. टी. वियर बांधण्यात आले आहेत. रब्बी हंगामातील ज्वारी, गहू, हरभरा, करडई, सूर्यफूल या पिकांना फायदा होत आहे. तसेच सामाजिक वनीकरणामुळे याच भागात वृक्षलागवडीचेही फायदे मिळत आहेत. दक्षिण महाराष्ट्रातील साखर कारखान्यांनी उसाच्या शेतीसाठी अशा प्रकारचे बंधारे बांधले आहेत व त्यांना अशोक बंधारा, वसंत बंधारा अशी नावे दिली आहेत.

❑

प्रकरण ९

# शेतीपूरक व्यवसाय आणि शेतीविकास

---

(अ) उष्णकटिबंधातील शेतीत पूरक व्यवसायांचे महत्त्व -

(१) दुग्धोत्पादन (२) कुक्कुटपालन

(३) शेळीपालन व मेंढीपालन (४) कृषिपर्यटन

(५) मधुमक्षिकापालन (६) रोपवाटिका

(ब) उष्णकटिबंधीय शेतीतील आधुनिक तंत्रज्ञान -

(१) जैवतंत्रज्ञान २) पॉलीहाउस ३) ऊतिसंवर्धन ४) अन्नप्रक्रिया

---

शेती व्यवसाय बहुतांशाने निसर्गाधीन असल्याने त्यात जोखीम असते. त्यामुळे या व्यवसायात चढ-उतार होत असतात. शेतकऱ्यास आर्थिक स्थैर्य प्राप्त व्हावे म्हणून अनेक शेतीपूरक व्यवसाय केले जातात. काही पूर्वापार चालत आलेले व्यवसाय आहेत; उदा. शेळीपालन, मेंढीपालन, दुग्धोत्पादन तर कृषिपर्यटन, रोपवाटिका असे काही नवीन व्यवसाय उदयास आले आहेत. वाढती लोकसंख्या, अन्नधान्याची वाढती मागणी, रोजगारनिर्मिती, आरोग्यदायी आहार या दृष्टिकोनातून शेतीपूरक व्यवसायांना उष्णकटिबंधीय देशांमध्ये अनन्यसाधारण महत्त्व प्राप्त झाले आहे.

### (अ) शेतीपूरक व्यवसाय

उष्णकटिबंधीय देशांमधील शेतीतील जोखीम कमी करून शेतीला व

शेतकऱ्याला आर्थिक स्थैर्य प्राप्त करून देण्यासाठी शेतीपूरक व्यवसायांचे योगदान महत्त्वपूर्ण आहे. उष्णकटिबंधातील देशांमध्ये अवर्षण, पूर, चक्रीवादळे, गारपीट, पिकांवरील कीड व रोगांचा प्रादुर्भाव, बाजारभावातील चढ-उतार, कुपोषण, अनारोग्य, बेरोजगारी, गरिबी अशा अनेक समस्या दिसून येतात. दक्षिण आशियायी देशांमध्ये दाट लोकसंख्या, गरिबी, अनारोग्य अधिक आहेत. आफ्रिकी देशांमध्ये मागासलेपणा, भूकबळी, कुपोषण, बालमृत्यू या समस्या आहे. ऑस्ट्रेलिया, अर्जेंटिना या देशांमध्ये शहरीकरण, चांगले राहणीमान, पोषक आहार यामुळे अन्नधान्याव्यतिरिक्त दूध, अंडी, मांस, फळे यांना मोठी मागणी आहे. एकंदरीत प्रत्येक देशाकडून धान्याव्यतिरिक्त दूध, अंडी, मांस, फळे यांना चांगली मागणी आहे. उत्पादक प्रदेश व मागणी असलेले प्रदेश उष्णकटिबंधातच असल्याने यांच्या व्यापाऱ्यास चालना मिळू शकते. कृषिपर्यटन, रोपवाटिका संगोपन व्यवसाय ही नवीन व्यवसाय क्षेत्रे बेरोजगारी कमी होण्यास साहाय्यकारी आहेत. शेती व्यवसायातील युवा पिढी पारंपरिक शेतीत नवता आणण्यासाठी आणि शेती विकास करण्यासाठी अशा पूरक व्यवसायांकडे वळताना दिसत आहे.

### (१) दुग्धव्यवसाय (डेअरी फार्मिंग)

दुग्धव्यवसाय हा एक परंपरागत शेतीपूरक व्यवसाय आहे. दूध व दुग्धजन्य उत्पादनांची वाढती मागणी असल्याने या व्यवसायाचा विस्तार झाला आहे. दुभती जनावरे पाळणे हा सघन निर्वाही शेतीतील एक परंपरागत पद्धतीने केला जाणारा व्यवसाय आहे, तर मिश्र शेतीचा तो एक अविभाज्य भाग असून त्याचे स्वरूप आधुनिक व्यापाराचे आहे.

औद्योगिक क्रांतीनंतर नागरी वस्त्या विस्तारल्या आहेत. या मोठ्या शहरांमधून दुधाची व दुग्धजन्य पदार्थांची मोठी बाजारपेठ उपलब्ध झाली. ज्या देशात दुधाला मोठी मागणी आहे त्या देशातच दुग्धोत्पादन व्यवसाय वाढला. समशीतोष्णकटिबंधातील प्रगत देशातच प्रामुख्याने हा व्यवसाय विकसित झाला; परंतु विसाव्या शतकात अर्जेंटिना, ब्राझील, ऑस्ट्रेलिया, भारत, पाकिस्तान, साउथ आफ्रिका या उष्णकटिबंधीय देशांमध्येही हा व्यवसाय वाढला.

संकरित गुरांची खरेदी, गोठे बांधणे, विशेष चारा पिकांची लागवड, पशुवैद्यकीय उपचार केंद्रे, दुध काढणी यंत्रे, साठवणीसाठी शीतकरण सुविधा, दूध वाहतुकीसाठी विशेष वाहने व प्रक्रिया उद्योगासाठीची यंत्रणा उभारणे यासाठी या व्यवसायात मोठी भांडवल गुंतवणूक करावी लागते. फ्रएशियन, गुर्नसी, जर्सी, आयरशायर अशा संकरित

नकाशा ९. १ उष्णकटिबंधातील गुरे (दुभती) पालन – दुग्धोत्पादन

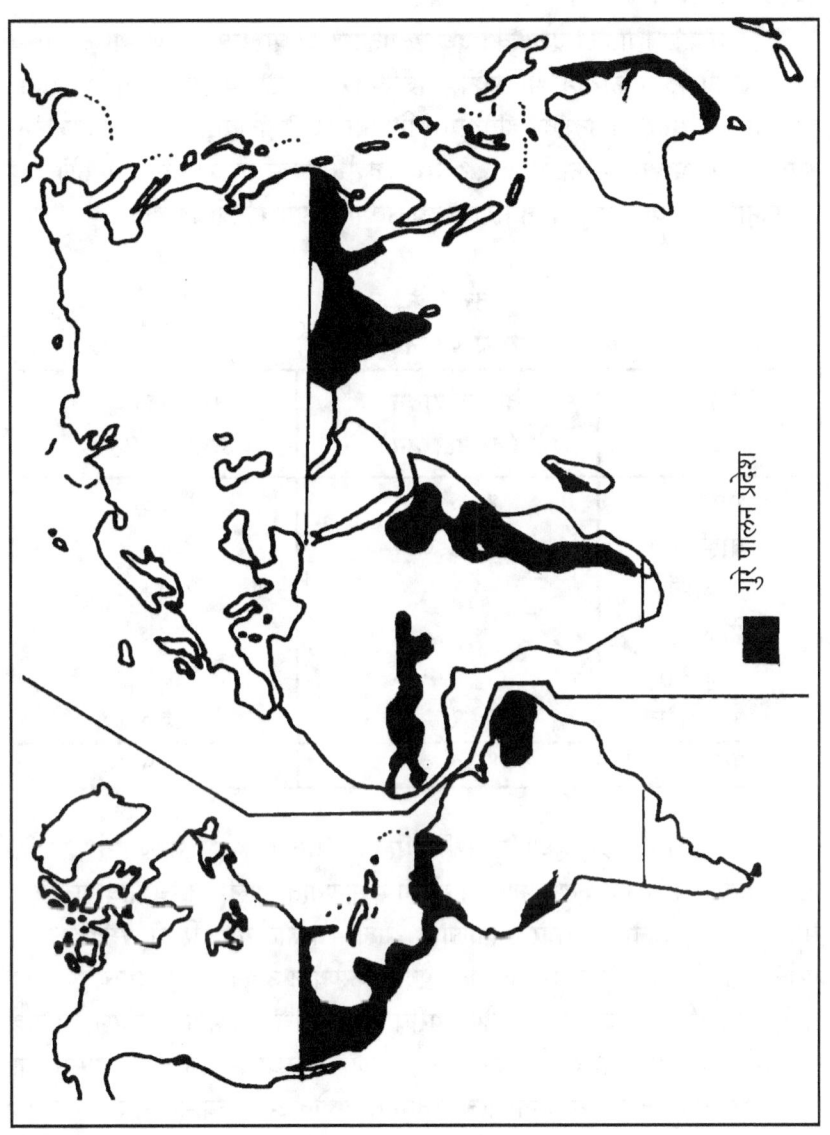

गुरे पालन प्रदेश

गायी दिवसाला वीस लिटर दूध देतात; पण या गायी प्रामुख्याने समशीतोष्णकटिबंधीय देशांमध्ये उपयुक्त ठरल्या आहेत. उष्णकटिबंधीय देशांमध्ये विदेशी गायींपेक्षा स्थानिक दुभत्या जनावरांचे संकर उपयुक्त ठरले आहेत.

उष्णकटिबंधातील देशांपैकी दूध उत्पादनात आघाडीवर असणाऱ्या देशांमध्ये भारत, ब्राझील, पाकिस्तान, मेक्सिको, अर्जेंटिना व ऑस्ट्रेलिया यांचा समावेश होतो. भारतात सर्वाधिक दूध उत्पादन होते; परंतु निर्यातीत ऑस्ट्रेलिया, ब्राझील व अर्जेंटिना आघाडीवर आहेत. तक्ता क्र. ९.१ मध्ये दर्शविल्यानुसार जगातील एकूण दूध उत्पादनांपैकी जवळपास एक तृतीयांश दूध उत्पादन उष्णकटिबंधात होते.

तक्ता क्र. ९.१

दूध उत्पादन (२००८)

| देश | दूध उत्पादन (द.लक्ष टन) | जागतिक उत्पादन % |
|---|---|---|
| भारत | ११०.० | १८.३० |
| ब्राझील | २८.० | ४.६० |
| पाकिस्तान | ११.५ | २.०० |
| मेक्सिको | १०.८ | १.८० |
| अर्जेंटिना | १०.५ | १.७५ |
| ऑस्ट्रेलिया | ९.२ | १.६० |
| एकूण | १८०.० | ३०.१५ |

भारतात १९७१ मध्ये दूधाची 'महापूर योजना' सुरू करण्यात आली. हरियाणातील कर्नाल येथे दूध संशोधन संस्था स्थापण्यात आली; तसेच गावोगावी दूध संकलन संघ सहकारी तत्त्वावर स्थापण्यात आले. भारतात गीर, सिंधी, सहिवाल या गुरांच्या संकरित जातींच्या दुभत्यागुरांची पैदास करण्यात आली आहे. दुधाचे उत्पादन व वापर वाढविणे, सकस आहार देणे, गरीब शेतकऱ्यांचा सहभाग वाढविणे, भाकड जनावरांची संख्या कमी करणे, कार्यक्षम वितरण व्यवस्था निर्माण करणे यासारख्या प्रयत्नांमुळे भारतातील दूध उत्पादनात दरवर्षी वाढ होत आहे. त्यामुळे दूध उत्पादनात भारत जगात आघाडीवर आहे. उत्तर प्रदेश हे देशातील सर्वाधिक उत्पादन करणारे राज्य असून त्याखालोखाल पंजाब, राजस्थान, आंध्र प्रदेश, गुजरात ही राज्ये आहेत.

भारतात दुधावर प्रक्रिया करून त्यापासून चक्का, लोणी, तूप, श्रीखंड, खवा अशी वेगळी उत्पादने तयार करतात. ब्राझील, ऑस्ट्रेलिया व अर्जेंटिनात मात्र दूधपावडर, चीज, कंडेन्स्ड मिल्क, क्रिम व लोणी यांना प्राधान्य आहे. शिवाय हे देश देशांतर्गत मागणी कमी असल्याने ही उत्पादने निर्यात करतात. ऑस्ट्रेलिया दूध पावडर जपानला निर्यात करतो तर ब्राझील, मेक्सिको हे देश युरोपला निर्यात करतात.

उष्ण हवामान, कुरणांचा अभाव, साठवणुकीच्या मर्यादित सोयी, भांडवलाची समस्या, मर्यादित मागणी अशा उष्णकटिबंधातील दुग्धोत्पादनाच्या समस्या असूनही जगातील जवळपास ३५% दुधाचे उत्पादन या प्रदेशातील देशांमधून होते हेही विशेष आहे. भारत व पाकिस्तानातील दूध उत्पादन हे सघन निर्वाही शेतीतील एक भाग आहे, तर ऑस्ट्रेलिया व अर्जेंटिना-ब्राझील मध्ये मिश्रशेतीचा भाग असून त्याचे स्वरूप व्यापारी आहे.

## (२) कुक्कुटपालन

जगातील बहुतेक सर्व प्रकारच्या शेतीत कोंबडी वा तत्सम वर्गातील प्राण्यांचे पालन कमी-अधिक प्रमाणावर आढळते. परसदारी वा शेतात कोंबड्या पाळणे हा एक पारंपरिक व्यवसाय आहे. त्या कचरा, किडे-मुंग्या आणि टाकून दिलेले अन्न यावर जोपासल्या जातात. त्यांच्या खाद्याची, पोषणाची, संरक्षणाची, आरोग्याची विशेष काळजी घेतली जात नाही. परंतु, आधुनिक कुक्कुटपालन हा केवळ शेतीपूरक व्यवसाय राहिलेला नसून तो भरपूर भांडवल गुंतवणूक करून प्रशिक्षित लोकांनी पूर्ण वेळ काम करण्याचा व्यवसाय झाला आहे.

शहरी बाजारपेठेशी उत्तम संपर्क, पक्षीखाद्याची उपलब्धता, रोजगाराची उपलब्धता, मोकळी जागा, वीज, पाणी या घटकांची अनुकूलता कुक्कुटपालनास असावी लागते. कोंबड्यांना अल्प प्रमाणात खाद्य लागते. साधारणपणे इतर पशुपालनात एका गुरास चार किलो खाद्य दिल्यास एक किलोपर्यंत मांस प्राप्ती होते तर एका कोंबडीत एक किलो खाद्य दिल्यास पाऊण किलो मांस मिळते. त्यामुळे कोंबडी खाद्याचा खर्च कमी असतो तसेच काही खाद्य, कुक्कुटपालक स्वतःच्च जागेवर बनवू शकतो.

आधुनिक शास्त्रशुद्ध कुक्कुटपालनात अंडी व मांस यासाठी वेगवेगळ्या जातींच्या कोंबड्या पाळल्या जातात. त्यांचे खाद्य वेगळे वेगळे असते, तसेच त्यांची वाढ, वजन, वय, मांसाचा कोवळेपणा वेगळे असते. अंडी व मांस या दोन्हींचे अन्न म्हणून पोषणमूल्य चांगले आहे.

**कुक्कुटपालनातील महत्त्वाच्या जाती**

(१) एग टाईप (अंडी देणाऱ्या) - व्हाईट लेगहॉर्न, ब्लॅक मिनोर्था

(२) मीट टाईप (मांसासाठी) - व्हाईट रॉक, कॉनिश, वायनेडॉट

(३) दुहेरी (अंडी व मांस दोन्हींसाठी) - ऱ्होड आयलंड, ब्लॅक ऑस्ट्रोलॉर्प

कुक्कुटपालनासाठी जागा निवडताना बाजारपेठेपासूनचे अंतर, मोकळी सपाट जागा, विमानतळ, लोहमार्ग-महामार्ग यांपासून दूर, माणसांची वर्दळ, गोंगाट यापासून दूर हे घटक विचारात घ्यावे लागतात. कोंबडीघर पूर्व-पश्चिम असावे; त्यामुळे नैसर्गिक प्रकाश व हवा खेळती राहते. शिवाय आतमध्ये तपमान व प्रकाश नियंत्रण यंत्रणा असते. कोंबडी खाद्य प्रथिने, खनिजे, व्हिटॅमिन 'डी'युक्त असावे लागते. यामुळे अंड्याचे कवच व मांस चांगल्या दर्जाचे बनते. चांगली निगा राखलेल्या कोंबड्या वर्षाला प्रत्येकी ३०० पर्यंत अंडी देतात. मांसासाठीच्या कोंबड्या अल्पावधीत वाढतात व मांस कोवळे असते.

उष्णकटिबंधातील देशांमध्ये इंडोनेशिया, ब्राझील, मेक्सिको, भारत व इराण हे देश कुक्कुटपालनात आघाडीवर आहेत. ब्राझील व मेक्सिको अंडी व मांस दोन्ही देणाऱ्या कोंबड्या जोपासतात तर भारतात मांस उत्पादन अधिक आहे. जगात मांसापेक्षा अंड्याचे उत्पादन अधिक आहे. चीन हा अग्रेसर देश आहे. अर्जेंटिना पक्षीखाद्य निर्यातीसाठी प्रसिद्ध आहे. मांसासाठी जोपासल्या जाणाऱ्या कोंबड्यांना 'ब्रॉयलर चिकन' म्हणतात.

**तक्ता ९.२**

**कुक्कुटपालन**

| **देश** | **कोंबड्यांची संख्या** (द.ल.) |
|---|---|
| इंडोनेशिया | १२०० |
| ब्राझील | ११०० |
| मेक्सिको | ५४० |
| भारत | ४२५ |
| इराण | २८० |

भारतात आंध्र प्रदेश, बिहार व प. बंगाल, तमिळनाडू, आसाम ही राज्ये कुक्कुटपालनात आघाडीवर आहेत. अंडी उत्पादनात भारताचा जगात पाचवा क्रमांक लागतो. चितगाव, टेनिस, पंजाब, ब्राऊन, तितरी, बुसरा, लोलाब या देशी कोंबड्यांचे पालन या राज्यांमध्ये केले जाते, तर विदेशी कोंबड्यांमध्ये ऱ्होड आयलंड, व्हाईट लेगहॉर्न, ब्राऊन लेगहॉर्न या कोंबड्या पाळतात.

उष्णकटिबंधीय देशांमध्ये पाश्चिमात्य देशांच्या तुलनेत अंडी व कोंबडीचे मांस यांची मागणी कमी आहे. प्रगत देशांत माणशी रोज दोन अंडी असे खाण्याचे प्रमाण आहे, तर आशियायी देशांमध्ये दोन दिवसाला माणशी एक अंडे असे खाण्याचे प्रमाण आहे. आता अनेक देश कोंबडीचे मांस गोठवून दूरच्या बाजारपेठेत पाठवतात. त्यामानाने अंडी नाजूक व नाशवंत असल्याने ती देशांतर्गत बाजारातच पाठवली जातात.

## (३) मेंढी व शेळीपालन

मेंढी पालन व शेळीपालन हे डोंगराळ भागात व निमओसाड कोरड्या हवामान प्रदेशात केले जाणारे व्यवसाय आहेत. नागरी वस्त्यांपासून दूर, ग्रामीण व डोंगराळ भागातील परिसरात असलेले खुरटे गवत, झुडपे, बोरी, बाभळी यावर शेळ्या व मेंढ्या पाळल्या जातात. इतर पशुंच्या तुलनेत शेळ्या-मेंढ्यांचे मूल्य कमी असल्याने उष्णकटिबंधातील गरीब, अल्पभूधारक शेतकरी, बेरोजगार युवक या व्यवसायात आढळतात. कातडी, केस, लोकर, मांस, हाडे, लेंडीखत व दूध अशी उत्पादने मेंढी व शेळीपालनातून प्राप्त होतात. शेळीपालनापेक्षा मेंढीपालन अधिक केले जाते.

### मेंढीपालन

मेंढी तृणभक्षक प्राणी आहे. पर्वतीय प्रदेशात चराऊ कुरणांच्या उपलब्धतेनुसार मोसमी स्थानांतरण करणारे मेंढपाळ, निमओसाड प्रदेशातील भटके पशुपालक, धनगर हे प्रागुख्याने मेंढीपालन करतात. मेंढी हा बहुपयोगी प्राणी आहे. लोकर, मांस, कातडी व खत या उत्पादनांव्यतिरिक्त इतरही काही उत्पादने मेषपालनातून मिळतात. मेंढीच्या चरबीपासून व आतड्यातील ऊतींपासून जीवरक्षक औषधे, कृत्रिम रबर व धागा यांचे उत्पादन केले जाते.

ऑस्ट्रेलिया, अर्जेंटिना, चीन, इराण, मोरक्को, ट्यूनिशिया, साऊथ आफ्रिका, पाकिस्तान व भारत हे मेषपालनात आघाडीवर असलेले उष्णकटिबंधीय देश आहेत.

ऑस्ट्रेलियात न्यू साऊथ वेल्स व व्हिक्टोरिया प्रांतात जगप्रसिद्ध मरिनो मेंढ्या जोपासल्या जातात. या मेंढ्या सर्वोत्तम लोकरीसाठी प्रसिद्ध आहेत. जगातील ७० टक्के

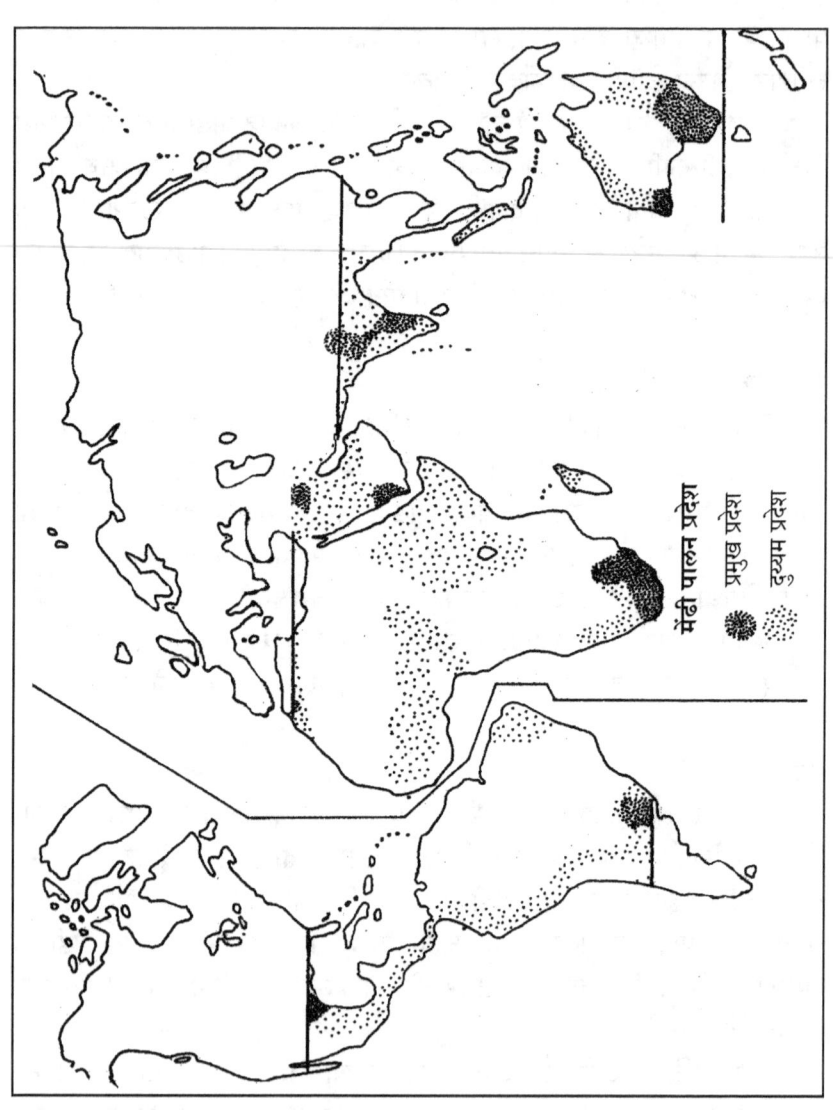

## नकाशा ९.३ अर्जेंटिनातील पशुपालन – दुग्धोत्पादन, मेंढीपालन

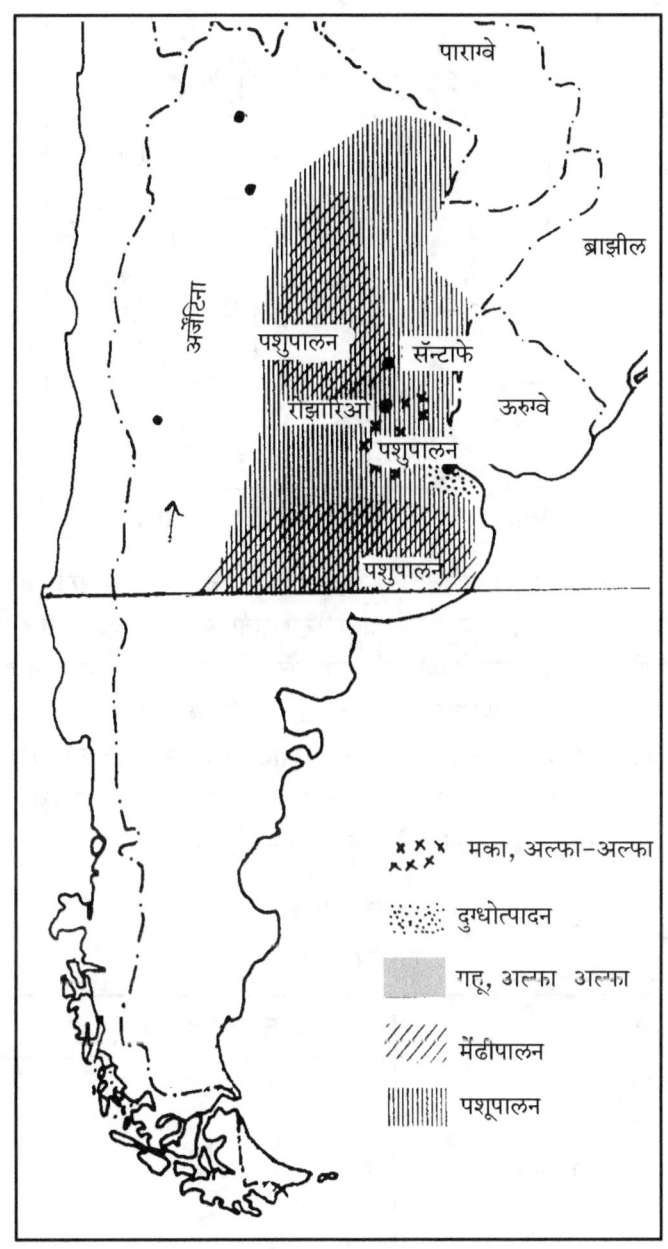

Not to scale - for references purpose only

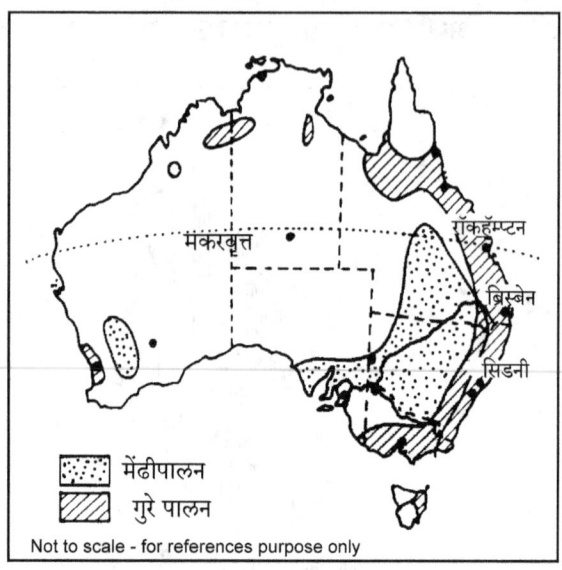

मेंढीपालन

गुरे पालन

Not to scale - for references purpose only

नकाशा ९. ४ ऑस्ट्रेलियातील पशुपालन

मरिनोवूल ऑस्ट्रेलियातच उत्पादित होते. अर्जेंटिनात अँडीज पर्वत उतारावर व पायथ्याच्या प्रदेशात मेषपालन व्यवसाय मोठ्या प्रमाणावर केला जातो. मेंढ्या चारण्यासाठी पॅटॅगोनिया, दक्षिण ब्राझील, उरुग्वे, पेरुमध्ये विस्तीर्ण कुरणे (रँच) आहेत. साउथ आफ्रिका या देशात दुभत्या गुरांपेक्षा मेंढ्यांची संख्या जास्त आहे. व्हेल्डचा गवताळ प्रदेश, निमशुष्क पठारी प्रदेशात मेषपालन हा प्रमुख व्यवसाय आहे. लोकरीच्या निर्यातीत साउथ आफ्रिका आघाडीवर आहे. मोरक्को, ट्यूनिशिया, अल्जिरिया, नायजेरिया या उत्तर आफ्रिकी देशांमध्ये डोंगरउतारावर मेंढ्यांना चरण्यासाठी विस्तृत कुरणे आहेत.

तक्ता ९.३

लोकर उत्पादन

| देश | जागतिक उत्पादन % |
|---|---|
| ऑस्ट्रेलिया | २५.० |
| अर्जेंटिना | ०३.० |
| साऊथ आफ्रिका | ०१.० |
| उरुग्वे | १.० |
| ब्राझील | १.० |

दक्षिण आशियाई देशांमध्ये विशेषत: भारत व पाकिस्तानात माग्रा, दख्खनी, मद्रास लाला या परंपरागत मेंढ्यांच्या जाती जोपासल्या जातात. मांसासाठी जोपासल्या जाणाऱ्या मेंढ्यांपासून प्रत्येकी वीस किलो मांस मिळते. या मांसास लॅम्ब व मटण म्हणतात. मेंढ्यांच्या मलमूत्रापासून 'लेंडी खत' मिळते. त्या शेतात बसविल्या जातात व शेतकरी मेंढपाळास धान्याच्यारूपाने मोबदला देतो.

भारतात हिमालयाचे उतार, पश्चिम घाट प्रदेश, राजस्थान, दख्खन पठाराचा निमओसाड प्रदेश येथे मर्यादित प्रमाणावर मेषपालन व्यवसाय केला जातो. भारतीय परिस्थितीत चांगले उत्पादन देणारी काराकुल व कुरिडेल मेंढी ही नवीन संकरित जात निर्माण करण्यात आली आहे. हिस्सार येथे लोकर संशोधन केंद्र आहे. भारतात लोकरीला मागणी कमी असल्याने मिश्र धाग्याचे कापड, गालिचे, जाजम यांचे प्रामुख्याने उत्पादन होते. अतिरिक्त चराईचा धोका टाळण्यासाठी अलीकडे बंदिस्त मेंढीपालन केले जाऊ लागले आहे.

## शेळीपालन

मेंढीपालनाच्या तुलनेत शेळीपालन हा व्यवसाय उपेक्षित आहे. शेळी पालनास व्यावसायिक दृष्टिकोन लाभलेला नाही. शेळीपासून मांस, कातडी, खत व दूध ही उत्पादने मिळतात. अंगोरा, पश्मीना, अल्पाईन, अँग्लोन्यूबियन, सानेन व टोगेनबर्ग या शेळीच्या जगप्रसिद्ध जाती आहेत. अंगोरा शेळ्यांच्या केसाला 'मोहेर' म्हणतात. त्यापासून उत्तम, गरम व मिश्र कापडाचे उत्पादन केले जाते. पश्मीना शेळ्यांचे केस मऊ व लांब असतात; शेळी व बोकडाचे मांस उत्तम समजले जाते.

उष्णकटिबंधात उत्तर आफ्रिका, मध्य पूर्वेतील देश, पाकिस्तान, पूर्व आफ्रिका, दक्षिण आशिया या प्रदेशात शेळीपालन केले जाते. शेळीपालनात भारताचा प्रथम क्रमांक आहे. देशात सुमारे १२५ दशलक्ष शेळ्या असून पाच दशलक्ष कुटुंबे हा व्यवसाय करतात. भारतीय शेळ्यांमध्ये जमनापारी, बारबरी, बीटल, पंजाब, सुरती या जाती चांगल्या समजल्या जातात. शेळ्या अत्यंत चपळ व काटक असतात. डोंगर, कपारी, तीव्र चढ त्या सहज चढून जातात. त्यामुळे हिमाचल प्रदेशात लाहोल, स्पिती व त्याच्या आसपासच्या ४००० मी. उंचीपर्यंत शेळीपालन व्यवसाय आढळतो. भारतात बिहार, झारखंड, राजस्थान, उत्तर प्रदेश, मध्य प्रदेश व महाराष्ट्रात शेळीपालन व्यवसाय प्रामुख्याने आढळतो.

**तक्ता ९.४**

**शेळीपालन**

| देश | शेकडा शेळ्या |
|---|---|
| भारत | २० |
| नायजेरिया | १० |
| पाकिस्तान | ६ |
| इथियोपिया | ५ |
| सुदान | ४ |

राजस्थानात मारवाडी या नावाची जात पाळली जाते. ती मांसासाठी प्रसिद्ध आहे. शेळीचा चारा व खाद्य तयार करून पुरविल्यास बंदिस्त शेळीपालन करता येते. ल्यूसर्न, बर्सिम, शेवरी, बाभूळ, मका, हिरवा पावटा, शेंगदाणे पेंड, हरभरा, ओट्स, गहू यांचा समावेश शेळीखाद्यात करतात. बंदिस्त शेळीपालनात सकस आहार, स्वच्छ पाणी यामुळे चांगले आरोग्य राखले जात असल्याने मांस, कातडी व दूध चांगल्या प्रतीचे मिळते. बंदिस्त शेळीपालनास चालना मिळण्यासाठी अवर्षणप्रवण क्षेत्रात एकात्मिक ग्रामीण विकासयोजना, जिल्हा पशुसंवर्धन खाते, समाजकल्याण खाते यांच्यामार्फत मार्गदर्शन व वित्तीय साहाय्य मिळते. तीस शेळ्या व एक बोकड एका माणसास रोजगार उपलब्ध करून देतात. त्यासाठी दहा हजार रुपये भांडवल गुंतवणूक करावी लागते. वार्षिक तीन हजार रुपये नफा होऊ शकतो. शेळीचे दूध विशेष काळजी घेतल्यास वासविरहित मिळू शकते. ते गाईच्या दुधासारखेच पोषक असल्याने शेळी-पालनास व्यावसायिक स्वरूप प्राप्त होऊ शकेल.

## (४) कृषिपर्यटन

कृषिपर्यटन हे पर्यटन व्यवसायातील एक नवीन क्षेत्र आहे. औद्योगिकीकरण, शहरीकरण यांचे पर्यटन हे अपत्य आहे असे म्हणतात. दीर्घकाळ काम, ताणतणाव, स्पर्धा, दैनंदिन प्रवास यांनी मानवी जीवन व्यापले आहे. यातून काही काळ विश्रांती, शांतता व मोकळेपणा मिळावा ही प्रत्येकाची गरज झाली व पर्यटन व्यवसाय विकसित झाला. चांगली कमाई, उच्च राहणीमान, प्रवासाची-नवीन प्रदेश बघण्याची-अनुभवण्याची आवड याची जोड पर्यटनव्यवसायात विविधता आणण्यात मिळाली. शेतीप्रमाणेच पर्यटनव्यवसाय हा रोजगार निर्माणकारी व्यवसाय आहे. एका पर्यटकाला

सर्व प्रकारच्या सेवा-सुविधा पुरविण्यासाठी आठ ते दहा माणसांना रोजगार प्राप्त होतो.

वास्तविक कृषिपर्यटन हे ग्रामीण पर्यटन, इको-टुरिझम, ॲडव्हेंचर टुरिझमचा एक भाग आहे. उष्णकटिबंधीय देशांमध्ये अनेकविध प्रकारची कृषी उत्पादने होतात. यामुळे कृषिपर्यटनास मोठा वाव आहे. कृषिप्रधान देशांमध्ये ग्रामीण भागातील कृषी पर्यावरणाचा उपयोग कृषिपर्यटनासाठी करून घेतला जातो. शेतकरी, त्याची शेती व गाव हे कृषिपर्यटनातील तीन मूलभूत घटक होत. शेती हे प्राथमिक व्यवसायक्षेत्र पर्यटन या तृतीय श्रेणीतील सेवा व्यवसायाशी जोडले गेल्याने दोन्ही क्षेत्रांना त्याचा लाभ होत आहे.

## कृषिपर्यटनाची वैशिष्ट्ये

(१) **कमी खर्चातील पर्यटन** - कृषिपर्यटनासाठी पर्यटकाला येणारा खर्च हा इतर पर्यटनासाठी येणाऱ्या खर्चापेक्षा कमी असतो. कारण ग्रामीण भागात खाद्य पदार्थ, पेये, स्थानिक प्रवास, वास्तव्य, मनोरंजन इत्यादींसाठी करावा लागणारा खर्च त्यामानाने कमी असतो.

(२) **कृषी व ग्रामीण क्षेत्राविषयी जिज्ञासा** - शहरांमधून वास्तव्य करणाऱ्या लोकांना विशेषतः मुले, युवक, अभ्यासक यांना ग्रामीण जीवनाविषयी जिज्ञासा, कुतूहल असते. ग्रामीण भागातील लोकांची राहणी, आहार-विहार, पशुधन, शेतीतील निरनिराळी कामे, शेती अवजारे, कृषी उत्पादनांचे हंगाम याविषयी शहरातील लोकांनी अनुभव घ्यावा, जाणून घ्यावे असे वाटते. तसेच ग्रामीण भागातून कामानिमित्ताने शहरात स्थलांतर केलेल्यांना आपल्या मूळ गावाविषयी ओढ वाटते. त्यामुळे शहरातील लोक कृषिपर्यटनाकडे आकर्षित होतात.

(३) **संपूर्ण कुटुंबासाठी शक्य असणारे पर्यटन** - शहरांमध्ये जागेच्या टंचाईमुळे विभक्त कुटुंबे लहान जागेत राहत असतात. नातेवाईक, आप्तस्वकीय, ज्येष्ठ यांच्यासमवेत एकत्रित जाता येण्याच्या दृष्टीने कृषिपर्यटन हा उत्तम पर्याय ठरतो. कारण कृषिपर्यटनात विविध वयोगटातील लोकांना एकाच वेळी विविध उपक्रम उपलब्ध होऊ शकतात. विहीर, नदीतील पोहणे, डुंबणे, शिवार फेरी, झाडावर चढणे, फळे तोडणे, बैलगाडी फेरी, निसर्गसान्निध्यात फिरणे, मंदिरे व इतर धार्मिक उपक्रमात सहभागी होणे; ग्रामीण खेळ, जत्रा, उत्सव अशा अनेक गोष्टींची उपलब्धता असल्याने कुटुंबातील विविध वयोगटांना पर्याय उपलब्ध असतात व एकत्रित आनंदही उपभोगता येतो.

**(४) आरोग्यदायी पर्यटन** - कृषिपर्यटन ग्रामीण परिसराशी निगडित असल्याने स्वच्छ हवा, शांतता, निसर्गसान्निध्य, ताण-तणाव नसलेला दिनक्रम यामुळे पर्यटक ताजेतवाने होतात. शिवाय ग्रामीण भागात निसर्गोपार केंद्रे, आयुर्वेदिक उपचार केंद्रे असतात. त्याचा फायदा पर्यटक घेतात. सेंद्रिय शेतीतील उत्पादने, औषधी वनस्पती, ग्रामीण उद्योगातील उत्पादने पर्यटकांना आकर्षित करतात.

**(५) ताज्या कृषी उत्पादनांचे आकर्षण** - कृषी उत्पादने मोसमी व नाशवंत स्वरूपाची असतात. फळे, भाजीपाला, फुले, ताजे मासे अशी उत्पादने विशिष्ट काळातच उपलब्ध असतात. शेतावरच त्यांचा आस्वाद घेणे आनंददायी असते. चेरी, स्ट्रॉबेरी, द्राक्षे, संत्री, कलिंगडे अशी फळे बाजारात पाठविण्याबरोबरच काही शेतकरी ती शेतावरच तोडून खाण्यासाठी उपलब्ध करून देऊ लागले आहेत. 'चेरी ब्लॉसम फेस्टिवल' तैवानमध्ये फेब्रुवारी-मार्च मध्ये असतो. 'तैपेही इंटरनॅशनल फ्लोरा एक्सपोझिशन' हे पुष्पप्रदर्शन नोव्हेंबर ते एप्रिल दरम्यान आयोजित केले जाते.

कोलंबियामध्ये कॉफीमळ्याची सफर व पशुपालनासाठी प्रायोगिक पाहणी सहल शेतकरी व पर्यटन-व्यावसायिक एकत्रित आयोजित करतात. भारतात कृषिपर्यटन स्थिरावू लागले आहे. केरळमधील निसर्गोपचार व आयुर्वेदिक उपचार केंद्रे, कोकणातील आंबा, काजू, मसाल्याचे पदार्थ महोत्सव, जम्मू-काश्मीरमधील सफरचंद, केशरमळे यांची सहल, पश्चिम बंगाल-आसाम भागातील चहाच्या मळ्यांची सफर, हुरडा पार्टी, द्राक्षमळा व वाईन टेस्टिंग अनुभव ही त्याची काही उदाहरणे आहेत. ऑस्ट्रेलिया व अर्जेंटिनातही कृषिपर्यटन व्यवसाय स्थिरावला आहे. तेथे 'चेरी पिकिंग', 'स्ट्रॉबेरी पिकिंग' या नावाने कृषिपर्यटन लोकप्रिय आहे.

**(६) शिक्षण, प्रशिक्षण व कृषिपर्यटन** - कृषी अभ्यासक, जीवशास्त्रज्ञ, सामाजिकशास्त्रे अभ्यासक, संशोधक, प्रशिक्षणार्थी यांना प्रत्यक्ष पाहणी, प्रयोग, सर्वेक्षण व प्रशिक्षण प्राप्त होण्यासाठी कृषिपर्यटन उपयुक्त ठरते. ग्रामीण भागातील हस्तकला, रीतिरिवाज, यात्रा, जत्रा, उत्सव यांच्या निरीक्षणासाठी, संशोधनासाठी, सहभागासाठी कृषिपर्यटन हे उत्तम माध्यम ठरते.

जागतिक पर्यटन व्यवसायवाढीचा वेग वार्षिक चार टक्के इतका आहे. परंतु, भारत, श्रीलंका, थायलंड, सिंगापूर, मलाया, इंडोनेशिया, फिलीपिन्स या आशियाई देशांमध्ये पर्यटन व्यवसायवाढीचा वेग दहा टक्के इतका अधिक आहे. कृषी-हवामानातील विविधतेमुळे कृषिपर्यटन हे पर्यटन व्यवसायवाढीस उपयुक्त ठरू लागले आहे. कृषी हंगाम व हंगामोत्तर सेवादरात फरक ठेवल्यास वर्षभर अशा प्रकारचे पर्यटन होऊ शकते असा अभ्यासकांचा व कृषितज्ज्ञांचा सल्ला आहे.

### (५) मधुमक्षिकापालन

पिकाची उत्पादनवाढ, मध व मेण यांसारखी आनुषंगिक उत्पादने यासाठी मधुमक्षिकापालनाचा व्यवसाय केला जातो. उष्णकटिबंधीय देशांमधे हा एक पारंपरिक व्यवसाय आहे. इजिप्तमध्ये ख्रिस्तपूर्व १४५० वर्षे पासून हा व्यवसाय केला जात असल्याचे पुरावे प्राप्त झाले आहेत. म्हणूनच इजिप्तला मधमाशीपालनाची जननी म्हणतात.

मधमाशा मध गोळा करण्यासाठी फुलोरा आलेल्या झाडांवर फिरतात. यामुळे परागीभवन अधिक चांगले होऊन फलधारणा वाढते व परिणामी वीस ते चाळीस टक्के पिकाचे उत्पादन वाढते. मधुमक्षिकापालनाचा शेतीच्या दृष्टीने हा महत्त्वपूर्ण उपयोग आहे. नैसर्गिकरीत्या मधमाशा उंच झाडावर अथवा उंच इमारतीच्या आडोशाला पोळे बांधतात; परंतु अशा नैसर्गिक पोळ्यांमधून फारसा चांगला व भरपूर मध व मेण मिळत नाही. शास्त्रशुद्ध आधुनिक मधमाशापालन दुहेरी हेतूने केले जाते. मधमाशांच्या पेट्या फुलोरा आलेल्या पिकाजवळ, फळझाडांजवळ ठेवतात त्यामुळे परागीभवन वाढून फलधारणा चांगली होते तसेच मधपेट्यात संकलित झालेल्या मधाचे उत्पादन चांगल्या गुणवत्तेचे होते. फळगळ होत नाही. यामुळे वीस ते चाळीस टक्के उत्पादनवाढ होते.

प्राणिशास्त्राच्या दृष्टीने मधमाशा 'एपिडी' कुळातील असतात; म्हणून मधमाशा पालनास एपीकल्चर (Apiculture) म्हणतात. व्यावसायिक मधुमक्षिकापालनात विशिष्ट प्रजातीच्या मधमाशा पाळतात. एपिस फ्लॉरी, मेलिफेरा युरोपा, एपिस केराना इंडिका, डोसार्टा या सर्वाधिक उपयुक्त प्रजाती आहेत. मधमाशांचा एक समूह दहा हजार ते वीस हजार माशांनी बनलेला असतो. त्यात तीन प्रकारच्या माशा असतात. एक राणीमाशी, नरमाशा, कामकरी माशा व त्यांची पिल्ले अशांचा एक समूह असतो. राणीमाशी फक्त पुनरुत्पादनाचे काम करते. कामकरी माशा मध गोळा करण्यासाठी फुलांवर फिरतात. त्यांच्या विशिष्ट ग्रंथीतून बाहेर पडणाऱ्या मेणापासून त्या पोळे बांधतात. पोळ्याचे स्थान, आकार, बांधणी व मधसंकलन या कामात त्या सतत व्यग्र असतात. विशेष म्हणजे पोळे नीटनेटके व स्वच्छ ठेवण्याचे काम त्या करतात.

मधुमक्षिकापालनासाठी मधपेटी, मधयंत्र, संरक्षणसाधने, बिव्हेल स्वार्मनेट, मधमाशा समूह व मधसाठवणूकपात्र असे साहित्य आवश्यक असते.मधमाशा असलेली पेटी पिकाजवळ, पिकात ठेवतात. कापूस, तूर, आंबा, नारळ, लिंबूवर्गीय फळझाडे, निलगिरी, जांभळे, सूर्यफूल या पिकांना मधमाशांचा अधिक फायदा झालेला दिसून येतो. किमान दहा पेट्या ठेवल्यास हा व्यवसाय पिकाच्या दृष्टीने व मध-मेण उत्पादनासाठी किफायतशीर ठरतो. मध हा दाट द्रव असून त्यात औषधी गुणधर्म असतात. मधात लेव्ह्यूलोज या शर्कराजन्य घटकाचे प्रमाण सर्वाधिक असते. त्याशिवाय डेक्स्ट्रोज, पाणी व माल्टोज ही घटकद्रव्ये असतात.

**तक्ता क्र. ९.५ मधातील घटक**

| घटक | शेकडा प्रमाण |
|---|---|
| लेव्ह्यूलोज | ३८.०० |
| डेक्स्ट्रोज | ३१.०० |
| पाणी | १७.०० |
| माल्टोज | ९.०० |
| सक्रोज | १.४० |
| आम्लप्रथिने | १.०० |

उष्णकटिबंधातील अनेक देशांमध्ये मधुमक्षिकापालन केले जाते.अर्जेंटिना हा या प्रदेशातील प्रथम क्रमांकाचा देश असून भारत दुसऱ्या स्थानावर आहे. त्यानंतर मेक्सिको, इथियोपिया, ब्राझील, टांझानिया या देशातही एक महत्त्वपूर्ण व्यवसाय आहे. अनेक आफ्रिकी देशांमध्ये हा एक पारंपरिक व्यवसाय आहे पण आता त्याला आधुनिक शास्त्रशुद्ध मधमाशापालनाची जोड मिळाली आहे. कॅमेरून, केनिया, नायजेरिया, सेनेगल, स्वाझीलँड व मोरोक्को या देशांमध्येही लक्षणीयरीत्या मधमाशा पाळल्या जातात. आग्नेय आशियात पापुआ न्यु गिनी, फिलिपीन्स, व्हिएतनाम हे देश या व्यवसायात आघाडीवर आहेत तर दक्षिण अमेरिकेत कोलंबिया, एल् सॅल्व्हेडोर, हे अर्जेंटिनासारखेच व्यापक मधुमक्षिकापालन करणारे देश आहेत.

**तक्ता क्र. ९.६ : मधउत्पादन**

| देश | मधउत्पादन ००० टन | मधपोळे संख्या |
|---|---|---|
| अर्जेंटिना | ९३.४२ | २०४०,००० |
| भारत | ५२.२३ | ९८,०००,०० |
| मेक्सिको | ५०.६३ | - |
| इथियोपिया | ४१.२३ | ४४,०००,०० |
| ब्राझील | ३३.७५ | - |
| टांझानिया | २८.६८ | - |

जगात मधमाशापालनात चीनचा प्रथम क्रमांक लागतो. या देशात २९३ हजार टन मधाचे उत्पादन १२ लाख मधपोळ्यांपासून प्राप्त होते.

भारतात मधमाशांच्या चार प्रजाती पाळल्या जातात शिवाय युरोपमधून आयात केलेली एपिस मिलिफेरा ही प्रजाती यशस्वी ठरली आहे. आग्या, काटेळी, पोयाच्या व सातपुडी ही भारतीय मधमाशांच्या प्रजातींची नावे आहेत. या प्रजातीच्या एका पेटीमधून दहा ते पंधरा किलो चांगला मध मिळतो. एपीस मिलीफेरा ही प्रजाती उत्तर भारतात पंजाब, हरियाणा, हिमाचल प्रदेश, उत्तर प्रदेश व बिहार या राज्यांत पाळली जाते. त्यांच्या एका मधपेटीपासून चाळीस किलोपर्यंत मध मिळतो. सेंद्रिय शेती, शाश्वत शेती व शेतीपूरक व्यवसाय म्हणून मधुमक्षिकापालनाचे महत्त्व वाढते आहे.

**६) रोपवाटिका व्यवसाय** – गेल्या काही वर्षांत फुलोत्पादन, औषधी – सुगंधी वनस्पती लागवड, वृक्षशेती असे शेतीनिगडित परंतु वेगळ्या स्वरूपाच्या उत्पादनाखालील क्षेत्र वाढत आहे. या प्रकारच्या उत्पादनांना चांगल्या दर्जेदार रोपांची, कलमांची, कंदांची व बियाणांची आवश्यकता असते.

जातिवंत रोपे, कलमे, कंद व बियाणे अनुकूल परिस्थितीत, विशेष काळजी घेऊन संरक्षित जागेत तयार करण्याचा व्यवसाय म्हणजे रोपवाटिका व्यवसाय होय. रोपे तयार करणे, त्यांची नोंद, माहिती ठेवणे, मातृवृक्ष निवडणे, या सर्वांची देखभाल, संरक्षण करणे अशा रोपवाटिकेतील कामांसाठी प्रशिक्षित अनुभवी व्यक्तींची गरज असते. वनस्पतीशास्त्र, जीवशास्त्र, पर्यावरण याची माहिती व जाण असणे हे या व्यवसायासाठी आवश्यक असते.

शहरांमधून शोभिवंत फुलझाडे, क्रोटॉन – कॅक्टसवर्गीय वनस्पती, बोनसाय गटातील वनस्पती, ऑर्किड पुष्पे यांना मोठी मागणी असते. उद्योगसमूहांच्या इमारती, मोठ्या प्रशासकीय इमारती, सहकारी गृहनिर्माण समूह, विशेष वास्तू, बागा यांच्यासाठी रोपवाटिका व्यावसायिक विविध सेवा पुरवितात. ग्रामीण भागात शेती उत्पादन निगडित रोपवाटिका व शहरी भागात शोभिवंत वनस्पती रोपवाटिका व त्या आनुषंगिक सेवा पुरविणे या व्यवसायात शक्य असते.

उष्णकटिबंधात जैवविविधता असल्याने तसेच वनस्पतीवाढीस अनुकूल हवामान व मृदा असल्याने अनेक देशांमध्ये हा व्यवसाय विकसित झाला आहे. सामाजिक वनीकरण विभाग, कृषी विद्यापीठे व व्यवसाय मार्गदर्शन केंद्रांतर्फे माळीकाम व इतर व्यावसायिक कौशल्यांचे प्रशिक्षण रोपवाटिकासंगोपन व्यावसायिकास प्राप्त होऊ शकते.

साधारणपणे एक हेक्टर क्षेत्रात रोपवाटिका आखणी करावयाची झाल्यास त्या क्षेत्राचे पाच किंवा सहा भाग केले जातात. बियाणे पेरवाफे, जातिवंत मातृवृक्ष लागवड, कुंड्या व पॉलीथिन पिशव्या यामधे रोपे तयार करून ती ठेवण्यासाठी पॉली टनेल, पॉली हाउस, विक्रीयोग्य रोपांकरिता निवारा, अवजारे, यंत्रे, उपकरणे, खते ठेवण्यासाठी

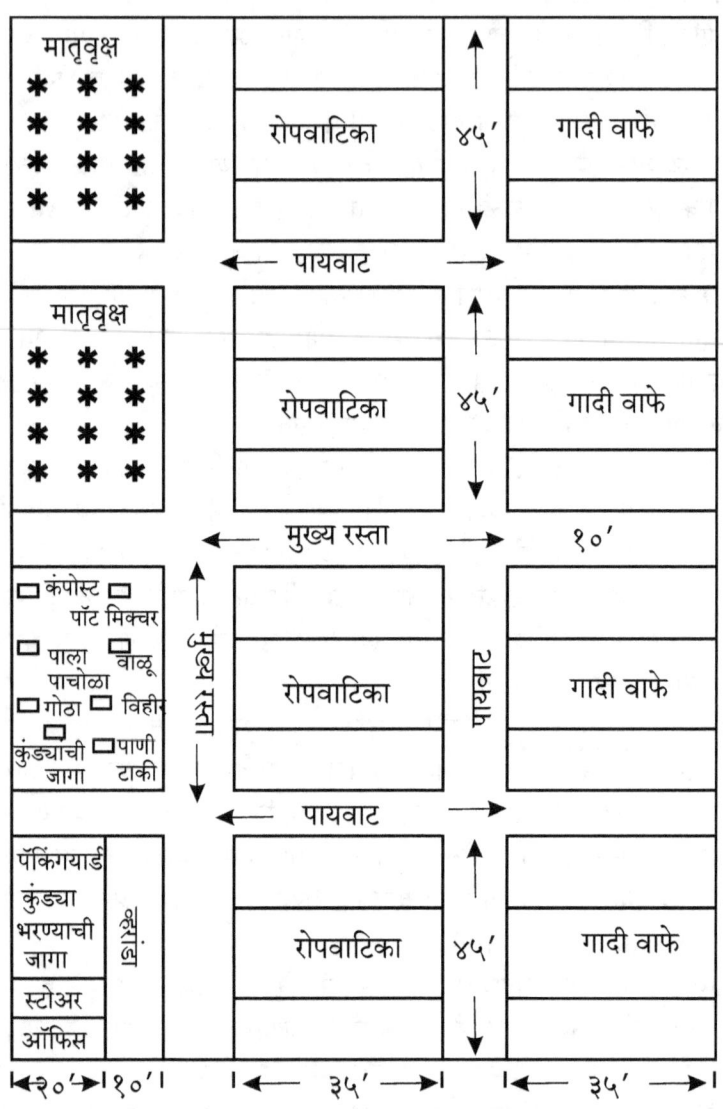

मातृवृक्ष
रोपवाटिका
४५′
गादी वाफे
पायवाट
मातृवृक्ष
रोपवाटिका
४५′
गादी वाफे
मुख्य रस्ता
१०′
कंपोस्ट
पॉट मिक्चर
पाला पाचोळा
वाळू
गोठा
विहीर
कुंड्याची जागा
पाणी टाकी
मुख्य रस्ता
रोपवाटिका
पायवाट
गादी वाफे
पायवाट
पॅकिंगयार्ड
कुंड्या भरण्याची जागा
स्टोअर
ऑफिस
रोपवाटिका
४५′
गादी वाफे
२०′
१०′
३५′
३५′

**रोपवाटिका आरेखन**

खोली, पाणी पुरवठ्यासाठी विहीर, जलकुंभ, वीजपंप, सिंचन संच व कार्यालय यांसाठी रोपवाटिकेत जागा वाटा व पायवाटा ठेवून विभागली जाते. ग्रामीण भागासाठी रोपवाटिका असल्यास महामार्गापासून रोपवाटिकेत येण्यासाठी पक्का रस्ता असावा. यामुळे शेतकऱ्यांना रोपे, कलमे, बियाणे नेण्यासाठीची वाहने थेट रोपवाटिकेत आणता येतात. रोपे – कलमे नाजूक असल्याने किमान हाताळणी करावी लागते. या व्यवसायात चांगली, सशक्त रोपे पुरविणे, खात्रीचे इच्छित वाण पुरविणे हे विश्वासार्हतेचे काम असते.

मळ्याची शेती, फळबागा, फुलशेती, वृक्षशेती ज्या ज्या देशांमध्ये केली जाते त्या त्या देशांमध्ये रोपवाटिकाव्यवसाय वृद्धिंगत झाला आहे.

### ब) उष्णकटिबंधीय शेतीतील आधुनिक तंत्रज्ञान

कालची शेती पारंपरिक, आजची शेती आधुनिक व उद्याची शेती शाश्वत असे म्हटले जाते. वाढणारी लोकसंख्या, बदलणाऱ्या गरजा, जागतिकीकरण, स्पर्धा, गुणवत्तापूर्ण उत्पादनांची वाढती मागणी यांमुळे आधुनिक तंत्रज्ञानाच्या वापराशिवाय शेतीला पर्याय नाही. शेतीविकासास आधुनिक तंत्राची जोड कशी उपयुक्त ठरू शकते ते जैवतंत्रज्ञान, पॉलीहाउस, ऊतीसंवर्धन व अन्नप्रक्रिया उद्योग यांच्या संदर्भातील माहितीतून स्पष्ट होते.

**१) जैवतंत्रज्ञान** – जमिनीतून सातत्याने पिके घेतल्याने अनेक समस्या निर्माण होतात. या समस्यांचे निराकरण करण्यासाठी जे विविध उपाय योजले जातात त्यांपैकी जैवतंत्रज्ञान हा एक चांगला पर्याय आहे. पिकाची उत्पादनवाढ, पिकावरील रोग व किडीचे नियंत्रण, दर्जेदार उत्पादन प्राप्त करण्यासाठी सजीवांचाच उपयोग करण्याचे तंत्र म्हणजे जैवतंत्रज्ञान होय. शेतीकामातील विविध स्तरांवर इतर सजीवांचा सहभाग वाढवून सहकार्य घेण्याचे हे तत्त्व आहे. जीवाणूद्वारा कीडनियंत्रण, फळधारणा वाढविणे, सूक्ष्मजीवांचा वापर व ऊति–संवर्धन हे जैवतंत्रज्ञानाचे विविध अविष्कार होत. जैवतंत्रज्ञान संशोधन, वापर ही खर्चिक बाब असल्याने उष्णकटिबंधातील अविकसित व विकसनशील देशांमध्ये अलीकडे या तंत्राचा वापर व प्रसार होऊ लागला आहे. परंतु ऑस्ट्रेलिया, अर्जेंटिना, साउथ आफ्रिका या देशांमध्ये याचा स्वीकार बहुतांश शेतकऱ्यांनी केला आहे.

**अ) जिवाणूद्वारा नियंत्रण** – शेतात उगविणारे तण व रोपावरील कीड नियंत्रित करण्यासाठी निरनिराळ्या जीवाणूंचा वापर करण्याचे तंत्र म्हणजे जीवाणूद्वारा नियंत्रण होय. निसर्गातील अन्नसाखळीच्या क्रियेनुसार एक जीव दुसऱ्या जीवाचे अन्न असते.

याचा या तंत्रात यथायोग्य वापर केलेला असतो. काही कीटकांचे तण हे खाद्य असते. त्यामुळे असे कीटक तणांचा नाश करण्यासाठी शेतात सोडतात. हवाई बेटांवर उसाच्या मळ्यात लँटेना कॅमरा नावाचे तण बेसुमार पसरते. विशिष्ट फुलपाखरे या तणाची फुले खातात त्यामुळे तणाची वाढ व प्रसार रोखली जाते. दक्षिण भारतात निवडुंगवर्गातील अनावश्यक वनस्पती शेतात वेगाने वाढते. कोचिनल या ढेकूण वर्गातील कीटकांचे ते अन्न असते. त्यामुळे कोचिनलचा उपयोग या तणावर नियंत्रण मिळविण्यासाठी करतात. मेक्सिको व पेरू या देशांत या कीटकाच्या वेगळ्या प्रजाती याच कारणासाठी वापरतात. कोचिनलची लॅसिफेरा लॅक्का ही प्रजाती निवडुंग खाऊन लाख निर्माण करते त्यामुळे ही प्रजाती दुहेरी फायद्याची आहे. दक्षिण आशियाई देशांमध्ये भातशेतीचे नुकसान करणारे तुडतुडे व मिजमाशा यांचे नियंत्रण करण्यासाठी बेडूक, बदके व कोळी पाळले जातात.

**ब) फळधारणावृद्धी** – परागीभवन व फळधारणा या नैसर्गिक घटना असल्या तरी खात्रीशीर उत्पादनवाढीचा उपाय म्हणून या क्रिया हेतुपूर्वक घडवून आणल्या जातात. मधमाशा, भुंगे, फुलपाखरे अशा कीटकांना आकर्षित करणारी फुलझाडे लावली जातात. पिके फुलोऱ्यावर आल्यावर अशा कीटकांना हेतुपूर्वक शेतात सोडले जाते. मधुमक्षिकापालनाचा हा एक महत्त्वाचा उद्देश असतो. आंबा, नारळ, जांभळे, निलगिरी यांच्या उत्पादनात या तंत्रामुळे वाढ झालेली दिसून आली आहे. जवस, सूर्यफूल, तीळ या पिकांच्या फुलांवर शेतकरी हलकेच हात फिरवतात. यामुळे परागीभवन चांगले होऊन उत्पादनवाढ होते. अशा हेतुपूर्वक केलेल्या परागीभवनामुळे जी फलधारणा होते तिची फळगळ कमी होते असे निदर्शनास आले आहे.

**क) सूक्ष्मजीवांचा वापर** – शेतीयोग्य मृदांच्या दृष्टीने सूक्ष्मजीवांचे अस्तित्व महत्त्वपूर्ण असते. मृदेतील विशिष्ट सूक्ष्मजीव विशिष्ट कार्य करतात. हवेतील नत्र वायू मृदेत स्थिर करण्याचे कार्य ऱ्हायझोबियम हे सूक्ष्मजीवाणू करतात. अशाच प्रकारे अझोला, अझॅटोबॅक्टर, नायट्रोसोमोनॉस हे सूक्ष्मजीव मृदेत कार्य करतात. सातत्याने पिके घेतल्याने, रासायनिक खतांचा व पाण्याचा मुक्तपणे वापर केल्याने मृदेतील सूक्ष्मजीवांचे अस्तित्वच धोक्यात येते. मृदेत सूक्ष्मजीवांचे योग्य ते प्रमाण राखण्यासाठी बियांणावर सूक्ष्मजीवांच्या मिश्रणाचा लेप दिला जातो. अशा बीजप्रक्रियेमुळे सुप्तावस्थेत असलेले सूक्ष्मजीव मृदेतील अनुकूल स्थितीनुसार क्रियाशील होतात. काही वेळा जीवाणुयुक्त द्रावण मृदेत तीस सें. मी खोलीवर टोचतात. यास 'मायक्रोबियल इनॉक्युलेशन', 'नायट्रोजन फार्मिंग' असे म्हटले जाते. यासाठी हे सूक्ष्मजीव प्रयोगशाळेत अनुकूल परिस्थितीत वाढवून त्यांचे पुनरुत्पादन घडवून आणतात. मृदेतील नत्राचे प्रमाण वाढल्याने नत्रखताची गरज रहात नाही.

गांडुळ हा सूक्ष्मजीव नसला तरी त्याचाही उपयोग गांडुळ खताद्वारे मृदा-संवर्धनासाठी केला जातो. डार्विनच्या मते गांडुळे ही निसर्गातील नांगर आहेत. त्यामुळे मृदामिश्रणाचे कार्य घडून येते.

**ड) ऊतिसंवर्धन** – ऊतिसंवर्धन हे तंत्र जैवतंत्रज्ञानाचाच एक भाग असले तरी त्याचा प्रसार, विस्तार व महत्त्व वाढल्याने त्याचा स्वतंत्र विचार करावा लागतो. वनस्पतीतील विशिष्ट ऊती (टिश्यू) व पेशी पोषणद्रव्यात जोपासून बेणे म्हणून त्यांचा वापर करणे म्हणजे ऊतिसंवर्धन होय. विशिष्ट गुणधर्म असलेल्या ऊतींची निवड केली जात असल्याने तयार होणारे बेणे सशक्त व अपेक्षित गुणधर्माचे असते. त्यातून मिळणारे उत्पादन चांगल्या दर्जाचे अपेक्षित रंगाचे, चवीचे, टिकाऊ असते.

**२) पॉली हाउस** – काही मौलिक पिकांच्या अभिवृद्धीसाठी त्यांचे विशेष संगोपन व संरक्षण करण्याच्या उद्देशाने बांधले जाणारे घर म्हणजे पॉली हाउस होय. पॉलीथिलीन या रासायनिक द्रव्यापासून बनवलेले मोठे ताव (शीट) हे घर बांधण्यासाठी वापरतात म्हणून याला पॉली हाउस असे म्हटले जाते. पॉलीथिन जलरोधक असते. मात्र त्यातून प्राणवायू व कार्बन-डाय-ऑक्साइड यांची आवक-जावक काही प्रमाणात होऊ शकते. पॉलीथिन टिकाऊ, हाताळण्यास सोपे व स्वस्त असल्याने त्यापासून आच्छादने बनविता येतात. सूर्यकिरणांचा मात्र त्यांच्यावर विपरीत परिणाम होऊन ते खराब होते म्हणून काही वर्षात ते बदलावे लागते.

पॉली हाउसचा आकार अर्धगोलाकार किंवा उतरत्या छपराच्या लोखंडी सांगाड्यावर आच्छादून लहान-मोठे कसेही करता येते. हवा खेळती राहण्यासाठी व पुरेसा प्रकाश आत येण्यासाठी वायुवीजन व्यवस्था केलेली असते. यासाठीचे पॉलीथिन रंगाने पांढरे, फिकट हिरवे अथवा निळे असते, ज्यामुळे आत प्रकाश वाढतो. पॉली हाउसमधील तपमान, आर्द्रता व वारा नियंत्रण करण्यासाठी उपकरणे बसवलेली असतात. साधारणपणे १५° सें तापमान राखले जाते. आर्द्रता राखण्यासाठी झारीने अथवा तुषार-फवारा वापरून पाणी शिंपडले जाते. पॉली हाउसच्या मध्यभागी जाण्यायेण्यासाठी वाट ठेवून दोन्ही बाजूंना वेगवेगळ्या उंचीची बाके ठेवतात. त्यावर लहान मोठ्या कुंड्या, खोकी, ट्रे ठेवून त्यात शोभिवंत झाडे, रोपे व कलमे तयार करतात. नियंत्रित व सुयोग्य हवामानामुळे पॉली हाउसमध्ये बिया, रोपे, कलमे लवकर व खात्रीशीर रुजतात व त्यांची वाढ चांगली होते. ज्यात रोपे तयार करावयाची त्यात वाळू, चांगली माती व मॉस यांचे योग्य प्रमाणातील मिश्रण रुजवण माध्यम म्हणून वापरतात, पॉलीथिन पिशव्या वापरल्या जाऊ लागल्या आहेत. त्यात आर्द्रता टिकून राहते व ने-आण करण्यास त्या सोयीच्या असतात. उष्णकटिबंधात प्रखर ऊन, अधिक

तपमान, जोरदार पाऊस, वादळी वारे यामुळे रोपांचे चटकन नुकसान होते. पॉली हाउसमुळे त्यांना संरक्षण मिळते.

शहरी बाजारपेठेजवळील पॉली हाउसमध्ये रंगीत, सुंदर, नाजूक फुलांची रोपे, शोभेच्या रंगीत पानांची रोपे, कंद इत्यादी जोपासतात. बहुतांश रोपवाटिका व्यावसायिकांकडे पॉलीटनेल किंवा पॉली हाउस असते. मंडई बागायती करणारे शेतकरी पॉली हाउसचा वापर करतात. जरबेरा, ट्युलिप, कार्नेशन, ग्लॅडिओला, डेलिया, क्रिसँथमम्, ऑर्किड्स यासारखी फुले, स्ट्रॅबेरी, ब्लूबेरीसारखी नाजूक फळे अशी एरवी उष्णकटिबंधात खुल्या हवेत होऊ न शकणारी उत्पादने पॉली हाउस तंत्रामुळे उपलब्ध होऊ शकतात. सध्या हे तंत्र मोठे शेतकरी, बडे कृषी उद्योजक यांनाच परवडू शकते कारण हे तंत्रज्ञान जसे खर्चिक आहे तसेच त्यास प्रशिक्षित, कुशल मनुष्यबळाची गरज असते. पॉली हाउसची किंमत कमी होण्यासाठी पॉलिथिनच्या ऐवजी पॉलीव्हिनिल क्लोराइड (पी व्ही सी) फिल्म, फायबर ग्लास, पॉलीएस्टर फिल्म असे पर्याय उपलब्ध होऊ लागले आहेत. उत्पादनाची हमी व चांगला भाव मिळण्याची खात्री यांमुळे अनेक शेतकरी या आधुनिक तंत्राकडे वळत आहेत. ऑस्ट्रेलिया, भारत, ब्राझील, साउथ आफ्रिका, मलेशिया येथे पॉली हाउस तंत्र अधिकतर प्रमाणात वापरले जाऊ लागले आहे.

**३) ऊतिसंवर्धन –** इच्छित गुणवत्तेचे व प्रतीचे उत्पादन मिळविण्याचा मार्ग म्हणजे ऊतिसंवर्धनाचा स्वीकार होय. वनस्पती व प्राण्यांमधील विशेष गुणधर्म असलेल्या ऊतींची (टिश्यू) व पेशींची (सेल्स) निवड करून त्यांची वाढ विशिष्ट पोषणद्रव्यात केली जाण्याच्या तंत्रास ऊतिसंवर्धन म्हणतात. १९८७ पासून हे तंत्र अवगत झाले असले तरी त्यासाठी उच्च प्रतीचे संशोधन, अभ्यास व तंत्रज्ञान आवश्यक असते. त्यामुळे ते महागही असते. ऊतिसंवर्धन ही एक सूक्ष्मजीव पुनरुत्पादनपद्धती आहे.

एखाद्या पिकातील किंवा प्राण्यातील अवगुण, दोष टाळून त्यातील उत्तम गुणवत्तेच्या पेशी व ऊती प्रयोगशाळेत अनुकूल परिस्थितीत स्वतंत्र करून घेतात. नंतर त्यांचे विशिष्ट द्रवात संगोपन, पोषण करतात. अशा  ऊती चांगले वाण किंवा बेणे म्हणून वापरण्यात येतात. अशा पिकाचे अथवा प्राण्याचे उत्पादन सशक्त, निरोगी, इच्छित चवीचे, रंगाचे, स्वादाचे व आकाराचे असते. काही फळझाडे, फुलझाडे, पिके, गुरे, शेळ्यामेंढ्या यांच्या बाबतीत हे तंत्र यशस्वी ठरले आहे. ऊस, टोमॅटो, गाजर, आले, सूर्यफूल, बटाटा, द्राक्षे, केळी, अनेकविध फुले, लिंबूवर्गीय फळे यांच्या उत्पादनांसाठी ऊतिसंवर्धन उपयुक्त व लोकप्रिय ठरले आहे. हे तंत्र प्रथम डेन्मार्क, नेदरलँड्स, यु. के. या देशांमध्ये वापरले गेले व विस्तारले असले तरी आता ते काही

उष्णकटिबंधीय देशांमध्येही वापरले जाऊ लागले आहे. यासाठी विशेष उपकरणे, प्रयोगशाळा, शास्त्रज्ञ यांची आवश्यकता असल्याने हे तंत्रज्ञान नवीन व खर्चिक असे आहे.

भारतात कृषिसंशोधक डॉ. स्वामिनाथन, डॉ. व्ही. जगन्नाथन, डॉ. ए. एफ. मस्कारेन्हास यांनी चेन्नई, बंगळुरू, व पुणे येथे संशोधन करून केळी, बटाटे, द्राक्षे, फुले यांच्या उत्पादनासाठी वापरले आहे. ऊतिसंवर्धनाचा खर्च कमी करण्यासाठी पोषणद्रव्य म्हणून नाचणी वा ओट्सचे पीठ, साखर, व काही रसायने यांचा वापर यशस्वीपणे केला आहे. त्यामुळे हे तंत्र शेतकऱ्यांपर्यंत पोहोचू शकले. तमिळनाडू, आंध्र प्रदेश, हिमाचल प्रदेश, उत्तर प्रदेश व केरळ या राज्यांमध्ये बटाटे, केळी, ऊस व निलगिरी यांच्या उत्पादनासाठी ऊतिसंवर्धन तंत्र वापरले जात आहे.

उत्पादनाची प्रतिकारशक्ती वाढणे, पोषणमूल्य उंचावणे, इच्छित रंग, चव, स्वाद, आकार अशा अनेक गुणात्मक सुधारणा केवळ ऊतिसंवर्धनामुळे साध्य होतात. हे तंत्र आत्मसात करून प्रत्यक्ष वापरण्यासाठी शेतकरी चांगला शिक्षित व नवे तंत्र स्वीकारणारा असावा लागतो. यामुळे आफ्रिकी व काही दक्षिण आशियाई देशांमध्ये हे तंत्र थोड्याच शेतकऱ्यांनी स्वीकारले आहे. मिश्र शेतीत व मळ्याच्या शेतीत या तंत्राचा वापर अधिक दिसून येतो.

**४) अन्न प्रक्रिया –** बहुतांश कृषी उत्पादने मोसमी व नाशवंत स्वरूपाची असतात. ताज्या उत्पादनांचे सेवन आरोग्यदायी असले तरी त्यांची उपलब्धता मोसमी व स्थानिक स्वरूपाची असते. टिकावूपणा मर्यादित असल्याने ती दूरवरच्या बाजारपेठेत पाठविण्यात अडचणी असतात. म्हणून कृषीमालावर विशिष्ट संस्करण करून त्यांची बारमाही उपलब्धता करून देण्याचे तंत्र अन्नप्रक्रिया व्यवसायात साध्य करतात. परंतु यामुळे अशा उत्पादनाची विक्रीकिंमत वाढते व स्थानिक बाजारपेठेत त्यांची मागणी मर्यादित होण्याची शक्यता असते. म्हणून निर्यातक्षमता व देशान्तर्गत दूरवरच्या बाजारपेठेत पाठविण्याची शक्यता विचारात घेणे योग्य असते. धान्य, फळे, भाज्या इत्यादी उत्पादने टिकविण्याच्या पद्धतींची सुरूवात प्रथम घरगुती स्वरूपावरच झाली. विशेष म्हणजे यात महिलांचा अनुभव, निरीक्षण क्षमता, उपक्रमशीलता व प्रायोगिकता यांचा फार मोठा वाटा आहे. या पद्धतीमध्येच अधिक शास्त्रशुद्धता, संशोधन व तंत्रज्ञान यांचा वापर करून अन्नप्रक्रियाव्यवसाय निर्माण झाला. विसाव्या शतकांच्या प्रारंभी या तंत्राचा वापर सुरू झाला असला तरी त्याची व्यापकता जागतिकीकरणामुळे वाढली आहे. प्रगत देशांत व शहरीकरण झालेल्या प्रदेशांत स्त्रिया नोकरी व कामधंद्यानिमित्ताने अधिक वेळ घराबाहेर राहू लागल्या. शहरात पुरुषांचे कामानिमित्त स्थलांतर होऊ लागले

व 'रेडी टू ईट' खाद्य पदार्थांची मागणी वाढू लागली. अन्नप्रक्रिया करण्याच्या उद्योगात स्त्रियांना रोजगारही उपलब्ध झाला. कार्यक्षम वाहतूक, जगभरातील देशातून मागणी, स्पेशलायझेशन, बदलणाऱ्या खाण्या-पिण्याच्या आवडी यांमुळेही अन्नप्रक्रियातंत्रास महत्त्व प्राप्त झाले आहे. अविनाशी वा अधिक टिकाऊ कृषीमाल प्रक्रिया व नाशवंत कृषीमाल प्रक्रिया या स्वतंत्र आहेत.

**अविनाशी (टिकावू) कृषीमाल प्रक्रिया** – विविध धान्ये, कडधान्ये, डाळी, तेलबिया, मसाल्याचे पदार्थ, कॉफी, कोको अशी अनेक कृषिउत्पादने पूर्णत: अविनाशी नसली तरी ती योग्य काळजी घेतल्यास काही वर्षे टिकविता येऊ शकतात. परंतु, यांची साठवणूक व वाहतूक अडचणीची ठरू शकते. असा कृषीमाल व्यापक प्रदेशातून संकलित करून त्याची प्रतवारी केली जाते व त्याचे सुयोग्य असे पॅकिंग करतात. तरीही त्यांचे वजन व आकारमान अधिक असल्याने त्यांपैकी काही प्रमाणातील उत्पादनावर प्रक्रिया केली जाते. काही वेळा उत्पादन भरपूर झाल्याने मालाचा उठाव होत नाही. किमती घसरतात. यासाठी प्रक्रिया करणे सयुक्तिक ठरते. गहू, तांदूळ, ज्वारी, बाजरी, मका, ओट्स यांचे पोहे (फ्लेक्स), भरड पीठ करून त्यात बदाम तुकडे, बेदाणे, जवस भरड, मध इत्यादी घालून मिश्रण करतात. त्यात दूध घालून ते खाता येत असल्याने शहरांमधून लोकप्रिय ठरले आहे. ऑस्ट्रेलियासारख्या प्रगत देशात चाळीस टक्के लोक सकाळची न्याहरी अशी 'सिरियलस्' खाऊन करू शकतात. धान्यांची पिठे बनविणे, डाळींचे उत्पादन, विविध मसाल्याच्या पदार्थांचे तुकडे व पावडर करणे, कॉफी व कोकोच्या बियांपासून पावडर करणे, या प्रमुख प्रक्रियांशिवाय त्यांचे खाद्यपदार्थ बनविण्याचा उद्योग प्रत्येक देशात दिसून येतो. प्रक्रिया केलेल्या पदार्थांचे पोषणमूल्य वाढविण्यासाठी त्यात व्हिटॅमिन्स, खनिजे, लोह, कॅल्शियम यांचे सुयोग्य प्रमाण घातले जाते. गृहिणींचे श्रम व वेळ वाचत असल्याने व पोषणमूल्येही चांगली मिळत असल्याने शहरी बाजारपेठा, सुपर मार्केट्स या उत्पादनांनी काबीज केल्या आहेत.

**नाशवंत कृषीमाल प्रक्रिया** – फळे, भाज्या, पालेभाज्या ही उत्पादने मोसमी व नाशवंत असतात. या उत्पादनांना पूरक व चौरस आहारात महत्त्वपूर्ण स्थान आहे. परंतु ही उत्पादने परिपक्व झाल्यावर ठराविक काळच टिकतात. उष्णकटिबंधात तर ही समस्या अधिक तीव्र स्वरूपाची आहे. म्हणून त्यांच्यावर विशिष्ट संस्कार करून त्यांची बारमाही उपलब्धता करून देणे उपयुक्त ठरते. फळे व भाजीपाला यांच्यामधे असलेल्या वितंचकांमुळे (एन्झाईम्स) त्यांची तोडणी झाल्यावर काही तासातच विघटन सुरू होते. त्यांचा रंग, स्वाद, चव, वास, यांच्यात बदल होऊन ते खराब होतात. उष्ण दमट हवामानात या क्रिया काही तासांतच सुरू होतात. अनेक वेळा बाजारात माल पोहोचून

ग्राहकापर्यंत येण्याच्या अवधीतच खराब होतो.

फळे, भाजीपाला टिकविण्यासाठी मीठ, साखर व व्हिनेगर यांचा प्रामुख्याने वापर केला जातो. त्यापासून जॅम्स, जेली, मार्मलेड, मुरंबे, अर्क, रस, लोणचे, सॉस, केचप, चटण्या, असे अनेकविध पदार्थ केले जातात. शिवाय काही उत्पादने वाळविणे, खारविणे, तुकडे करणे, गोठविणे, शीतकरण अशा क्रियांनी टिकवले जातात.

अन्नप्रक्रिया उद्योगात अणुऊर्जेचा वापर उपयुक्त ठरू लागला आहे. बी-बियाणे, खते, कीटकनाशके व कृषिउत्पादन यावर नियंत्रित किरणोत्सार (रेडिएशन) केल्यास त्यांची उपयुक्तता वाढते. भुईमूग, कडधान्ये, मोहरी, भात, सोयाबीन, ताग अशा काही पिकांच्या प्रजातींवर किरणोत्सार वापरून अधिक उत्पादन देणाऱ्या प्रजाती तयार केल्या गेल्या आहेत.

सेसबानिया रोस्ट्राटा हे हिरवळीचे खत अणुऊर्जा तंत्र वापरून तयार करण्यात आल्याने लहान शेतकऱ्यांना त्याचा खूपच फायदा झाला आहे. त्याशिवाय केळी, अननस, ऊस यांचे गुणवत्तापूर्ण वाण निर्माण केले गेले आहे.

भारतात भाभा, ॲटॉमिक रिसर्च सेंटरने या संदर्भात मोलाचे कार्य केले आहे. 'कोबाल्ट सिक्स्टी' यापासून किरणोत्सार निर्माण करून नियंत्रित पद्धतीने ते वापरले जाते. नवी मुंबई येथे मसाल्याचे पदार्थ, नाशिक जिल्ह्यातील लासलगाव येथे कांदा टिकविण्यासाठी, अणुकिरणोत्सार केंद्रे उभारली आहेत. त्याशिवाय कोलकाता, सोनेपत, अंबरनाथ, वडोदरा येथे धान्य, डाळी, फळे, मांस, सागरी उत्पादने यांच्यावर किरणोत्सर्ग उपचार केंद्रे आहेत.

अन्नप्रक्रिया उद्योग उत्पादनक्षेत्रात उभारणे किफायतशीर ठरते. ग्रामीण भागात रोजगारनिर्मितीस हे सहाय्यकारी ठरते. दक्षिण आशियाई देशातील दाट लोकसंख्या व उत्पादनांची विविधता यांमुळे या व्यवसायासाठी ही एक जागतिक बाजारपेठच ठरू लागली आहे. कृषिक्षेत्र व उद्योगक्षेत्र यांना एकत्रित आणणारा हा व्यवसाय अनेक देशांत किफायतशीर ठरू लागला आहे.

❐

प्रकरण १०

# उष्णकटिबंधातील शाश्वत शेतीपद्धती

---

सेंद्रिय शेती

पीक फेरपालट (क्रॉपरोटेशन) आणि  गट शेती (ग्रुप प्लँटेशन)

कीड व तणव्यवस्थापन

---

वर्तमान शेतीमुळे पर्यावरणाचा ऱ्हास होत आहे. दुसऱ्या महायुद्धानंतर लोकसंख्या वेगाने वाढू लागली, अन्नधान्याची वाढती मागणी पूर्ण होण्यासाठी कृषिउत्पादनात वाढ करण्याचे अथक प्रयत्न करण्यात आले. हरितक्रांतीच्या स्वीकारातून निर्माण केले गेलेले संकरित वाण, रासायनिक खते, कीटकनाशके यांचा वापर, मुक्त जलसिंचन यामुळे उत्पादनवाढ साध्य झाली. या शेतीचे असे सकारात्मक परिणाम दिसले तरी त्याचा विपरीत परिणाम पर्यावरणावर झाला. जंगलतोड, मृदाधूप, पाणी व मृदा प्रदूषण, अनारोग्य असे अनेक दुष्परिणाम दिसू लागले. एकंदरीत जगातील शेतीव्यवसायामुळे पर्यावरणाची हानी होत आहे आणि त्याचे दूरगामी परिणाम पुढील पिढ्यांवर होणार आहेत असे अभ्यासकांच्या नजरेत आल्यानंतर सुमारे दोन ते तीन दशकापूर्वी पर्यावरणाचे जतन, संरक्षण करण्याच्या उद्दिष्टाने शेतीच्या पद्धतीमध्ये बदल सुचविण्यात आले. जगाच्या निरनिराळ्या भागात त्या त्या परिसराला सुयोग्य ठरतील अशा काही शेती

करण्याच्या पद्धती निर्माण झाल्या. उष्णकटिबांधातील परिस्थितीत अनुकूल ठरतील अशा शाश्वत शेतीच्या पद्धतींमध्ये सेंद्रिय शेती, पीक फेरपालट व गट शेती आणि जैविक कीड व तणव्यवस्थापन या महत्त्वपूर्ण पद्धती आहेत.

उष्णकटिबंधीय शेती म्हणजे मूलतः निर्वाही शेती होय. या प्रदेशातील खूप मोठ्या लोकसंख्येचा शेती हा मूलाधार आहे. या प्रदेशात शेतीयोग्य जमीन हे शाश्व किंवा निरंतर संसाधन मानण्यात येते. त्यामुळे तिचा वापर ही त्याच शाश्वत पद्धतीने पर्यावरणपूरक व्हावयास हवा. अशा विचारातून शाश्वत शेती संदर्भात विविध प्रयोग, प्रयत्न सुरू झाले आणि त्यातून पुढील पर्याय उपलब्ध झाले.

## सेंद्रिय शेती

पर्यावरणाशी साधर्म्य ठेवून, चिरस्थायी उत्पन्न देणारी, प्राणीमात्रांचे हित जोपासून केली जाणारी शेती म्हणजे सेंद्रिय शेती होय. प्रारंभिक अवस्थेतील शेती ही वास्तविक सेंद्रिय शेतीच होती. परंतु, त्यानंतर उत्पादनवाढीसाठी शेतीत आमूलाग्र बदल झाले. संकरित बी-बियाणे, रासायनिक खते - कीटकनाशके, मुक्त जलसिंचन यामुळे उत्पादन वाढ साध्य झाली तरी त्यात सातत्य राहीले नाही. खते व कीटकनाशकांमुळे, अतिरिक्त जलसिंचनामुळे शेतजमिनीचा दर्जा खालावू लागला. किडींची प्रतिकारशक्ती वाढली. कीटकनाशकांचा अंश उत्पादनात येऊ लागला. उत्पादन खर्च वाढला पण उत्पादन वाढले नाही व शेतकरी कर्जबाजारी झाला. शेती तोट्याची होऊ लागली. अशा समस्याग्रस्त शेतीस दुष्टचक्रातून सोडविण्याच्या उपायांपैकी एक उपाय म्हणजे सेंद्रिय शेतीचा अवलंब हा आहे. पर्यावरणाला व मानवी आरोग्याला हानी न पोहोचविता अपेक्षित उत्पादन देणारी अशी ही शेती आहे.

स्थानिक पीक पद्धतीत परंपरागत अशी जी पिके घेतली जातात त्यातील काही पिके निवडून सेंद्रिय शेती पद्धतीचा अवलंब करता येतो. या शेतीत रासायनिक खतांचा वापर केला जात नाही. ऊसाचे पाचट, कापसाच्या पऱ्हाट्या, शेतातील धसकट, पालापाचोळा, शेण, मलमूत्र, माती, पाणी यांचे मिश्रण करून कुजवण्याच्या क्रियेतून सेंद्रिय खत तयार करता येते. उष्णकटिबंधातील उष्ण, दमट-कोरडे हवामान सेंद्रिय खत, गांडुळ खत निर्मितीसाठी अनुकूल असल्याने व शेतीच्या परिसरातील अन्यथा वाया जाणाऱ्या टाकावू जैविक पदार्थांपासून ही खते तयार होत असल्याने ती कमी खर्चात मिळतात. जैविक खते वापरली जातात. ऱ्हायझोलीयम, अझाटोबॅक्टर, अझोला, नायट्रोसोमोनॉस, ब्लू-ग्रीन अल्गी ही सूक्ष्मजीवाणूयुक्त खते नत्राचे स्थिरीकरण करतात. तर पी. एस. बी, व्ही. ए. मायकोरायझा ही स्फुरद प्राप्त करून देण्यात साहाय्यकारी खते

वापरली जातात. या शिवाय दर हेक्टरी चार ते पाच टन गांडुळ खत व तितकेच शेणखत वापरले जाते. या खतांना पाण्याची गरजही कमी लागते. पिकाची प्रतिकारक्षमता वाढते व कीड-रोगाची लागण होण्याचा संभव कमी होतो.

सेंद्रिय शेतीचा मृदेसही फायदा होतो. मृदेचा पोत सुधारतो, सच्छिद्रता वाढते व पिके घेऊनही ती सुस्थितीत राहते.

सेंद्रिय शेतीत जैविक कीड व तणनाशके वापरली जातात. कडुनिंब, तुळस, तंबाखू, एरंड, शेवंती, लसूण, झेंडू अशा वनस्पतींपासून अर्क, भुकटी, द्रावण तयार करतात व फवारणी करतात. भुंगेरे, इक्विमोनस, कॅपसिटी अशा भक्षक कीटकांपासून भक्ष्यकीडींचे नियंत्रण करतात. यामुळे उत्पादनात कीटकनाशकांचा अंश उतरत नाही.

कोणत्याही पिकाची लागवड करताना त्यात काही ओळी सापळा पिकाच्या लावतात. ज्वारी व मका मिसळून काही ओळी पेरल्यास पक्षी ज्वारीवरील अळ्या, कीड खातात. तसेच मिश्र पीक लावल्यास मूलद्रव्य व्यवस्थापन होऊ शकते. उदाहरणार्थ, मका-तूर, कापूस-सोयाबीन, ज्वारी-सोयाबीन, गहू-मोहरी, हरभरा इत्यादी. काही शेतकरी ऊसासारखे नगदी पीक घेताना दोन ओळी दरम्यान थोडे कडधान्यांचे, तृणधान्यांचे, तेलबियांचे बियाणे एकत्र करून मिसळून पेरतात. पीक कापणी करून त्याचा अनावश्यक भाग तेथेच गाडून टाकतात. या मिश्र पिकांचे विविध स्राव व भागापासून ऊसासाठी काही मूलद्रव्ये प्राप्त होतात. माती, पाणी, जैविक-सेंद्रिय खते-कीटकनाशके यामुळे व त्यांच्या दरम्यान असणाऱ्या नैसर्गिक समायोजनामुळे सेंद्रिय शेती यशस्वी होत आहे.

सेंद्रिय शेती विखुरलेल्या स्वरूपात अनेक देशांमध्ये केली जात असली तरी आता दक्षिण आशियाई देशातील अनेक शेतकरी या शेतीकडे वळू लागले आहेत. बाजारपेठेत अशी उत्पादने वेगळी दिसावीत म्हणून वेष्टनावर 'ऑरगॅनिक प्रॉडक्ट' असा निर्देश असतो. उत्पादकाला त्यासाठी प्रमाणपत्र दिले जाते. ग्राहकही आवर्जून अशा उत्पादनांची खरेदी करतात. यावरून सेंद्रिय शेतीचे वाढते महत्त्व अधोरेखित होते.

### पीक फेरपालट आणि गटशेती

एखाद्या शेतात घ्यावयाच्या पिकांचे नियोजन करून विशिष्ट क्रमाने किंवा आलटून-पालटून पिके घेण्याच्या पद्धतीस पीक फेरपालट (क्रॉपरोटेशन) म्हणतात. कोणत्याही मृदेत एकच पीक दोन पेक्षा अधिक वेळा घेतल्यास मृदेतील पोषणद्रव्ये कमी होत जातात व मृदा असंतुलीत होते. उदाहरणार्थ बटाटा पिकास पोटॅशची अधिक गरज असते म्हणून हे पीक घेतल्यावर मृदेतील पोटॅशचे प्रमाण कमी होते तर गव्हाच्या पिकामुळे नत्राचे प्रमाण कमी होते. म्हणून बटाटा व गहू आलटून-पालटून लावल्यास

नत्र व पोटॅशची प्रमाणबद्धता राहते.

मृदा सुस्थितीत राखणे, शेतकऱ्याच्या गरजांची पूर्तता, पर्यावरणस्नेही पीक पद्धती ही पीक फेरपालट करण्याची उद्दिष्टे आहेत. अनेक शेतकऱ्यांनी अनुभवातून, प्रायोगिकतेतून स्थानिक स्तरावर उपयुक्त ठरणाऱ्या पिकांचे गट सिद्ध केले आहेत. पारंपरिक पीक फेरपालट करण्याच्या पद्धतीत तिसऱ्या वा चौथ्या वर्षी जमीन पडीक ठेवली जात असे. पण आधुनिक पद्धतीत जमीन पडीक राखण्याची आवश्यकता राहिलेली नाही.

'नॉरफोक क्रॉप रोटेशन' या नावाने जगप्रसिद्ध झालेले पीक फेरपालट तंत्र नॉरफोक या अमेरिकी कृषितज्ज्ञांनी तयार केले आहे. त्यांनी चार वर्षात कोणत्या क्रमाने पिके घेता येतील याचे पर्याय दिले आहेत. उदाहरणार्थ 'ए' या शेतासाठी प्रथम धान्य पीक (गहू) लावल्यास त्यानंतर घेवडा / वाटाणा / सोयाबीन / क्लोव्हर घास यांची लागवड करावी व नंतरच्या वर्षांमध्ये बार्लीसारखे भरड धान्य पीक, व कंदपीक – बीट किंवा टर्निप असे क्रम सुचविले आहेत. उष्णकटिबंधामध्ये बागायती क्षेत्रात व जिरायती क्षेत्रात भिन्न भिन्न पीक फेरपालट पद्धती आढळतात. भारत व शेजारील देशांमध्ये खरीप, रब्बी व झैद (उन्हाळी) अशा तीन हंगामात खालील पिके फेरपालट करण्यासाठी निवडली जातात.

१) खरीप मूग / उडीद – रब्बी ज्वारी

२) खरीप ज्वारी / बाजरी / सूर्यफूल – रब्बी हरभरा / भुईमूग

३) बागायती ज्वारी – कोबी / भाजीपाला, तूर, सोयाबीन – गहू / सूर्यफूल

४) खरीप भात – रब्बी कापूस / तूर

५) ऊस – गहू – मका

या व्यतिरिक्तही अनेक पर्याय आहेत. परंतु सर्वांचे मूळ तत्त्व सारखेच आहे. पीक फेरपालटाचे फायदे पुढीलप्रमाणे सांगता येतात–

१) द्विदल धान्ये व जैविक खतांमुळे नत्राचे स्थिरीकरण झाल्याने मृदा सुस्थितीत राहते.

२) धान्याबरोबर चारा पिके घेतली जात असल्याने जनावरांच्या चाऱ्याचीही सोय होते.

३) पिके बदलती असल्याने कीड व रोग टिकाव धरू शकत नाहीत.

४) पीक बदल करताना शेताची स्वच्छता, तण काढणी, हलकी नांगरट होत असल्याने मृदा सुस्थितीत राहतात.

५) मृदूसंधारण, शेतकऱ्यांच्या गरजांची पूर्तता व पर्यावरणपूरक तंत्र साध्य होते.

**गट शेती** – उष्णकटिबंधातील कृषिप्रधान देशांमध्ये अल्पभूधारक व सीमांत शेतकऱ्यांची संख्या खूप मोठी आहे. हे शेतकरी गरीब आहेत. अशा गरीब शेतकऱ्यांना अनेक शेती निविष्ठा प्राप्त करून घेण्यात अनेक अडचणी येतात. तसेच त्यांच्याकडील उत्पादनही त्यामानाने कमी असल्याने विपणनाच्या समस्याही असतात. यासाठी गेल्या काही वर्षात गट शेती ही संकल्पना राबवली जात आहे.

एखाद्या गाव व शिवारातील काही शेतकरी एकत्र येऊन गट स्थापन करतात. शेतीतज्ज्ञांच्या सल्ल्याने व सर्वानुमते पिकांची निवड व क्रम ठरवितात. सर्व शेतीकामे, बी–बियाणे, खते, कीटकनाशके यांची खरेदी, पाणी वाटप सहमतीने करून लागवडीसाठी अवजारे, उपकरणे, रोजगार यासाठी एकमेकांना साहाय्य करतात. साधारणपणे पंचवीस शेतकऱ्यांचा एक गट असतो. गाव व शिवार एकच असल्याने एकमेकांवर विश्वास व आत्मीयता असते. एखाद्या पीकासाठी सलग शेतीक्षेत्र मिळत असल्याने आर्थिकदृष्ट्या व कामे करण्याच्या दृष्टीने फायदेशीर ठरते. गट शेतीमुळे शेतकऱ्याची शेतीतील वैयक्तिक जोखीम कमी होते. शेती निविष्ठांचा पर्याप्त वापर होतो. सुधार योजनांपैकी गट किंवा समूह करून शेती करणे हे स्वीकारार्ह ठरले आहे.

कोरड्या प्रदेशातील शेतीक्षेत्रात गट शेती आढळते. महाराष्ट्रात मराठवाडा विभागातील अवर्षणप्रवण क्षेत्रात ही शेती यशस्वी ठरली आहे.

### कीड व तण व्यवस्थापन

रासायनिक किटक व तणनाशकांच्या वापरामुळे शेतीतील कीड, रोग व तण नियंत्रण प्रभावी ठरले आहे. पण त्यांच्या अविवेकी वापरामुळे काही दुष्परिणाम आढळू लागले आहेत. किडींमध्ये वाढलेली प्रतिकारशक्ती, मित्र कीटकांचा विनाश, दुय्यम किडींचा उद्रेक, उत्पादनात उतरणारा अंश, व मृदा प्रदूषण अशा गंभीर समस्या निर्माण झाल्या आहेत.

शाश्वत शेती पद्धतीत इतर वनस्पती व प्राण्यांच्या साहाय्याने पिकावरील रोग–कीड व तणाचा प्रसार यांचे नियंत्रण करणे शक्य होते. संकरित वाणाचा व रासायनिक खताचा वापर न केल्याने पिकाची अवास्तव कायिक वाढ होत नाही. सापळा पिकाच्या अंतर्भावामुळे ही कीड नियंत्रण साध्य होते. कोणत्याही पिकाची पेरणी करताना काही ओळी सापळा पिकाच्या पेरतात. उदाहरणार्थ, ज्वारीबरोबर मका मिसळल्यास मक्यावर पक्षी बसून ज्वारीवरील अळ्या व कीटक खाऊन टाकतात म्हणजे ज्वारीसाठी मका हे सापळा पीक होते. अशाच प्रमाणे ज्वारी–तूर, कापूस–सोयाबीन, कापूस–अंबाडी, तूर व तीळ असे पर्याय आहेत. सूर्यफूलाचे पीक तयार होत आल्यावर पोपटासारखे पक्षी

ते खातात म्हणून त्याच्या बरोबर धैंचा लावल्यास पोपटांचे खूपच नियंत्रण होते. नियंत्रणाचे दुसरे तत्त्व असे की कोणत्याही तणाचे व किडीचे विशिष्टप्रमाण वाढल्यावरच फवारणीचा उपाय केला जातो. शाश्वत शेती तज्ज्ञांनी प्रत्येक पिकाच्या तण, कीड व रोगाच्या नुकसानीची पातळी निश्चित केली आहे. ती पातळी ओलांडल्यावरच कीडनाशकाची फवारणी केली जाते. कारण निसर्गत: कीड-तण, रोगनियंत्रण होतच असते. उदाहरणार्थ, कापसावर प्रती पान २-३ तुडतुडे किंवा एका झाडावर एक-दोन बोंड अळ्या, प्रतिपान दहा पांढऱ्यामाशा, फुलकिडे असे प्रमाण दिसल्यासच फवारणी योग्य ठरते.

तण व किडीचे व्यवस्थापन करण्यासाठी काही वनस्पतीजन्य व काही प्राणीजन्य नाशके वापरली जातात.

**वनस्पतिजन्य कीडनाशके :** विशिष्ट पिकावर ठराविक किडींचा प्रादुर्भाव होतो. जे पीक किडीचे व रोगाचे अन्न नसते त्यावर ते वास्तव्य करत नाहीत. या गुणधर्माचा वापर करून वनस्पतिजन्य कीडनाशके तयार करतात. अशा वनस्पतींच्या पाने, फुले, फळे, बिया आणि मुळे इत्यादींचा वाटून, कुटून, वाळवून रस किंवा अर्क काढला जातो. पाणी किंवा मद्यार्क माध्यम म्हणून वापरतात आणि फवारणी करतात. कडुनिंब, एरंड, तंबाखू, तुळस, लसूण, कोरफड, निरगुडी, झेंडू, शेवंती यांचा उपयोग कीडनाशक म्हणून करतात.

**प्राणिजन्य कीडनाशके :** निसर्गातील परजीवी व परभक्षी कीटकांचा वापर निरनिराळ्या शत्रुकिडींवर नियंत्रण मिळविण्यासाठी केला जातो. ही एक सुलभ प्रदूषणमुक्त व सुरक्षित पद्धत आहे. भातशेतीत बेडूक व बदके पाळली जातात. ते भातशेताला लागणारी कीड खातात कारण तेच त्यांचे खाद्य असते. या प्रमाणेच इतर काही भक्षक कीटक आहेत. त्यांचा वापर मावा, तुडतुडे, अळ्या, माशा इत्यादींच्या नियंत्रणासाठी केला जातो.

**तक्ता क्र १०. १ : वनस्पतिजन्य व प्राणिजन्य कीडनियंत्रण**

| | वनस्पती | वनस्पतीचा भाग | नियंत्रण | प्राणीजन्य कीड नियंत्रण | |
|---|---|---|---|---|---|
| | | | | भक्षक कीटक | भक्ष्य |
| १ | कडुनिंब | लिंबोळ्या पाने, बिया | ३०० हन अधिक कीटक, बुरशी नियंत्रण | १. भुंगेरे | मावा, खवले कीड, पिठ्या ढेकूण फुलकिडे |
| २ | एरंड | पाने | बुरशी, सूत्रकृमी, कीटक नियंत्रण | २. कॅपसिडी<br>३.क्रायसोपाग्रीन | मिजमाशी, नॅबीड ढेकूण, रेडूव्हिड तुडतुडे, पांढरी माशी, पिठ्या ढेकूण |
| ३ | तंबाखू | पाने | मावा, खोडकिडे अळ्या नियंत्रण | ४. ट्रायकोग्रामा | बोंडअळी, खोडकिडा |

नमुन्यादाखल तक्ता क्र. १०.१ मध्ये किडीचे नियंत्रण करू शकणारे प्राणी व वनस्पती दिल्या आहेत. त्याशिवाय करंज, हळद, धोतरा यांचाही वापर केला जातो. याशिवाय काही अनुभवी शेतकऱ्यांनी निरनिराळे उपचार केलेले आहेत. गहू पेरण्यापूर्वी दुधात बुडवतात व गव्हाच्या पात्यावर दुधाची फवारणी करतात. यामुळे तांबेरा रोग होत नाही.रोग लागूच नये यासाठी संरक्षक उपाय केले जातात. नारळाच्या बुंध्याजवळ कोरफड, निरगुडीपाला व निंबोळी पेंड यांचे मिश्रण पसरतात.

सजीवांचीच नियंत्रणासाठी जोड, शेतकऱ्यांचे अनुभवी उपचार यांची सांगड घालून कमी खर्चाच्या पण परिणामकारक अशा या उपाययोजना आहेत.

❐

प्रकरण ११

# भारतातील शेती

---

भूमिउपयोग आकृतिबंध आणि प्रादेशिक उत्पादकतेचा आकृतिबंध

अ) हरितक्रांती

ब) उजाड - ओसाड भूमिविकास

शेती क्षेत्रातील नवीन विषय

१) अन्नसुरक्षा

२) शेतीक्षेत्रातील रोजगार - कामगारांचे प्रकार, भूमिहीन मजूर

३) प्रिसिजन फार्मिंग - आधुनिक तंत्राचा वापर : सुदूर संवेदन
भौगोलिक माहिती प्रणाली (जी.आय.एस)
ग्लोबल पोझिशनिंग सिस्टिम (जी.पी.एस)

४) कॉर्पोरेट फार्मिंग

---

भारतासारख्या खंडप्राय देशास कृषी संस्कृतीचा फार मोठा इतिहास आहे. शेती हा भारताचा कणा आहे. जरी राष्ट्रीय उत्पन्नात शेतीक्षेत्राचा वाटा कमी झाला असला तरी अजूनही खूप मोठ्या लोकसंख्येचा तो शाश्वत मूलाधार आहे. शेतीक्षेत्राकडून उद्योगांना अनेक प्रकारचा कच्चामाल प्राप्त होतो. वस्त्रोद्योग व साखर उद्योग हे कृषीमाल आधारित उद्योग भारतात यामुळेच भरभराटीस आले आणि गेल्या काही वर्षात अन्नप्रक्रिया उद्योगासारखे नवीन उद्योगही आघाडीवर आले आहेत. भारताच्या निर्यातीतही कृषिउत्पादने अग्रस्थानी आहेत. भारत अन्नधान्यउत्पादनात स्वयंपूर्ण झाला

असला तरी वाढत्या लोकसंख्येमुळे अन्नधान्याची वाढती मागणी पूर्ण करणे आव्हानात्मक ठरते आहे. अन्नसुरक्षा, शेतीतील नवीन नवीन तंत्रे, प्रयोग यामुळे शेतीक्षेत्रातही आमूलाग्र बदल होत आहे.

भारतातील भूमिउपयोगात शेतीचे स्थान समजणे महत्त्वाचे आहे. भूमिउपयोग स्थलकालानुरूप बदलत असला तरी त्यावर भूरचना, हवामान, मृदा आणि अनेक आर्थिक व सामाजिक घटकांचा प्रभाव आहे.

### भूमिउपयोग आकृतीबंध

भारतातील एकूण भूमिपैकी तीस टक्के पर्वतीय, सत्तावीस टक्के क्षेत्र पठारी व त्रेचाळीस टक्के क्षेत्र मैदानी आहे. या संपूर्ण भूमिप्रदेशात विविध प्रकारची संसाधने आहेत; म्हणून भूमिउपयोग जाणून घेणे महत्त्वपूर्ण ठरते. भारतातील भूमिउपयोगाची वैशिष्ट्ये लक्षात घेऊन त्यांचे पाच प्रमुख प्रकारांत वर्गीकरण केले जाते.

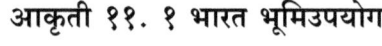

आकृती ११. १ भारत भूमिउपयोग

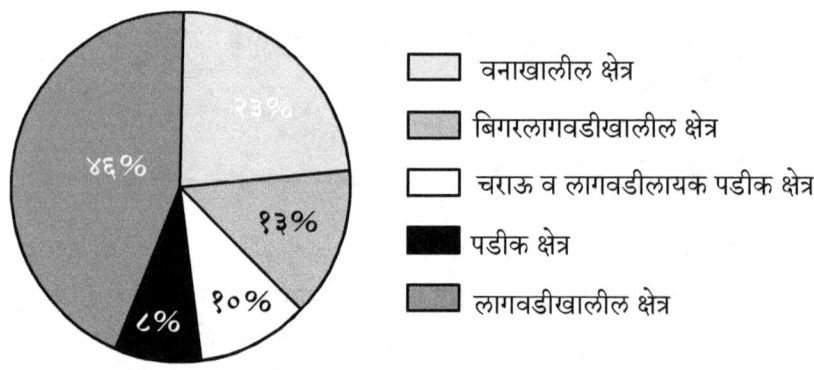

**१) वनाखालील क्षेत्र** – यात देशातील सर्व प्रकारच्या वनाखालील क्षेत्राचा समावेश होतो. सामान्यपणे पर्वतीय व डोंगराळ प्रदेशात तसेच जास्त पावसाच्या भागात दाट वने आहेत. इतर भागात पावसाच्या प्रमाणानुसार कमी–अधिक दाट वने आढळतात. मध्यप्रदेश, छत्तीसगड व अरुणाचल प्रदेश या राज्यांमध्ये वनक्षेत्र जास्त आहे तर पंजाब, हरियाणा या राज्यांमध्ये ते खूप कमी आहे.

**२) बिगरलागवडीखालील क्षेत्र** – रस्ते, लोहमार्ग, जलाशय व वस्त्या इत्यादींसाठीच्या भूभागाचा बिगरलागवडीखालील क्षेत्रात समावेश होतो. त्याशिवाय अती उंच, ओसाड व लागवडीस अयोग्य क्षेत्राचाही यात समावेश होतो. शहरीकरण

व औद्योगिकीकरण यांचा विस्तार होत असल्याने बिगरलागवडीखालील क्षेत्र वाढत आहे. पश्चिम बंगाल, तमिळनाडू, मेघालय, मिझोराम, अरुणाचल प्रदेश या राज्यांमध्ये असे क्षेत्र अधिक आहे.

**३) चराऊ व लागवडीलायक पडीक क्षेत्र** – भारतात कायमस्वरूपी कुरणे कमी आहेत. कायमस्वरूपी कुरणे, किरकोळ झाडाझुडपाखालील क्षेत्र व लागवड करण्यास योग्य पण सध्या लागवडीखाली नसलेल्या जमिनीचा या प्रकारात समावेश होतो; असे क्षेत्र प्रयत्नपूर्वक लागवडीखाली आणणे शक्य आहे. महाराष्ट्र, गुजरात, कर्नाटक, मध्य प्रदेश या राज्यांमध्ये असे क्षेत्र अधिक आहे.

**४) पडीक क्षेत्र** – काही काळ लागवडीखाली असलेली परंतु सध्या मात्र ती शेतीसाठी वापरली जात नाही अशा जमिनींना 'पडीक जमीन' म्हणतात. सातत्याने पिके घेतल्याने उत्पादकता कमी झाली की, त्या जमिनीत एक ते दोन वर्षे लागवड करत नाहीत व ती पडीक ठेवतात. पीक फेरपालटाचा एक भाग म्हणूनही काही काळ जमीन पडीक ठेवतात; अशा जमिनींचे क्षेत्र आठ टक्केच असले तरी शेतीक्षेत्र वाढवून उत्पादन– वाढ होण्याच्या दृष्टीने ती प्रयत्नपूर्वक लागवडीखाली आणता येऊ शकते.

**५) लागवडीखालील क्षेत्र** –

भारतात सुमारे १४२ दशलक्ष हेक्टर्स म्हणजे ४६% क्षेत्र लागवडीखाली आहे. भारताचा जगात दुसरा क्रमांक लागतो. लागवडीखालील क्षेत्राचे वितरण अतिशय असमान आहे. पंजाब, हरियाणा या राज्यांमध्ये सर्वाधिक क्षेत्र लागवडीखाली आहे. त्या खालोखाल पश्चिम बंगाल, उत्तर प्रदेश, महाराष्ट्र, गुजरात या राज्यांचा क्रमांक लागतो. उत्तराखंड, हिमाचल प्रदेश, अरुणाचल प्रदेश, मेघालय, मणिपूर, नागालँड या राज्यांमध्ये लागवडीखालील क्षेत्र खूपच कमी आहे. (नकाशा क्र. ११.१) खाद्यपिकांना अधिक महत्त्व असल्याने लागवडीखालील एकूण क्षेत्रापैकी ६६% क्षेत्र खाद्य पिकांखाली आहे.

लागवडीखालील क्षेत्र वाढविण्यास भारतात आज कमी वाव आहे. प्राकृतिक रचना व हवामान यांची प्रतिकूलता असलेल्या क्षेत्रामुळे लागवडीखालील जमिनीच्या वाढीवर बंधने आहेत. चराऊ व लागवडीलायक पडीक क्षेत्र काही उपचार करून, लागवडीखाली आणण्याचे प्रयत्न चालू आहेत त्यामुळे त्यात अल्पशी वाढ झाली आहे.

## प्रादेशिक उत्पादकता आकृतिबंध

भारतीय शेतकऱ्याचा खाद्यपिके घेण्याकडे कल असतो. भात, गहू, मका, ज्वारी, बाजरी, नाचणी ही धान्यपिके, कडधान्ये, तेलबीया, फळे व भाजीपाला अशा अनेक

## नकाशा क्र. ११.१ भारत : लागवडीखालील क्षेत्र

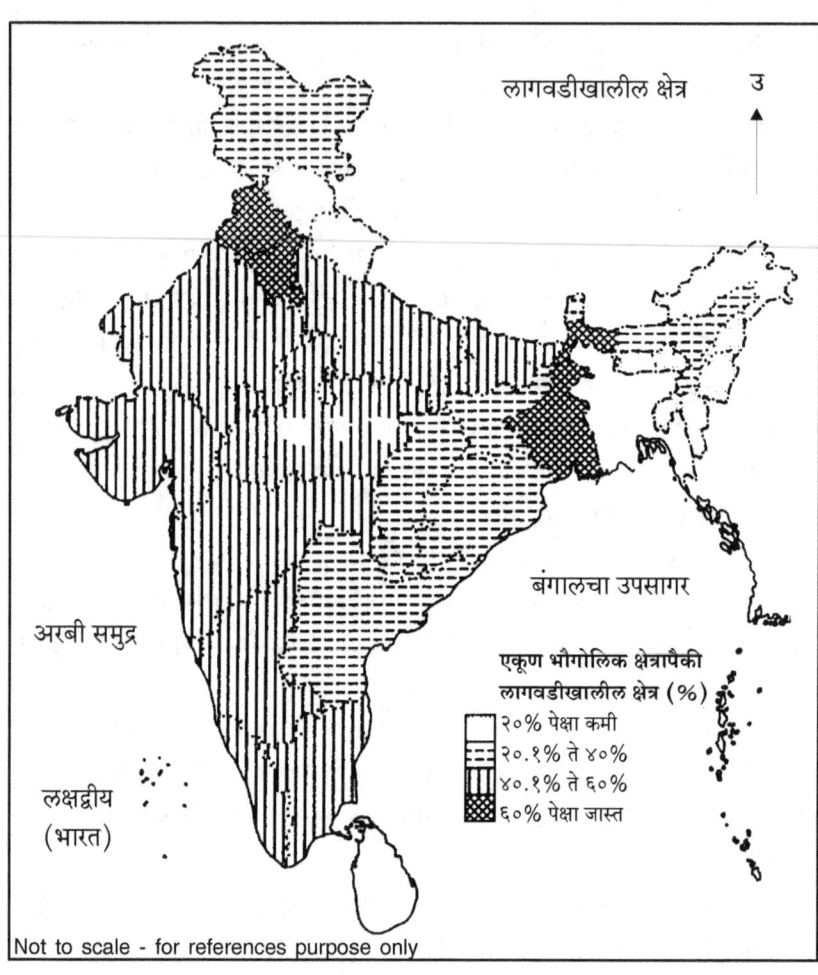

लागवडीखालील क्षेत्र    उ

बंगालचा उपसागर

अरबी समुद्र

लक्षद्वीप
(भारत)

एकूण भौगोलिक क्षेत्रापैकी
लागवडीखालील क्षेत्र ( % )
२०% पेक्षा कमी
२०.१% ते ४०%
४०.१% ते ६०%
६०% पेक्षा जास्त

Not to scale - for references purpose only

खाद्यपिकांचे वर्षभर उत्पादन घेतले जाते. स्वातंत्र्योत्तर काळात उत्पादनात व दर हेक्टरी उत्पादकतेत वाढ झाल्याने भारत अन्नधान्य उत्पादनात स्वयंपूर्ण झाला आहे. विशेषत: हरित क्रांतीनंतरच्या काळात लक्षणीय उत्पादनवाढ झाली; असे असले तरी जागतिक उत्पादकतेशी भारतीय उत्पादकतेची तुलना केल्यास आपली उत्पादकता कमी आहे असे दिसून येते. (तक्ता क्र. ११.१)

भूरचना, हवामान, मृदा, शेती निविष्ठा, कसण्याच्या पद्धती यातील विभिन्नतेमुळे भारतासारख्या खंडप्राय देशात उत्पादकतेत प्रादेशिक भिन्नता आढळते. साधारणपणे ज्या प्रदेशात मृदा सुपीक आहेत, जलसिंचन, सुधारित बी-बियाणे, खते यांचा सुयोग्य वापर केला जातो तेथे उत्पादकता चांगली आहे. पंजाब, हरियाणा, उत्तर प्रदेश या राज्यांची उत्पादकता चांगली आहे; तर ईशान्येकडील राज्ये व राजस्थानमध्ये उत्पादकता कमी आहे.

**तक्ता ११.१ भारत : उत्पादकता**

| पीक | देश | उत्पादन किलो / हेक्टर |
|---|---|---|
| भात | जपान | ६००० |
| | ऑस्ट्रेलिया | ५८०० |
| | इजिप्त | ५६०० |
| | भारत | २००० |
| गहू | जर्मनी | ६३०० |
| | इजिप्त | ४००० |
| | चीन | ३००० |
| | भारत | २६०० |

भारतात गव्हाचे दर हेक्टरी सरासरी उत्पादन २६०० किलो असले तरी पंजाब हरियाणाचे ते अनुक्रमे ३००० व ३३०० किलो इतके आहे तर महाराष्ट्राची गहू उत्पादकता १९०० किलो इतकी कमी आहे.

भात उत्पादनात पश्चिम बंगालची उत्पादकता अधिक असून वास्तविक भात हे दक्षिण भारतातील महत्त्वाचे पीक असूनही आंध्र प्रदेश तिसऱ्या स्थानावर आहे.

ऊस हे नगदी पीक आहे. देशातील त्याचे सरासरी उत्पादन हेक्टरी ७० टन आहे. परंतु तमिळनाडूत ते हेक्टरी १०६ टन व कर्नाटकात १०१ टन असे जास्त आहे. कोरडवाहू शेतीत ज्वारी हे महत्त्वाचे पीक आहे. त्यात महाराष्ट्र प्रथम क्रमांकावर तर कर्नाटक दुसऱ्या क्रमांकावर आहे. या विविध पिकांच्या उत्पादकतेवरून असे निदर्शनास

येते की भारतात प्रादेशिक उत्पादकता भिन्न भिन्न स्वरूपाची आहे. हरित क्रांतीनंतर गहू व भात यांची उत्पादकता वाढली. यात उत्तर भारतातील पंजाब व हरियाणा इतर राज्यांच्या तुलनेत आघाडीवर होते. परंतु, १९८५ नंतर असे निदर्शनास आले की, मुक्त जलसिंचन, खते व कीटकनाशकांचा भरपूर वापर यामुळे भूमिगत पाण्याची पातळी खालावली व मृदांची उत्पादकता खूप कमी झाली आहे. ऊसउत्पादनामुळेही उत्तर प्रदेश व महाराष्ट्रात मृदांची हानी होत आहे. शेती हे शाश्वत संसाधन आहे. त्याची हानी टाळण्यासाठी सेंद्रिय शेती, सूक्ष्म जलसिंचन, जैविक खते व कीटकनाशके यांचा वापर अशा शाश्वत उपाययोजना करून उत्पादकता टिकविण्याचे प्रयत्न सुरू झाले आहेत.

## अ) हरितक्रांती

भारताची वाढती लोकसंख्या व त्यामुळे वाढलेली अन्नधान्याची गरज पूर्ण करण्यासाठी शेतीउत्पादनात वाढ होणे अपरिहार्य ठरले. १९६४ मध्ये देशात ८९ दशलक्ष टन धान्योत्पादन झाले. त्यानंतर लगेचच दोन वर्षांत हे उत्पादन ७२ द. ल. टनांपर्यंत खाली आले. अन्नधान्याची तूट वाढल्याने ती भरून काढण्यासाठी आयातीशिवाय पर्याय नव्हता. शेतजमिनीच्या विस्ताराच्या शक्यता कमी होत्या. त्यामुळे उपलब्ध क्षेत्रातून उत्पादनवाढीसाठी वेगवेगळ्या उपायांचा अवलंब सुरू झाला.

अधिक उत्पादन देणाऱ्या संकरित वाणाची निर्मिती, खतांचा वापर, जलसिंचन, बहूपिक पद्धती यांसारख्या उपाययोजना अमलात आणण्याच्या दिशेने सुरुवात करण्यात आली. नवीन शेतीधोरण ठरविले गेले. गहू व तांदूळ यांच्या नवीन संकरित जाती मेक्सिको, पाकिस्तान, यू. एस. ए. या देशांमधून आणण्यात आल्या. तसेच मका, ज्वारी बाजरी यांचे संकरित वाण तयार करण्यासाठी देशातील काही राज्यातील क्षेत्र निवडण्यात आले. या सर्व धान्यपिकांच्या जाती अधिक उत्पादन देणाऱ्या आहेत म्हणून त्यांना 'हाय यिल्डिंग व्हरायटी' (एच्.वाय.व्ही.) असे संबोधण्यात येते. या वाणांच्या यशस्वितेसाठी खतांची विशिष्ट मात्रा, जलसिंचन, कीटकनाशकांचा वापर हे आवश्यक होते; अशा सुविधा पुरविल्या गेल्याने लक्षणीय अशी उत्पादनवाढ झाली. संकरित वाणाच्या लागवडीमुळे झालेल्या भरघोस उत्पादनवाढीस 'हरित क्रांती' असे संबोधले जाते.

हरित क्रांतीपासून झालेली उत्पादनवाढ ही प्रामुख्याने धान्यपिकांची होती; म्हणून काही शास्त्रज्ञ यास 'ग्रेन रेव्होल्यूशन' म्हणतात. पंजाबमध्ये गहू व आंध्र प्रदेशात तांदूळ यांच्या उत्पादनात भरघोस वाढ दिसून आली. पंजाबमधील गव्हाचे प्रति हेक्टरी उत्पादन १३०७ किलोग्रॅम इतके होते ते २२३८ कि. ग्रॅ. झाले. लुधियाना जिल्ह्यात गव्हाच्या संकरित वाणामुळे दर हेक्टरी ३३०० कि. ग्रॅ. इतके विक्रमी उत्पादन झाले. पंजाब व

हरियाणा मधील ८५% क्षेत्र अशा संकरित वाणांच्या लागवडीखाली आणले गेले. तर आंध्र प्रदेशात भातपिकांचे संकरित वाणाचे क्षेत्र विस्तारले. त्यानंतर मका, ज्वारी, बाजरी अशा भरड धान्यांच्या उत्पादनासाठीही असेच प्रयोग करण्यात आले. त्यांचीही उत्पादनवाढ झाली. परंतु, गव्हाच्या तुलनेत इतर पिकांचा प्रतिसाद कमी होता. याचे कारण असे आढळले की, ज्या प्रमाणात व ज्या पद्धतीने संकरित वाण, खते व जलसिंचन यांचे मृदेत समायोजन व्हावयास हवे होते तितके झाले नाही. या घटकात एकता – सुसंवाद (हार्मनी) साध्य झाल्यास अपेक्षित उत्पादनाचे लक्ष्य गाठले जाते जे गव्हाच्या बाबतीत साध्य झाले. आंध्र प्रदेशातील भातशेती मोसमी पावसावर अवलंबून असल्याने खत घातल्यावर खूप पाऊस झाल्याने खत वाहून जाण्याने खताची परिणामकारकता कमी झाली व अपेक्षित उत्पादन प्राप्त झाले नाही. परंतु भाताचे संकरित वाण पंजाबमध्ये जलसिंचनावर घेतले गेले तर त्याचा प्रतिसाद चांगला मिळाला. नियंत्रित व खात्रीशीर जलसिंचनाचा फायदा पंजाबच्या भातशेतीस झाला परंतु, भात हे मुख्य पीक असणाऱ्या आंध्र प्रदेशास मात्र, अपेक्षेइतका झाला नाही. गहू उत्पादनाचे यश पाहून बिहार व प. बंगालमध्येही गव्हाची लागवड मोठ्या प्रमाणात झाली.

हरितक्रांती तत्त्वाचा स्वीकार केल्याने १९७५ – ७६ च्या हंगामात भारतात १२१.०३ द. ल. टन इतके विक्रमी धान्याचे उत्पादन झाले. १९५१ – ५२ च्या तुलनेत ते दुप्पट होते. परंतु, १९७७ साली ते १११.५ द. ल. टन इतके घसरले; म्हणून हरितक्रांतीच्या संदर्भात आढावा घेण्यात आला. या आढाव्यात असे निदर्शनास आले की, धान्योत्पादनात वाढ झाली परंतु सर्व धान्यपिकांच्या बाबतीत व सर्व लागवडक्षेत्रात अपेक्षित यश मिळत नाही. ग्रामीण अर्थव्यवस्था फारच थोड्या भागात सुधारली. मोठ्या शेतकऱ्यांना त्याचा फायदा झाला. कोरडवाहू शेती व त्या शेतकऱ्यांकडे दुर्लक्ष झाले. भारतासारख्या खंडप्राय देशात प्रादेशिक विभिन्नतेमुळे एखाद्या भागात विशिष्ट पीक चांगले उत्पादन देते म्हणून इतरत्र तेच तंत्र वापरूनही तेच पीक चांगले उत्पादन देईलच असे नाही. या प्रादेशिक विभिन्नतेमुळेच पंजाब – हरियाणासारखे गव्हाचे उत्पादन इतरत्र होऊ शकले नाही. भारतात नैसर्गिक व सांस्कृतिक विभिन्नतेमुळे हरितक्रांतीचे तत्त्व सुयोग्य बदल करून अवलंबिले गेले पाहिजे हे अधोरेखित झाले.

१९८५ नंतर शेतीधोरणात बदल करण्यात येऊन कोरडवाहू शेती सुधार योजना, सेंद्रिय शेती प्रसार, जैवतंत्रज्ञान स्वीकार, धवलक्रांती, नील क्रांती, सूक्ष्म जलसिंचन विस्तार, शेतीपूरक व्यवसायांची जोड, मृदा व जलसंधारण अशा अनेक स्तरांवर कार्य करणाऱ्या योजना व उपक्रम सुरू करण्यात आले. हेही एक प्रकारे हरित क्रांतीचे यशच आहे असे म्हटले जाते.

## ब) उजाड – ओसाड भूमि विकास (वेस्ट लँड डेव्हलपमेंट)

उजाड व ओसाड असलेल्या जमिनी मशागतीस अयोग्य असल्याने त्यांचा समावेश 'वेस्ट लँड' म्हणजे उजाड – ओसाड भूमी या गटात केला जातो. पर्वतीय प्रदेश व वाळवंटी प्रदेशात अधिकतर असे क्षेत्र असते पण काही भागात शेतीक्षेत्रातच एखादा जमिनीचा तुकडा उजाड – ओसाड असा असतो; अशा जमिनींची उपयुक्तता वाढावी म्हणून त्यावर काही संस्कार, उपचार, दुरुस्ती करून विकास साध्य करण्याच्या पद्धतीस 'वेस्ट लँड डेव्हलपमेंट' संबोधले जाते.

१९८३ मध्ये 'नॅशनल लँड यूज अँड कॉन्झर्व्हेशन बोर्ड' आणि 'स्टेट लँड यूज बोर्ड' यांची स्थापना करण्यात आली. या संस्थांनी भूमिउपयोगाची धोरणे व उपाययोजना निश्चित करण्यासाठी प्रथम उजाड-ओसाड भूमी कोणकोणत्या प्रकारची असते व त्याचे देशातील क्षेत्र याचे सर्वेक्षण केले. त्यानुसार भारतात सहा लाख चौ. कि. मी. चे क्षेत्र 'वेस्ट लँड' म्हणून समाविष्ट करण्यात आले. भारताच्या भौगोलिक क्षेत्रफळाच्या वीस टक्के क्षेत्र या प्रकारचे आहे. त्यातील सर्वाधिक क्षेत्र माळरान (अपलँड विथ स्क्रब) गटातील व वृक्षतोडीमुळे उजाड झालेले असे आहे. (तक्ता क्र. ११.२)

### तक्ता क्र. ११.२ भारत: उजाड–ओसाड भूमिप्रकार

| अनु क्र. | उजाड – ओसाड भूमिप्रकार | क्षेत्र % |
|---|---|---|
| १ | उजाड माळरान | ६.१३ |
| २ | वृक्षतोड – मृदाधूप यामुळे उजाड, ओसाड झालेले | ४.५० |
| ३ | खडकाळ, दगडाळ वालुकामय क्षेत्र | २.०० |
| ४ | बर्फाच्छादित क्षेत्र | २.०० |
| ५ | किनारी लाटा व वाळूने आक्रमित क्षेत्र | २.०० |
| ६ | स्थलांतरित शेती दुष्परिणाम क्षेत्र | १.११ |
| ७ | घळ झीज, अतिचराई, क्षारयुक्त, दलदल–पाणथळ इ. | २.२६ |
| | एकूण वेस्ट लँड | २०.०० |

(संदर्भ : जॉग्रफी ऑफ इंडिया २००८ स्पेक्ट्रम बुक्स)

उजाड भूमीपैकी बर्फाच्छादित क्षेत्र, खडकाळ – दगडाळ – वालुकामय क्षेत्र यावर उपचार करणे जवळपास अशक्य आहे. परंतु, उर्वरित क्षेत्रावर काही उपाय प्रयत्नपूर्वक केल्यास अशा भूमीची उपयुक्तता वाढू शकते. उजाड – ओसाड भूमीचे

वितरण असे दर्शविते की, मणीपूर, अरुणाचल प्रदेश, आसाम, मेघालय, गुजरात, राजस्थान, तमिळनाडू या राज्यांमध्ये अशा जमिनीचे क्षेत्र अधिक आहे तर महाराष्ट्र, कर्नाटक व केरळमध्ये अशा जमिनी फारशा नाहीत. परंतु, अयोग्य वापर, चुकीच्या पद्धती यामुळे असे क्षेत्र वाढण्याची शक्यता अनेक राज्यांमध्ये आहे.

**उजाड – ओसाड भूमिविकास उपाययोजना**

**१) वनीकरण** – वृक्षतोड, अतिचराई, स्थलांतरित शेतीपद्धती यामुळे उजाड ओसाड झालेल्या भूमीवर समतलचर करून झाड – झाडोरा वाढविणे, वृक्षलागवड करणे. यात जैवविविधता टिकून राहण्यासाठी एकाच प्रकारची लागवड टाळावी. वाळवंटी क्षेत्राच्या सीमेवर जट्रोपासारख्या जैवइंधन मिळवून देणाऱ्या वनस्पतींची लागवड यशस्वी होऊ लागली आहे. किनारी प्रदेशात कॅश्यूरिना, मॅनग्रूव्ह यांची लागवड व जोपासना यशस्वी ठरल्या आहेत. गुजरात व पश्चिम बंगालने यात उल्लेखनीय कामगिरी केली आहे.

**२) निचरा व्यवस्था** – क्षारयुक्त, दलदलीच्या, पाणथळ जमिनींमधील अतिरिक्त पाण्याचा निचरा होण्यासाठी सौम्य उतार देणे, पाण्याचे वहन मूळच्या भागातच नियंत्रित करणे व पाणी वाहून जाण्यासाठी मार्गिका (चॅनेल) खणून पाण्याचा निचरा होऊ देणे. काही वेळा चुना, जिप्सम यांचे द्रावण करून जमिनीला दिल्यास उपयुक्त ठरते.

**३) मृदा व जलसंधारणाचे तांत्रिक उपाय करणे** – सलग समतल चर, मजगीकरण, अनघड दगडी बांध, मातीचे लहान बांध, गॅबियन बंधारा, ब्रशवुड डॅम, जैविक बंधारा, गलीप्लग, खोदतळे अशा तांत्रिक उपाययोजनांमुळे ओघळींचे नियंत्रण, पाणी मुरण्याची क्रिया होऊन उघडे–बोडके डोंगरउतार काही वर्षांत हिरवेगार दिसू लागतात.

## शेतीक्षेत्रातील नवीन विषय

### (१) अन्नसुरक्षा (फूड सिक्युरिटी)

एखाद्या देशातील लोक क्रियाशील व आरोग्यदायी असावेत म्हणून आवश्यक असलेले अन्नधान्य सदासर्वकाळ उपलब्ध असणे म्हणजे अन्नसुरक्षा होय. 'फूड अॅण्ड अॅग्रिकल्चर ऑरगनायझेशन' (एफ. ए. ओ.) या जागतिक संघटनेने १९८३ साली 'अन्नसुरक्षा' संकल्पना स्पष्ट केली. त्यानुसार सर्व जनतेस सर्व काळासाठी भौतिक–दृष्ट्या व आर्थिकदृष्ट्या अन्न उपलब्ध असणे म्हणजे अन्नसुरक्षा होय. या व्याख्येनुसार देशातील सर्व लोकांना आवश्यक असेल तेव्हा व तितके अन्नधान्य व इतर खाद्य खरेदी

करणे शक्य होऊन त्याच्या सेवनाने ते आरोग्यदायी व क्रियाशील जीवन व्यतित करू शकले पाहिजेत. अर्थातच यामध्ये अन्नधान्याची, प्रत्यक्ष उपलब्धता व ते खरेदी करण्याची क्षमता या बाबी महत्त्वपूर्ण ठरतात.

**अन्नसुरक्षा साध्य करण्यासाठी आवश्यक बाबी –**

१) देशात पुरेसा अन्नधान्य साठा होण्यासाठी चांगले कृषी उत्पादन होणे आवश्यक.

२) अन्नधान्य व इतर खाद्यवस्तू खरेदी करण्यासाठी लोकांची क्रयशक्ती असणे.

३) उपलब्ध खाद्यान्नांची गुणवत्ता पोषण पूर्तता करण्याइतपत योग्य असणे.

४) एखादा देश अन्नधान्य उत्पादनात एखाद्या वर्षी किंवा काही काळ स्वयंपूर्ण असू शकेल. परंतु, अन्न सुरक्षा ही दीर्घकालीन व्यवस्था असल्याने वाढत्या लोकसंख्येची मागणी पूर्ण करण्यासाठी उत्पादनवाढ होत राहणे आवश्यक.

भारतासारख्या विकसनशील व खंडप्राय देशासाठी अन्नसुरक्षा उद्दिष्ट साध्य होण्यासाठी क्रमाक्रमाने पुढील बाबींची पूर्तता होणे आवश्यक ठरते. –

१) धान्याचे पुरेसे उत्पादन.

२) धान्ये, कडधान्ये, डाळी यांची समाधानकारक उपलब्धता.

३) धान्ये, डाळी, दूध व दुग्धजन्यपदार्थांची उपलब्धता ही आरोग्यदायी अन्नसुरक्षा.

४) चौथ्या अंतिम स्थितीत अन्नसुरक्षा याचा अर्थ धान्ये, कडधान्ये, डाळी, दूध व दुग्धजन्य पदार्थ, फळे, भाजीपाला, अंडी, मासे, मांस अशा आरोग्य-समृद्ध उत्पादनांची उपलब्धता सर्वसामान्यांसाठी असणे.

अशा तऱ्हेने अन्नसुरक्षा टप्प्याटप्प्याने साध्य करावयाची असते. पहिल्या स्तरापासून चौथ्या टप्प्यापर्यंत येण्यासाठी काही वर्षांचा कालावधी जावा लागतो. त्यानंतर ती स्थिती टिकून राहावी म्हणून सातत्य ठेवावे लागते. यामुळे अन्नसुरक्षा आव्हानात्मक बाब असते.

**भारताची अन्नधान्यउत्पादनातील स्वयंपूर्णता**

स्वातंत्र्यानंतर नियोजनकर्ते व शासन यांच्या समोर सर्वात महत्त्वाचा मुद्दा अन्नधान्य-स्वयंपूर्णता हा होता; कारण अन्नधान्याच्या आयातीद्वारे निर्यातदार देशांचा भारतावर प्रत्यक्ष-अप्रत्यक्ष दबाव असे. त्यामुळे धान्योत्पादनात स्वयंपूर्णता प्राप्त झाल्यासच देशाची प्रगती व लोकांचा विकास होऊ शकेल. अन्यथा अवमान, क्लेश व शरम वाटण्याजोगी स्थिती निर्माण होऊ शकते, असे विचारवंतांना वाटत होते. त्यातच १९६५ व १९६६ या दोन्ही वर्षी गंभीर अवर्षणाची स्थिती निर्माण झाल्याने धान्यआयात

वाढवावी लागली. निर्यातदार देशांनी अनेक जाचक अटी व बंधने घातली. यातून मार्ग काढण्यासाठी हरितक्रांतीचे तत्त्व – सुधारित बियाणे – खते – जलसिंचन धोरण – स्वीकारले गेले. यामुळे १९७६ साली देश अन्नधान्यउत्पादनात स्वयंपूर्ण झाला आणि धान्याची आयात नगण्य झाली.

१९९७ साली नवव्या पंचवार्षिक योजनेत प्रथमच अन्नसुरक्षा संकल्पना स्पष्ट करण्यात आली व त्यानुसार धोरणे निश्चित केली गेली; म्हणूनच अवर्षण, पूर, भूकंप यांसारख्या आपत्तींच्या काळात अन्नधान्यपुरवठा करणे शक्य झाले.

**धान्योत्पादनातील प्रगती** – भारतातील धान्योत्पादनातील वाढ आणि माणशी दैनंदिन अन्नधान्याची उपलब्धता दर्शविणारे तक्ते असे दर्शवितात की, १९५०–५१ पासून २००६–०७ पर्यंत सातत्याने धान्ये व डाळी यांच्या उत्पादनात वाढ झाली आहे. डाळींचे उत्पादन मात्र १९९० नंतर फारसे वाढले नाही; म्हणूनच दर माणशी प्रतिदिन डाळींची उपलब्धता जवळपास निम्मी झाली हे चिंताजनक आहे. कडधान्ये व डाळी यांमधून प्रथिने व जीवनसत्त्वे मिळतात. त्यांच्यात घट झाल्याने पोषणमूल्यांची कमतरता निर्माण होते. हरितक्रांती स्वीकारल्यानंतरच्या काळात भरड धान्ये व डाळींची उत्पादकता घटली त्यामुळे वाढत्या लोकसंख्येच्या संदर्भात एकूण उपलब्धता घटलेली दिसून येते. याचाच अर्थ अन्नसुरक्षा साध्य करण्यासाठी दुसऱ्या स्तरावरील आवश्यक बाबींची पूर्तता होऊ शकली नाही; म्हणून त्यानंतरच्या काळात म्हणजे १९९० नंतर कडधान्य उत्पादनवाढीसाठी योजना आखण्यात आल्या.

**तक्ता क्र. ११.३ भारत : लोकसंख्या आणि अन्नधान्यउत्पादन**

| वर्ष | लोकसंख्या (द. लक्ष) | धान्योत्पादन (द. ल. टन) | डाळी उत्पादन (द. ल. टन) |
|---|---|---|---|
| १९५० – ५१ | ३६३ | ४०.१ | ८.० |
| १९७० – ७१ | ५५१ | ८४.५ | १०.३ |
| १९९० – ९१ | ८५२ | १४२.० | १३.० |
| २००६ – ०७ | ११२० | १७०.८ | १३.३ |

संदर्भ : इकॉनॉमिक सर्व्हे २००७ – ०८

**तक्ता क्र. ११.४ अन्नधान्य उपलब्धता**

| दरडोई प्रतिदिन अन्नधान्य उपलब्धता (ग्रॅम) | | | |
|---|---|---|---|
| वर्ष | धान्य | डाळी | एकूण |
| १९५० - ५१ | ३३४ | ६१ | ३९५ |
| १९७० - ७१ | ४१८ | ५२ | ४७० |
| १९९० -९१ | ४६८ | ४२ | ५१० |
| २००६ - ०७ | ४१२ | ३३ | ४४५ |

**राष्ट्रीय स्तरावर स्वयंपूर्णता आणि स्थानिक अन्नसुरक्षा धोरण :**

नवव्या पंचवार्षिक योजनेच्या आराखड्यात अन्नसुरक्षा विषयाची सविस्तर चर्चा करण्यात आली आहे. देशान्तर्गत कृषि उत्पादनातून साधारणपणे वीस टक्के उत्पादन राखीवसाठा म्हणून ठेवल्यास स्वयंपूर्णता साध्य करण्यासाठी कृषिउत्पादनवाढीचे नेटाने प्रयत्न करावेत हा दृष्टिकोन आहे. यासाठी जलसिंचनविस्तार, सुधारित बियाणे व तंत्रज्ञानाचा स्वीकार यांसारखे उपक्रम आखण्यात आले. याचा सकारात्मक परिणाम असा दिसून आला की, धान्ये, डाळी, दूध, अंडी असा पोषक आहार उपलब्ध झाला. अशी उत्पादने सर्वदूर खेड्यापाड्यात पोहोचण्यासाठी राष्ट्रीय स्वयंपूर्णता पुरेशी ठरत नाही तर ती उत्पादने स्थानिक बाजारपेठेत वाजवी दरात उपलब्ध होणे अगत्याचे आहे. घराघरातून पोषक अन्न म्हणून धान्य, डाळी, भाजीपाला, दूध, अंडी हे रास्त दरात उपलब्ध होणे म्हणजे स्थानिक अन्नसुरक्षा होय. याकरिता सार्वजनिक वितरणव्यवस्था बळकट करण्यात आली. खाद्यान्नाचा रास्त दरात सातत्याने पुरवठा, भावस्थिरता, आपत्तिकाळात ताबडतोब रसद, अन्नपुरवठा करणे ही अन्नसुरक्षेची उद्दिष्टे आहेत.

**अन्नसुरक्षा आणि पोषकता :**

अन्नसुरक्षा साध्य करताना केवळ धान्यउत्पादन पुरेसे होऊन चालत नाही. आरोग्यदायी जीवनासाठी लोकांना डाळी, दूध, अंडी, मासे, मांस अशी उत्पादनेही आवश्यक असतात म्हणून त्यांचेही उत्पादन पुरेसे व्हावे लागते. असे सर्व उपलब्ध झाल्यानेच गेल्या पन्नास वर्षांत बालकांमधील कुपोषण लक्षणीयरीत्या कमी झाले आहे. एकंदर सर्वसामान्य लोकांचा पोषणस्तर उंचावला आहे. असे असले तरीही ओरिसा, महाराष्ट्र, छत्तीसगड या राज्यांतील आदिवासी जनजातींमध्ये कुपोषण, उपासमार, बालमृत्यू या समस्या आहेतच. रक्तक्षय, लोह व जीवनसत्त्व 'ए' यांची

कमतरता, कमी वजनाची अर्भके या पोषणमूल्यविषयक समस्येचाही अन्नसुरक्षेशी संबंध आहे. यासाठी 'अप्लाइड न्यूट्रीशन प्रोजेक्ट', 'स्पेशल न्यूट्रीशन प्रोग्रॅम', 'इंटिग्रेटेड चाइल्ड डेव्हलपमेंट सर्व्हिसेस स्कीम', 'मिड्-डे मिल प्रोगॅम' असे विविध उपक्रम सुरू करण्यात आले आहेत. सार्वजनिक वितरणव्यवस्थेत आमूलाग्र बदल झाल्याने अल्प उत्पन्न गटातील लोकांना अल्पदरात तांदूळ, गहू, ज्वारी, बाजरी, डाळी, खाद्यतेल, साखर, रॉकेल व इतरही काही उत्पादने मिळू लागली आहेत.

अन्नसुरक्षेसाठी जो राखीव साठा ठेवला गेला त्यात गहू व तांदूळ यांच्या साठ्याचा तक्ता (तक्ता क्र. ११.५) असे दर्शवितो की २००१ नंतर या साठ्यात लक्षणीय घट झाली आहे. २००७ मध्ये राखीव साठा फक्त १८.७ द. ल. टन इतकाच होता. वास्तविक उत्पादनात त्या वर्षी वाढ होऊनही राखीव साठा वाढला तर नाहीच पण कमी झाला ही बाब अतिशय चिंताजनक म्हणावयास हवी.

भाववाढ, साठेबाजी, भ्रष्टाचार यामुळे अन्नसुरक्षा बाधित होऊ नये व गरजू लोकांपर्यंत अन्नधान्य पोहोचावे म्हणून अन्नसुरक्षा कायदा करण्यात येत आहे.

'जागतिक स्तरावरील अन्नसुरक्षा' यासाठी भारत काही महत्त्वाच्या संघटनांचा सदस्य व हिस्सा बनला आहे. 'इंटरनॅशनल ग्रेन कौन्सिल' (आय. जी. सी.), 'कमिटी ऑन वर्ल्ड फूड सिक्युरिटी' (डब्ल्यू. एफ. एस.) आणि 'सार्क फूड सिक्युरिटी रिझर्व बोर्ड' या त्यापैकी महत्त्वाच्या संघटना होत.

**तक्ता क्र. ११.५ अन्नसुरक्षा धान्य साठा (द. ल. टन)**

| वर्ष | उत्पादन | राखीव साठा |
|---|---|---|
| २००१ | १९९.५ | ५२.७ |
| २००३ | १९८.५ | ३५.० |
| २००५ | १९५.५ | २०.० |
| २००७ | २१३.१ | १८.७ |

### (२) शेतीक्षेत्रातील रोजगार

भारतातील शेती श्रमआधारित आहे. भारतीय शेती खूप मोठ्या लोकसंख्येस रोजगार मिळवून देते. राष्ट्रीय उत्पन्नात शेतीचा वाटा कमी झाला असला तरीही शेतीक्षेत्र ६१% लोकांना रोजगार प्राप्त करून देते. भारताच्या तुलनेत इतर आशियाई विकसनशील देशांमध्ये शेतीतील रोजगाराचे शेकडा प्रमाण कमी आहे (तक्ता क्र. ११.६). फिलिपिन्स सारख्या लहान देशात सेवा क्षेत्रातील रोजगाराचे प्रमाण सर्वाधिक आहे आणि कृषी व उद्योग या दोन्ही क्षेत्रांत सर्वात कमी आहे. भारताच्या तुलनेत पाकिस्तान सेवाक्षेत्रात बराच वर आहे. एकंदरीत भारतीय शेती श्रमशक्तीवर आधारित आहे; हे यावरून स्पष्ट होते. परंतु, राष्ट्रीय उत्पन्नात मात्र शेतीचा वाटा फक्त वीस टक्के इतका कमी झाला आहे. ही बाब चिंताजनक आहे.

**तक्ता क्र. ११.६ रोजगाराचे शेकडा प्रमाण (विकसनशील देश)**

| देश | रोजगाराचे % प्रमाण | | |
|---|---|---|---|
| | कृषीक्षेत्र | उद्योग क्षेत्र | सेवाक्षेत्र |
| भारत | ६१ | १७ | २२ |
| पाकिस्तान | ४८ | १८ | ३४ |
| चीन | ४७ | २२ | ३१ |
| फिलिपिन्स | ३७ | १६ | ४७ |
| थायलंड | ४६ | २१ | ३३ |

(संदर्भ : इंडियन इकॉनॉमी – दत्ता, सुंदरम २००९ )

भारतातील राज्यनिहाय शेतीक्षेत्रातील रोजगाराचे प्रमाण लक्षात घेतल्यास त्यात असमानता दिसून येते. बिहार, ओरिसा, कर्नाटक या राज्यांमध्ये ते राष्ट्रीय सरासरीपेक्षा अधिक आहे; तर केरळमध्ये किमान आहे.

शेतीसाठी आवश्यक असणारे श्रमिक हे बहुधा आर्थिकदृष्ट्या मागासलेल्या वर्गातील असतात. त्यामुळे अकुशल मनुष्यबळाचे प्रमाण जास्त आहे.

**तक्ता क्र. ११.७ भारत : शेतीक्षेत्रातील शेकडा प्रमाण**

| राज्य | शेतीक्षेत्रातील शेकडा प्रमाण |
|---|---|
| बिहार | ७४.० |
| ओरिसा | ७१.६ |
| कर्नाटक | ६३.१ |
| गुजरात | ६०.१ |
| महाराष्ट्र | ५६.७ |
| पंजाब | ५३.४ |
| केरळ | ४०.० |
| भारत | ६०.८ |

(संदर्भ : इंडियन इकॉनॉमी २००९)

**श्रमिकांचे प्रकार**

भारतातील शेतीक्षेत्रात काम करणाऱ्या श्रमिकांची विभागणी चार गटात केली जाते.-

(१) शेतमालकाकडे भूमिहीन मजूर म्हणून काम करणारे श्रमिक.

(२) इतर कोणाकडेही काम करण्याचे स्वातंत्र्य असलेले भूमिहीन श्रमिक.

(३) अल्प भूधारक शेतकरी असूनही गरज म्हणून इतरांच्या शेतीत काम करणारे.

(४) शेतकरी असूनही अवलंबून असणाऱ्या व्यक्तींची संख्या अधिक असल्याने अधिक आर्थिक प्राप्तीसाठी बड्या शेतकऱ्याकडे काम करणारे श्रमिक.

पहिल्या गटातील भूमिहीन मजूर हे शेती मालकाकडे एखाद्या गुलामाप्रमाणे किंवा वेठबिगाराप्रमाणे काम करणारे असतात. त्यांना इतरत्र काम करण्याचे स्वातंत्र्य नसते; त्यानंतर दुसऱ्या व तिसऱ्या गटातील श्रमिक महत्त्वाचे आहेत; चौथ्या गटातील श्रमिकांचे प्रमाण त्यामानाने कमी असते.

ग्रामीण भागातील कुटुंबापैकी पंचवीस टक्के कुटुंबे शेतमजुरी करणारी असतात. शेतीकामातील एकूण श्रमिकांपैकी निम्म्याहून अधिक भूमिहीन मजूर असतात. बहुतांश शेतमजूर अनुसूचित जाती-जमाती, आदिवासी गटातील आहेत.

**तक्ता क्र. ११.८ भारत : श्रमिकांचे लिंगाधिष्ठित शेकडा प्रमाण**

| | ग्रामीण | | नागरी | | एकूण | | |
|---|---|---|---|---|---|---|---|
| वर्ष | पुरुष | स्त्रिया | पुरुष | स्त्रिया | पुरुष | स्त्रिया | व्यक्ती |
| १९८७-८८ | ५४.० | ३२.३ | ५०.६ | १५.२ | ५३.१ | २८.५ | ४१.२ |
| १९९३-९४ | ५५.३ | ३२.८ | ५२.१ | १५.५ | ५४.५ | २८.६ | ४२.० |
| १९९९-२००० | ५३ | ३०.० | ५१.८ | १४.० | ५२.७ | २६.० | ३९.० |
| २००४-२००५ | ५४.६ | ३२.७ | ५५.० | १६.६ | ५४.७ | २८.७ | ४२.० |

(संदर्भ : विमेन फार्मर्स ऑफ इंडिया २००८ मैत्रेयी कृष्णराज, अरुणा कांची)

भारतातील एकूण श्रमिकांचा विचार करता तक्ता क्रम ११.८ मध्ये दर्शविल्याप्रमाणे २००४-०५ मध्ये ५५टक्के पुरुष व २९ टक्के स्त्री श्रमिक आहेत. परंतु, ग्रामीण स्त्री मजुरांचे प्रमाण (३३%) शहरी स्त्री मजुरांपेक्षा (१७%) दुपटीने जास्त आहे. ग्रामीण भागातील श्रमिकांचे लिंगाधिष्ठित शेकडा प्रमाण काही महत्त्वपूर्ण बाबी समोर आणते. (तक्ता क्र. ११.९)

**तक्ता क्र. ११.९ : ग्रामीण भारत : प्राथमिक क्षेत्रातील श्रमिकांचे लिंगाधारित शेकडा प्रमाण**

| वर्ष | पुरुष % | स्त्रिया % |
|---|---|---|
| १९८७-८८ | ७५.२ | ८५.१ |
| १९९३-९४ | ७४.८ | ८६.६ |
| १९९९-२००० | ७२.० | ८५.७ |
| २००४-२००५ | ६७.१ | ८३.६ |

(संदर्भ : विमेन फार्मर्स ऑफ इंडिया २००८)

(१) ग्रामीण भारतातील एकूण श्रमिकांपैकी सर्वाधिक श्रमिक प्राथमिक क्षेत्रात म्हणजे मुख्यत: शेतीक्षेत्रात आहेत.

(२) १९८७-८८ ते २००४-०५ या काळात पुरुष मजुरांचे प्रमाण लक्षणीयरीत्या घटत गेले आहे. परंतु, स्त्री मजुरांचे प्रमाण हळूहळू कमी झाले आहे. याचे महत्त्वाचे कारण असे आढळते की पुरुष मजूर इतर क्षेत्राकडे व शहरांकडे स्थलांतर करतात व तुलनात्मकदृष्ट्या स्त्री मजुरांना बाहेरील क्षेत्रात संधी कमी असतात व त्या

लहान मुले, वृद्ध यांना सोडून जाऊ शकत नाहीत म्हणून त्या शेती कामातच राहतात. याचा अर्थ असाही होतो की, ग्रामीण अर्थव्यवस्था व शेती महिलाधिष्ठित होत आहे.

शेतीक्षेत्रातील स्त्री व पुरुष मजुरांच्या रोजंदारीतही तफावत असते. श्रमिकांसाठी शासनाने किमान रोजंदारी निश्चित केली असली तरी प्रत्यक्षात तसा कामाचा मोबदला दिला जात नाही असे आढळते. २००४ मध्ये कामगार मंत्रालयाने किमान रोजदारी रु.६६ निश्चित केली आहे. परंतु, राज्यांनी किमान व कमाल मर्यादा निश्चित केली आहे. याशिवाय अकुशल, निमकुशल, कुशल मजुरांच्या रोजंदारीतही बरीच तफावत असते. अधिक रोजंदारी देणाऱ्या राज्यांमध्ये पंजाब, हरियाणा व केरळ या राज्यांचा समावेश होतो तर ओरिसा, बिहार, छत्तीसगड, महाराष्ट्र, गुजरात, कर्नाटक, आसाम, तमिळनाडू, मध्य प्रदेश, जम्मू-काश्मीर अशा अनेक राज्यांमध्ये रु. ४५ ते रु. ५८ अशी कमी रोजंदारी दिली जाते. स्त्री मजुरांचे वाढते प्रमाण, कमी रोजंदारी व काम मिळण्याची अशाश्वतता ही शेतीक्षेत्रातील श्रमिकांची स्थिती आहे.

**भूमिहीन मजूर :** भूमिहीन शेतमजूर हे बहुधा अकुशल किंवा निमकुशल असतात. ते एकाच मालकाकडे काम करण्यास बांधील असतात; त्यामुळे त्यांना गुलामाप्रमाणे किंवा वेठबिगार म्हणून वागवले जाते. मजुरीच्या कामाचे त्यांना रोख पैसे दिले जात नाहीत तर मालक मर्जीनुसार वेळी-अवेळी धान्य वा वस्तूरूपाने मोबदला देतो. असे मजूर असंघटित, अत्यंत गरीब, दुबळे आणि कर्जबाजारी असल्याने त्यांना विशिष्ट मालकाकडे काम करण्याशिवाय पर्याय नसतो. भूमिहीन मजुरांची स्थिती शोचनीय व चिंताजनक आहे.

सहाव्या पंचवार्षिक योजनेत भूमिहीन शेतमजुरांची स्थिती सुधारण्यासाठी योजना तयार केली गेली. त्यानुसार माणशी चार हजार रुपये अशी तरतूद केली गेली. या रकमेतून त्यांना शेतीकामाची साधने, अवजारे देणे, शेळी-मेंढीपालन, कुक्कुटपालन, सुतारकाम, प्रशिक्षण व आर्थिक मदत दिली जाते.

सातव्या पंचवार्षिक योजनेत भूमिहीन शेतमजुरांना कामाच्या परिसरात घर व पूरक व्यवसायास साहाय्य करण्याची योजना आखण्यात आली. भूदान व सुधारलेल्या जमिनी यातून त्यांना जमीन देण्यात आली.

'नॅशनल कमिशन ऑन रुरल लेबर' या संस्थेमार्फत भूमिहीन मजुरांसाठी कामाची हमी, कामाचे निश्चित तास, रोख मोबदला, मतभेद - तंटे सोडविण्यासाठी कायद्याची मदत यंत्रणा, श्रमाचा आदर करणे असे प्रयत्न केले जात आहेत. वेठबिगारी व सावकारी-पाशातून मुक्तता व पुनर्वसन यासाठी विशेष यंत्रणा आहे. ग्रामीण रोजगार हमी योजना, बहुपीक पद्धती, सधन शेती यामध्ये वर्षभर काम मिळण्याची तरतूद केली गेली आहे.

भारतात उत्तर प्रदेशात सर्वाधिक म्हणजे सुमारे ५.५ लाख भूमिहीन मजूर आहेत. त्या खालोखाल मध्य प्रदेश, ओरिसा, आंध्र प्रदेश, या राज्यांचा क्रमांक लागतो. एका अंदाजानुसार देशातील एकूण भूमिहीन मजुरांपैकी सत्तर टक्के मजूर वरील चार राज्यांमध्ये आहेत. 'इंटरनॅशनल लेबर ऑर्गनायझेशन' तर्फे झालेल्या पाहणीनुसार भारतात वीस लाख भूमिहीन शेतमजूर आहेत. समाजातील गरिबातील गरीब असा हा असंघटित वर्ग दुर्लक्षित राहू नये यासाठी अनेक स्तरांवर प्रयत्न होत आहेत.

## (३) प्रिसिजन फार्मिंग : काटेकोरपणे – चोख पद्धतीची शेती

आजच्या काळात अत्यंत काटकोरपणाने किंवा चोख पद्धतीने शेती करणे आवश्यक झाले आहे. नेमके कोणते पीक, कसे व कोणत्या पद्धतीने घ्यावे याचा बारकाईने अभ्यास करून शेती केल्यास अशा शेतीला प्रिसिजन फार्मिंग – काटेकोर किंवा चोख पद्धतीची शेती म्हटले जाते. जागतिक स्पर्धेत टिकून राहण्यासाठी जागतिक बाजारपेठेत स्वीकारार्ह ठरतील अशा योग्यतेची उत्पादने घेण्यासाठी अतिशय काळजीपूर्वक, नीटसपणे पीक घेतले जावे असे यामागील तत्त्व आहे. हे साध्य होण्यासाठी आधुनिक तंत्रज्ञानाचा वापर अपरिहार्य ठरतो. शेतकऱ्यांना हे तंत्र वापरून शेती उत्पादनांचा दर्जा कसा चांगला राखता येईल यासाठी शिक्षण –प्रशिक्षण, जाण याची आवश्यकता असते. सुदूर संवेदन (रिमोट सेन्सिंग), भौगोलिक माहिती प्रणाली – जी.आय.एस. आणि ग्लोबल पोझिशनिंग सिस्टिम – जी.पी. एस. अशा नवीन तंत्रज्ञानाचा वापर करून शेतीतील जोखीम कमी करून, चांगल्या दर्जाची उत्पादने घेणे शक्य झाले आहे.

**सुदूर संवेदन (रिमोट सेन्सिंग)** – भारतीय उपग्रह मालिकेतील (इन्सॅट), इंडियन रिमोट सेन्सिंग (आय. आर. एस.). ही एक उपग्रह मालिका आहे. अतिशय दूरवरून म्हणजे उपग्रहातील संवेदकाच्या साहाय्याने माहिती मिळविण्याच्या तंत्राला 'सुदूर संवेदन' म्हणतात. हे एक अतिशय प्रगत असे तंत्रज्ञान आहे. हैदराबाद येथील 'नॅशनल रिमोट सेन्सिंग एजन्सी' मार्फत सुदूर संवेदना संदर्भातील काम चालते. उपग्रहांमधील संवेदकामार्फत प्राप्त झालेल्या प्रतिमा व माहितीचे संकलन, विश्लेषण व प्रसारण ही संस्था करते. दर तीन ते चार आठवड्यांनी एकाच ठिकाणची अनेक चित्रणे, सांख्यिकी स्वरूपात, प्रतिमान रूपात आणि त्रिमितीरूपात उपलब्ध होतात.

पृथ्वीवरील विविध गोष्टीवरून सूर्यकिरण परावर्तित होतात. या परावर्तनात विविध तरंग लांबीचे क्षेत्र, पट्टे, प्रदेश वेगवेगळे येतात. संवेदक ते ग्रहण करून त्यावरून प्रतिमा (इमेज) तयार करणे. सांख्यिकी तयार करणे असे कार्य करतात. उदाहरणार्थ वनस्पती

हिरव्या रंगाच्या तरंगलांबीचे शोषण करतात आणि लालरंगाचे परावर्तन करतात म्हणून वनस्पती आच्छादन, शेती लालरंग छटात दिसते. वाळवंटे सर्वच सौरऊर्जा परावर्तित करतात. त्यामुळे असा भाग प्रतिमेमध्ये पांढरा दिसतो. विविध संवेदके वापरून पृथ्वीवरील भूरूपे, भूआकार, शेती, नदीमार्ग, पूरग्रस्त प्रदेश, वने, खार जमिनी इत्यादींच्या अचूक प्रतिमा अल्पावधीत प्राप्त होतात.

सुदूर संवेदनासाठी बहुप्रतिमा तंत्र (मल्टीपल इमेजिंग) आल्याने एकाच प्रदेशाचे अनेक ठिकाणाहून केलेले चित्रण, अनेक दिवशी व अनेक कोनातून केलेले चित्रण उपलब्ध होऊ लागले आहे. सुदूर संवेदन तंत्रासाठी भूस्थिर आणि सूर्यगामी असे दोन प्रकारचे उपग्रह वापरले जातात. भूस्थिर उपग्रह पृथ्वीपासून साधारपणे ३६००० कि.मी. उंचीवर स्थिर असतात. यांचा उपयोग हवामानाशी संबंधित घटकांच्या माहिती संकलनासाठी केला जातो. सूर्यगामी उपग्रह साधारपणे १००० कि. मी. उंचीवर असतात; ते उत्तर-दक्षिण ध्रुवीय कक्षेत वर्तुळाकृती फिरत असतात. त्यामुळे एकाच रेखावृत्तावरील सर्व ठिकाणांचे चित्रीकरण एकाच वेळी केले जाते. तसेच ते कमी उंचीवर असल्याने पृथ्वीपृष्ठ भागाचे स्पष्ट चित्रीकरण करतात. यामुळे मिळणारी माहिती अचूक असते.

भारतासारख्या कृषिप्रधान देशाला या तंत्रज्ञानाचा चांगला उपयोग होत आहे. या उपग्रहांनी पाठविलेल्या प्रतिमांमुळे पिकांचे क्षेत्र, भूमिगत पाणी, पृष्ठीय जलसाठे, जलसिंचन लाभक्षेत्र, हेक्टरी उत्पादनाचा अंदाज या संदर्भातील अमूल्य माहिती प्राप्त होते. ही माहिती अचूक असल्याने विश्वासार्ह असते. प्रत्यक्ष क्षेत्र भेटीतून, सर्वेक्षणातून माहिती संकलित करताना चुकीची माहिती मिळण्याची शक्यता, मानवी हस्तक्षेप, माहिती न देण्याची प्रवृत्ती या अडचणी येतात. त्यावर सुदूर संवेदन तंत्राद्वारे मात करणे शक्य होते; प्रत्यक्ष सर्वेक्षणातील त्रुटी दूर करणे शक्य होते.

**भौगोलिक माहिती प्रणाली आणि जागतिक स्थाननिश्चिती प्रणाली : (जी. आय. एस्. आणि जी. पी. एस्.)**

जिओग्राफिक इन्फर्मेशन सिस्टिम अर्थात भौगोलिक माहिती प्रणाली हे एक अती प्रगत तंत्रज्ञान आहे. संगणक व सुदूर संवेदन यांच्या मदतीने हे तंत्र वापरले जाते. पृथ्वीवरील अनेकविध घटकांची माहिती एखाद्या विशिष्ट वेळेसाठी, कालावधीसाठी, प्रदेशासाठी, संपूर्ण भूपृष्ठासाठी मिळवणे ही फार कठीण आणि अवघड गोष्ट आहे. अशा माहितीत क्लिष्टता व गुंतागुंतही खूप असते.

भूपृष्ठीय, वातावरणीय आणि जैविक घडामोडींची सांख्यिकी माहिती या तंत्राने

उपलब्ध होते. पृथ्वीशी निगडित अशी ही सांख्यिकी माहिती असल्याने त्यास 'भौगोलिक माहिती प्रणाली' असे म्हटले जाते. 'भूसंदर्भित सांख्यिकी' माहिती असे याचे स्वरूप असते. या माहितीचे संकलन, संचय, पृथःकरण करणे व त्यावरून प्रारूप तयार करणे हे जी.आय. एस.चे मुख्य कार्य आहे. याशिवाय विविध घटकांचे अध्यारोपण करण्याचे काम हे तंत्र करत असल्याने जे अंतिम चित्र प्राप्त होते ते त्या प्रदेशाचे हुबेहूब, सत्य चित्र असते.

जी.आय.एस.चा वापर सर्व प्रथम १९६० मध्ये कॅनडात केला गेला. भूमिउपयोग, शेतीयोग्य जमीन, मृदा प्रकार या तीन घटकांचे अध्यारोपण करण्याचा प्रयत्न केला गेला. आज या तंत्रज्ञानाची प्रगती व कार्यक्षमता चांगलीच वाढली असून जगभर जी.आय. एस.चा वापर होत आहे. एकाच वेळी अनेक घटकांचे पृथःक्करण करण्याची क्षमता हा या तंत्राचा महत्त्वाचा गुणधर्म आहे. मृदा प्रकार, मृदेची जाडी, भूजल पातळी, भूमिउपयोग, पाऊस, पूर, पिकाचे क्षेत्र यासारख्या घटकांचे अचूक मूल्यमापन करता येते.

भारतीय शेतीसाठी, भारतीय उपग्रहांमुळे उपलब्ध होणाऱ्या प्रतिमांचा वापर केला जातो. गाव पातळी व शेत जमिनीच्या तुकड्याच्या पातळीवरही माहिती मिळवता येते. यावरून अचून नकाशे, आरेखने तयार करतात. नियोजनात याचा फायदा होत आहे. संगणकीय सुविधेमुळे आत ई. जी. आय. एस. तंत्र आले आहे. इंटरनेटमुळे जी. आय. एस. सामान्यांनाही उपयुक्त ठरू लागले आहे.

ग्लोबल पोझिशनिंग सिस्टिम (जी. पी. एस.) म्हणजे उपग्रहाच्या साहाय्याने पृथ्वी पृष्ठभागावरील कोणत्याही ठिकाणाचे नेमके स्थान मिळवून संगणकीय पडद्यावर त्याचे चित्रण व स्थान जाणून घेणे– ज्या तंत्रज्ञानामुळे हे शक्य होते त्याला जी.पी.एस. अर्थात 'जागतिक स्थाननिश्चिती प्रणाली' म्हणतात.

या प्रणालीसाठी वापरण्यात येणारे उपग्रह विषुववृत्तावरील अवकाशात सुमारे वीस हजार कि. मी. उंचीवर विशिष्ट अंशात कललेल्या कक्षेत फिरत असतात. हे उपग्रह सूर्यगामी व पृथ्वीलक्षी (अर्थ पॉईंटिंग) असतात. एकावेळी दोन किंवा अधिक जी. पी. एस. उपग्रहावरून आलेल्या संकेतामधील वेळेच्या फरकावरून पृथ्वीवरील प्राप्तक एखाद्या ठिकाणाचे नेमके स्थान गणिती पद्धतीने निश्चित करून ते नकाशात दाखवितो. वीसहून अधिक उपग्रह या प्रणालीसाठी कार्यरत आहेत. या तंत्राचा वापर स्थानिक, प्रादेशिक व जागतिक पातळीवर आवश्यकतेप्रमाणे करता येतो. सर्वेक्षण, पूर, भूमिपात, पर्वतीय दुर्गम भागातील अपघात अशासाठी याचा उपयोग होतो. सध्या कार, बस वा ट्रकमधून प्रवासी व मालवाहतूक करणाऱ्यांना वाहतुकीची माहिती, मार्ग, कोंडी, दिशा अशी वेगवेगळी माहिती उपलब्ध होते. शेतीमाल नाशवंत असल्याने

वाहतुकी संदर्भातील ही माहिती उपयुक्त होते. हवामान संदर्भातील माहिती मिळत असल्याने शेतकऱ्यांना त्याचा फायदा होऊ शकतो.

जी. आय. एस. व जी. पी. एस. ही दोन्ही तंत्रे संयुक्तपणे वापरल्यास खूपच परिणामकारक व प्रभावी ठरतात. भारतात सध्या ही तंत्रे महाग वाटत असली तरी त्याचा वापर वाढेल तसे ते स्वस्त होईल.

## (४) औद्योगिक दर्जाची शेती

औद्योगिक दर्जाची शेती म्हणजे 'कॉर्पोरेट फार्मिंग' होय. उद्योगांमध्ये ज्याप्रमाणे विपुल उत्पादनाचे तत्त्व असते तेच तत्त्व कृषी उत्पादन घेताना स्वीकारले जाणे म्हणजे 'कॉर्पोरेट फार्मिंग.' १९९० नंतर भारतीय शेतीच्या धोरणात बदल करण्यात आले. अल्पभूधारणा व कमी गुणवत्तेची उत्पादने या भारतीय शेतीच्या प्रमुख समस्या होत. त्यावरचा उपाय म्हणून कृषी उत्पादन प्रणालीची फेररचना करून त्यात मूलभूत बदल करणे हा आहे. त्यासाठी एखाद्या उद्योग समूहाला शेती करण्यास अनुमती दिली जाते.

ज्या शेतकऱ्यांकडे चांगली उत्पादकता असलेली जमीन आहे. अशांकडून ती करार करून कसायला घेतली जाते किंवा शेतकऱ्यांनाच सर्व निविष्ठा पुरविल्या जातात. कोणते पीक, किती क्षेत्रात कशा पद्धतीने घ्यायचे याचे अधिकार संबंधित उद्योगाचे असतात. त्यामुळे प्राप्त झालेले उत्पादनही हे उद्योगच घेतात. त्याचा भाव ठरविण्याचा अधिकारही शेतकऱ्याला नसतो. त्याला करार केल्याप्रमाणे काही हिस्सा रोख पैशांच्या स्वरूपात दिला जातो. भारतीय शेतकऱ्याला रोख पैशांची हमी मिळते, त्याला आर्थिक स्थैर्य मिळते व शेतीतील जोखीम कमी होते; म्हणून कॉर्पोरेट फार्मिंगकडे शेतकरी आकर्षित होतो. काही राज्यांमध्ये शासनानेच काही प्रमाणात चांगली कसदार जमीन व काही उजाड–ओसाड जमीन अशी शेती करू इच्छिणाऱ्या उद्योगांना दिली आहे. शेती म्हणजे खाद्य उद्योग असा कॉर्पोरेट फार्मिंगचा अभिप्रेत अर्थ आहे; अशी शेती म्हणजे अन्न-धान्य उत्पादनाची विशाल महामंडळे होत. सुरुवातीची काही वर्षे या शेतीच्या संदर्भात शेतकरी समाधानी असतो. परंतु, नंतर मात्र अशा उद्योगांचे एकाधिकारशाही, मक्तेदारी धोरण शेतकऱ्यांचे सर्व स्वातंत्र्य हिरावून घेते असे काही कृषीतज्ज्ञ म्हणतात. विपुल उत्पादनाचे तत्त्व राबविण्यासाठी संकरित बियाणे, भरपूर रासायनिक खते, कीटकनाशके यांचा वापर, मुक्त जलसिंचन, यांचा अवलंब केला जातो. त्यानंतरही उत्पादनाची साठवणूक, प्रक्रिया, विपणन जाहिरात ते थेट किरकोळ ग्राहक येथपर्यंतची साखळी असते.

भारतात २००४ मध्ये आर्चर डॅनियल मिडलँड, मोंसॅटो कंपनी व कारगील

कंपनी यांना अशा प्रकारची शेती करण्यास अनुमती देण्यात आली. त्याशिवाय देशातर्गंत उद्योगांपैकी टाटा उद्योग समूह, गोदरेज उद्योग इत्यादींनी 'कॉर्पोरेट फार्मिंग' सुरू केले. त्याचा फायदा शेतकरी, शेतमजूर यांना झाला. कॉर्पोरेट फार्मिंग पुढील राज्यांमध्ये विशिष्ट उत्पादनांसाठी सुरू झालेले आढळते.

| | | |
|---|---|---|
| उत्तर प्रदेश | – | गहू |
| पंजाब | – | पुदिना (मिंट), टोमॅटो, बटाटा |
| केरळ | – | कोको मळे |
| महाराष्ट्र | – | करडई |
| कर्नाटक | – | घेरकीन (Gherkin) |
| | | कोलीयस (Coleus)फळे, भाजीपाला |
| तमिळनाडू | – | बॉयलर चिकन पोल्ट्रीफार्म |

या उत्पादनांपासून अनेक प्रक्रिया केलेले टिकाऊ खाद्य पदार्थ बनविले जातात. पंजाबमध्ये टोमॅटोपासून सॉस केचप, टोमॅटोप्यूरी हा उद्योग, बटाटा, पुदीना यापासून वेफर्स, चिप्स, फ्रेंच फ्राईज् अशी उत्पादने यशस्वी ठरली आहेत. कर्नाटकातील घेरकीन हे तर पूर्ण नवीन पीक असून ते तोडल्यावर दहा तासात त्यावर प्रक्रिया करावी लागते. त्याची पूर्णपणे निर्यात रशिया, जपान व युरोपीय देशांना होते. ब्राझीलमधील कोको उत्पादनावर विपरीत परिणाम झाल्याने केरळमधील कोकोमळे कॉर्पोरेट फार्मिंगच्या ताब्यात आले. पण आंतरराष्ट्रीय बाजारात भाव कोसळल्याने संबंधित कंपनीने शेती सोडून दिली. व त्यामुळे शेतकऱ्यांना कमीदराने चॉकलेट उद्योगाला कोको विकावा लागला. अशाच प्रकारे तमिळनाडूतील बॉयलर चिकन उद्योगाचेही झाले आहे.

काही कृषी तज्ज्ञांचा कॉर्पोरेट फार्मिंगला विरोध आहे; अशी शेती भारतातील कौटुंबिक शेती (फॅमिली फार्म) स्वरूपाला छेद देणारी आहे. शेतकरी शेतीचा मालक न राहता कंत्राटी कामगार किंवा ठेकेदार होतो. विपुल उत्पादनामुळे पोषणमूल्ये, ताजेपणा, स्वाद, सुगंध, चव यात विविधता रहात नाही व ग्राहकाला निवडीची संधी कमी होते. या शेतीमुळे शेतमालकीचे व उत्पादनाचे केंद्रीकरण होते. काही तज्ज्ञ असे मत मांडतात की, एखाद्या पशुपालकाकडे खूप पशुधन असण्यापेक्षा अनेक पशुपालकांकडे मर्यादित पशुधन असणे सामाजिकदृष्ट्या व निर्वाहाच्या दृष्टीने उपयुक्त असते. कॉर्पोरेट फार्मिंगचे तत्त्व या उलट असते.

कॉर्पोरेट फार्मिंग संदर्भात असे भिन्न भिन्न मतप्रवाह असल्याने भारतात तिचा स्वीकार होण्यासाठी सुयोग्य बदल व मार्ग निघणे आवश्यक आहे.

❐

# संदर्भसूची

१) कार्लेकर डॉ. श्रीकांत – पात्रता व स्पर्धा परीक्षांसाठी वैज्ञानिक लेख

२) ढमढेरे डॉ. एस. व्ही. – महाराष्ट्रातील जलसंपदा

३) नियतकालिके – शेतकरी, बळीराजा

४) मुलाणी डॉ., लोहकरे रोहिदास – महाराष्ट्रातील शेती

५) साळुंके डॉ. विजया – कृषी भूगोल

६) Datta R., KPM Sundaram - Indian Economy

७) Jarrett H. R.- Tropical Geography

८) Krishnaraj Maithreyi, Kanchi Aruna - Women Farmers of India.

९) Leong G. C., Morgan G. E. - Human and Economic Geography

१०) India 2008 - Government of India

११) Majid Husain - Systematic Agricultural Geography

१२) Robinson H. - Latin America

१३) Robinson H. - Monsoon Asia

१४) Singh, Dhillon - Agricultural Geography

१५) Symons L. J. - Agricultural Geography

# लेखकपरिचय

## डॉ. विजया साळुंके
(Msc. Ph.D.)

निवृत्त प्रपाठक (भूगोल), के. टी. एच. एम. महाविद्यालय, नाशिक

पीएच.डी. विषय : Grape Farming in Nashik District : A Geographical Analysis

✱ वृत्तपत्रीय लिखाण : पाणी, पर्यटन आणि भूगोलविषयक लेख वेळोवेळी प्रसिद्ध.

✱ चाणक्य मंडळ नाशिक शाखा येथे स्पर्धा परीक्षा मार्गदर्शन

✱ प्रकाशित पाठ्यपुस्तके :

इ. ११ वी, १२ वी भूगोल (१९८५)

एफ. वाय. बी. कॉम – वाणिज्य भूगोल (१९८९)

एस. वाय. बी. ए. स्पेशल पेपर एक – कृषी भूगोल (२००३)

एस. वाय. बी.एस्सी (२००४) Fundamentals of Agricultural Geography

Agricultural Regions & Issues

✱ म. रा. पाठ्यपुस्तक मंडळ इ. १० वी सहलेखक (२००७) :

India-Human Environment

भारत : मानवी पर्यावरण